D1771720

பெருவலி

பெருவலி

சுகுமாரன் (பி.1957)

கோவையில் பிறந்தவர். அச்சிதழ், தொலைக்காட்சி, நூல் வெளியீட்டுத் துறைகளில் பணியாற்றியவர். கவிஞர், கட்டுரையாளர், நாவலாசிரியர், மொழிபெயர்ப்பாளர். காலச்சுவடு இதழின் பொறுப்பாசிரியர். கனடா தமிழ் இலக்கியத் தோட்டம், கோவை கொடீசியா அமைப்பு ஆகியவற்றின் வாழ்நாள் சாதனையாளருக்கான இயல் விருது, புத்தகத் திருவிழா விருதுகளை 2016, 2023ஆம் ஆண்டுகளில் பெற்றார்.

தொடர்புக்கு: nsukumaran@gmail.com

சுகுமாரன்

பெருவலி

காலச்சுவடு பதிப்பகம்

அன்பார்ந்த வாசகருக்கு,

வணக்கம்.

காலச்சுவடு நூலை வாங்கியமைக்கு நன்றி.

நூலின் உள்ளடக்கம், உருவாக்கம், அட்டைப்படம் இன்ன பிற அம்சங்கள் பற்றிய உங்கள் கருத்துகளையும் ஆலோசனைகளையும் காலச்சுவடு வரவேற்கிறது. தகவல், எழுத்து, வாக்கியப் பிழைகள் தென்பட்டால் அவசியம் தெரிவித்து உதவுங்கள். நூல் தயாரிப்பில் கடும் குறைபாடு இருப்பின் மாற்றுப் பிரதி உங்களுக்குக் கிடைக்கக் காலச்சுவடு ஏற்பாடு செய்யும்.

மின்னஞ்சல்: publisher@kalachuvadu.com

காலச்சுவடு நாகர்கோவில் அலுவலகத்திற்குக் கடிதம் அனுப்பலாம்.

தங்கள்
எஸ்.ஆர். சுந்தரம் (கண்ணன்)
பதிப்பாளர் – நிர்வாக இயக்குநர்

பெருவலி ❖ நாவல் ❖ ஆசிரியர்: சுகுமாரன் ❖ © சுகுமாரன் ❖ முதல் பதிப்பு: டிசம்பர் 2017, திருத்தப்பட்ட மூன்றாம் (குறும்) பதிப்பு: செப்டம்பர் 2020, எட்டாம் பதிப்பு: ஏப்ரல் 2025 ❖ வெளியீடு: காலச்சுவடு பப்ளிகேஷன்ஸ் (பி) லிட்., 669 கே. பி. சாலை, நாகர்கோவில் 629001

peruvali ❖ Novel ❖ Author: Sukumarn ❖ © N. Sukumarn ❖ Language: Tamil ❖ First Edition: December 2017, Revised Third (Short) Edition: September 2020, Eighth Edition: April 2025 ❖ Size: Demy 1 x 8 ❖ Paper: 18.6 kg maplitho ❖ Pages: 192

Published by Kalachuvadu Publications Pvt. Ltd., 669 K.P. Road, Nagercoil 629001, India ❖ Phone: 91-4652-278525 ❖ e-mail: publications @kalachuvadu.com ❖ Printed at Clicto Print, Jaleel Towers,42 KB Dasan Road, Teynampet Chennai 600018

ISBN: 978-93-86820-35-8

04/2025/S.No. 815, kcp 5703, 18.6 (8) uss

This work of fiction was completed during my residency from 1 to 30 September, 2017 at the Toji Cultural Center, supported by Wonju Metropolitan Government.

- Sukumaran

அவன் வாழ்ந்துகொண்டிருப்பவன்; நிலைத்திருப்பவன்.

பசுமையைத் தவிர வேறு எதுவும்
என் கல்லறையை மூடாது இருக்கட்டும்; பசும் புற்களே
இந்த ஏழையின் சமாதியை மூடப் போதுமானவை.

நிர்மூலமாக்கப்பட்டவளான ஃபக்கீரா ஜஹனாரா
சிஷ்டிப் பெருந்தகைகளின் மாணவி
மாவீரர் ஷாஜஹானின் புதல்வி
(இறைவன் அவனது அத்தாட்சியை வெளிச்சப்படுத்துவானாக).

●

தில்லி நிஜாமுத்தீன் தர்கா வளாகத்திலுள்ள
ஜஹனாரா பேகத்தின் சமாதியில்
பொறிக்கப்பட்டிருக்கும் வாசகங்கள்.

மக்கானி பேகம் = ஜஹாங்கீர் = நூர் ஜஹான்
ஷாஜஹான் = மும்தாஜ் மஹல்
ஜஹனாரா
ஷுஜா
ரோஷனரா
முராத்
கௌஹாராரா
தாரா = நாதிரா பேகம்
அவுரங்கசீப் = ராபியா
ஜானி பேகம்

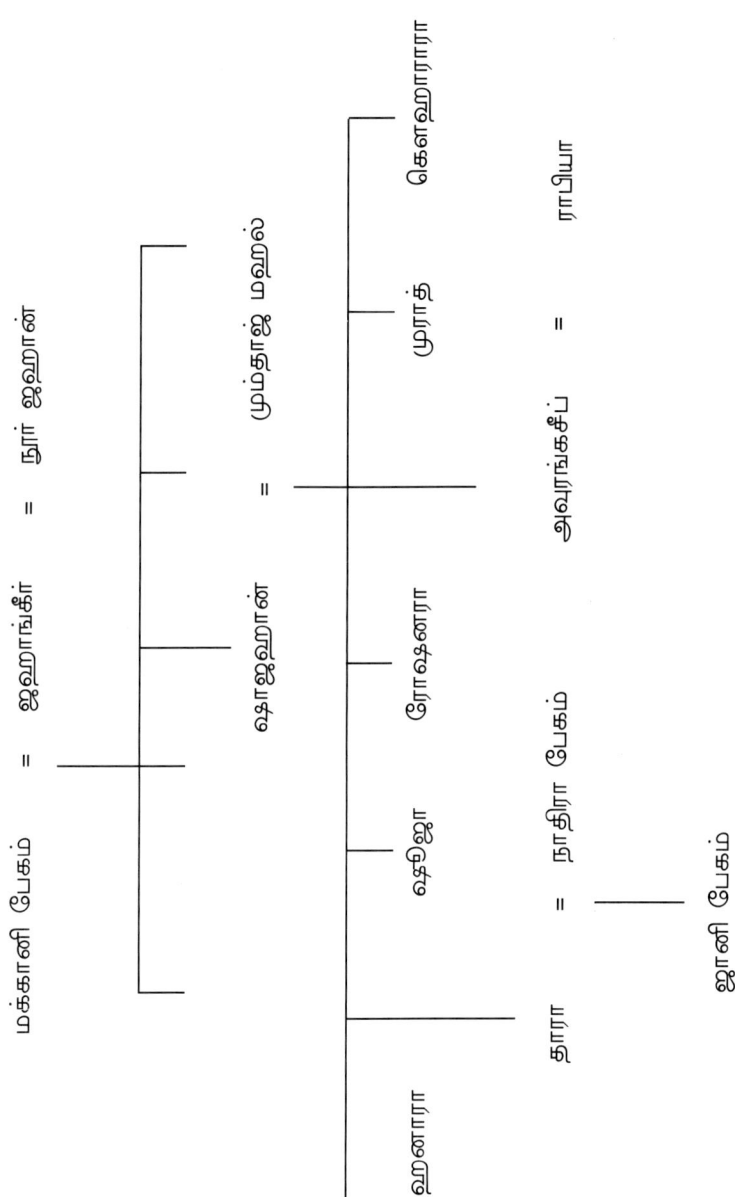

பாகம் – ஒன்று

பானிபட் என் பெயர். அதுதான் என் ஊரா, அங்கேதான் பிறந்தேனா என்பதெல்லாம் நான் அறியாதவை. என்னைப் பெற்றவர்கள் யார் என்பதும் தெரியாது. எப்போது பிறந்தேன் என்பதும் தெரியாது. ஏதோ அடிமைச் சந்தையில் விற்கப்பட்டு யாரோ அரண்மனைப் பிரமுகரால் விலைக்கு வாங்கப்பட்டேன். அரச மாளிகையில் நூற்றுக்கணக்கிலிருந்த நபும்சகக் கூட்டத்தில் வளர்க்கப்பட்டேன். பின்னர் அரண்மனைச் சேவகத்துக்கு நியமிக்கப்பட்டேன். மூன்று பேரரசர் களின் ஆட்சியின் சுக துக்கங்களுக்குச் சாட்சியாக இருந்தேன். இன்று அலிகளின் தலைமைப் பொறுப்பில் இருக்கிறேன்.

எனினும் அரண்மனைவாசிகளும் தர்பாரின் பரிவாரங்களுமான ஆண்களின் பார்வையில் நான் உதாசீனப் பிண்டம். ஹிஜ்ரா. நபும்சகம். பெட்டை. ஒரே சமயத்தில் சுபசகுனமும் அபசகுனமுமான பிறவி. ஜனானாவிலிருக்கும் பெண்களுக்குப் படைப்புச் செயலின் உச்சவிநாடியில் உருமாறிய இயற்கையின் வஞ்சனை. பெண்ணாகத் திரண்டிருக்கவேண்டிய உயிர்த்துளி ஆணாக மண்ணில் விழுந்துவிட்டதே என்ற கழிவிரக்கம் அவர்களுக்கு. அதனாலேயே என்மேல் கரிசனம். என்னிடம் சகஜ உணர்வு.

ஆனால் நான் இரண்டுமல்ல. எனக்குப் பால்பேதமில்லை. நான் ஆணுடலின் பெண்மையா பெண் சரீரத்தின் ஆண்மையா அல்லது இரண்டுமற்ற மூன்றாம் பாலா என்பதும் நான் அறியாதது. காலம் என்னிலூடே கடந்துபோனதைப் போலவே நானும் காலத்தைக் கடந்து வந்திருக்கிறேன். அக்பர் சக்ரவர்த்தியின் காலம்முதல் பேரரசர் ஷாஜஹானின் காலம்வரை வந்திருக்கிறேனே. எனக்குக் காலமில்லை. இந்தத் தற்புகழ்ச்சிக்கு

அல்லாஹ் என்னை மன்னிப்பாராக. நான் கடவுளைப்போன்று எல்லாவற்றையும் கடந்த புதிர். எனினும் என்னை ஆணாகத்தான் அழைக்கிறார்கள். அளவிலாக் கருணையும் இணையிலாக் கிருபையுமுடைய அல்லாஹ்வை ஆணாகத்தானே வழிபடுகிறோம். ஒருவேளை ஜஹனாரா என்னை ஆணாக நினைத்து விளிப்பதும் அதனால்தானா? பிற மனிதர்கள் என்னை அஃறிணையாக நினைக்கும்போது, வளர்ப்பு மிருகத்தை விடக் கீழாக நடத்தும் போது என்னை மனிதப் பிறப்பாகப் பார்ப்பவள் அவள் மட்டுமே. அவள் என் பேகம் சாஹிபா. இளவரசிகளின் இளவரசி.

ஜஹனாராவை முதன்முதலாக அப்படி முகமன் செய்த பொழுதும் இடமும் அப்போது அவள் முகத்தில் படர்ந்த வெளிச்சமும் இப்போதும் என் நினைவில் மங்காமலிருக்கின்றன.

அப்போது எல்லாரும் விதியின் கைதிகளாக இருந்தார்கள். இன்றைய பேரரசர் சாதா இளவரசர் குர்ரமாக இருந்தார். சக்ரவர்த்தி ஷாஜஹான் ஆகியிருக்கவில்லை. பேரரசி மும்தாஜ் மஹல் வெறும் அர்ஜுமண்ட் பானு பேகமாக இருந்தார். சக்ரவர்த்தியும் சக்ரவர்த்தினியுமாகி இருக்க வேண்டியவர்களை விதி, தக்காணத்தின் நிஜாம்சாஹி பிரதேசத்தில் கைதிகளாக்கி வைத்திருந்தது. விதிக்குப் பெயர் இருந்தது. நூர் மஹல். அரண்மனையின் ஒளி. அமாவாசையைப் பூர்ணிமை என்பது போல அரண்மனையின் இருளை வெளிச்சம் என்று அழைப்பது எத்தனை விசித்திரம். சக்ரவர்த்தினி நூர் மஹலை ஒருபோதும் ஜஹனாரா அந்தப் பெயரால் குறிப்பிட்டதே இல்லை. அருவருப்புடன் பாம்பு என்றுசொல்லுவாள். அப்படி சொல்லக் கூடாது என்று தயக்கத்துடன் எடுத்துச் சொல்லும் சந்தர்ப்பங்கள் தான் ஜஹனாரா என்மீது சீறி விழுந்த தருணங்களாக இருந்திருக்கின்றன. 'எவ்வளவு மோசமானவரானாலும் அவர் உங்கள் பாட்டி. உங்கள் ஆபாவின் தாயார். அவரை அப்படி சொல்லுவது தகாது' என்று அவளுக்கு அறிவுரை சொல்லி யிருக்கிறேன்.

'என் பாட்டியா? ஆபாவுக்கு மாற்றாந்தாய். அவ்வளவுதான். என்னைப் பொறுத்தவரை அது ஒரு நச்சுப் பாம்பு. நான் அவளை வெறுக்கிறேன். நான் மட்டுமல்ல; இந்த உலகமே அந்தப் பாம்பை வெறுக்கிறது. ஆனால் அந்த வெறுப்பை வெளியே காட்டமாட்டார்கள். ஏனென்றால் எல்லாரும் அவளுக்குப் பயப்படுகிறார்கள். அவளிடம் இருக்கும் அதிகாரத்துக்கு அஞ்சுகிறார்கள். அவர்களுக்கெல்லாம் அவள் நூர் மஹலாக இருக்கலாம். சக்ரவர்த்தினியாக இருக்கலாம். எனக்கு அவள் விஷசர்ப்பம். எல்லா இரவுகளிலும் கனவில் என்னைச் சுற்றி

வளைக்கும் நச்சரவம். என் சிந்தனைகளிலும் ஆசைகளிலும் கொத்தி விஷத்தை உமிழ்கிற நச்சரவம்'.

இதைச் சொல்லும்போது ஜஹனாராவின் முகம் குருதிச் செம்மையுடன் சிவந்தது. கண்கள் விரிந்தன. கன்னக் கதுப்புகள் விரிந்து இறுகின. சினந்து நிற்கும் பாம்பின் படம் போலிருந்தது அப்போது அவள் முகம்.

ஜஹனாராவின் சினத்துக்கும் ஆவேசத்துக்கும் காரணம் என்னவென்று எனக்கும் தெரிந்திருந்தது. மூன்று ஆண்டுகளுக்கு முன்பு தம்பிகள் தாராவையும் அவுரங்கசீப்பையும் பேரரசி நூர் மஹல் பிணைக் கைதிகளாகப் பிடித்து தில்லிக்குக் கொண்டு வரச் செய்திருந்தார். அப்போது அவர்கள் சிறுவர்கள். தாராவுக்கு அன்று பத்து வயது. அவுரங்கசீப்புக்கு ஏழு. பேரரசர் ஜஹாங்கீரின் பெயரில் நூர் மஹல்தான் ஆணை பிறப்பித்திருந்தார். பேரரசருக்கு எதிராக இளவரசர் குர்ரம் கலகம் செய்யத் திட்டமிட்டிருந்ததாகக் குற்றம் சாட்டியிருந்தார். அதை சாம்ராஜ்ஜியம் முழுவதும் பரவவிட்டிருந்தார். அது உண்மையல்ல என்று எல்லாருக்கும் தெரிந்திருந்தது. குறிப்பாகப் பேரரசர் ஜஹாங்கீருக்கு. ஆனால் அவரால் அதைப் பகிரங்கமாகச் சொல்ல முடியவில்லை. உணரக் கூட முடியவில்லை என்பதுதான் உண்மை. நூர் மஹலைத் தவிர வேறு யார் சொல்வதையும் கேட்க முடியாத கலக்க நிலையில் இருந்தது அவரது சித்தம். அருந்தும் மதுபானத்தில் கொடிய அளவு அபினைக் கலந்து கொடுத்து அந்த நிலைக்குக் கொண்டு வந்திருந்தார் நூர் மஹல். அரண்மனை மருத்துவர்களின் எச்சரிக்கையை ஒருபோதும் பொருட்படுத்தவில்லை. மனைவி சொல்லை அணுவளவும் பிசகாமல் நம்பினார் ஜஹாங்கீர். குர்ரத்தின்மீது அவருக்கிருந்த காரணமற்ற பகையை சக்ரவர்த்தி ஜஹாங்கீரிடமும் வெற்றிகரமாகத் தொற்ற வைக்க நூர் மஹலால் முடிந்தது. காரணமில்லாமல் ஜஹாங்கீரும் புதல்வனை வெறுக்கத் தொடங்கினார். முறைபிழைத்த மைந்தனுக்குப் பாடம் கற்பிக்க படையை அனுப்பிப் பிடிக்கச் சொன்னார். முகலாயப் பேரரசுக்கும் பேரரசர் ஜஹாங்கீருக்கும் எதிராக இழைத்த குற்றங்களுக்கு மன்னிப்பு அளிக்க இரண்டு நிபந்தனைகளை விதித்தார்.

குர்ரத்தின் அதிகாரத்தில் இருந்த தக்காணப் பீடபூமியின் ஆட்சிப் பொறுப்பை உடனடியாக பேரரசரின் பாதுகாவலனிடம் ஒப்படைக்க வேண்டும். இது முதல் நிபந்தனை. குர்ரத்தின் இரு மைந்தர்களும் பிணைக் கைதிகளாக தில்லி தர்பாரில் ஒப்படைக்கப்பட வேண்டும். இது இரண்டாவது. குர்ரத்துக்கு இரண்டாவது நிபந்தனை சாதுவானதாகத் தோன்றியது. பேரப் பிள்ளைகள் பாட்டனாரின் அரண்மனையில் இருப்பது

சரிதான். தக்காணத்தின் சுட்டெரிக்கும் வெம்மையில் வாடாமல் வளர்வார்கள். அது நல்லதுதான். ஆனால் முதல் நிபந்தனையில் நூர் மஹலின் கபடம் ஒளிந்திருப்பதைக் குர்ரம் காணாமலில்லை. ஜஹாங்கீருக்குப் பின் அரியணை ஏற இருக்கும் தனது உரிமையை வேரோடு பிடுங்கியெறியும் தந்திரம் மறைந்திருந்தது. குர்ரத்தின் சகோதரன் ஷாஹ்ரியார் ஆட்சிக்கு வருவதற்கான ரகசிய வழி அதில் இருந்தது. அவர்தான் அப்போது பேரரசரின் பாதுகாவலர். அது நூர் மஹலின் நீண்ட கால ஆசை. அன்று அந்த நிபந்தனைகளுக்குப் பணிவதைத் தவிர குர்ரத்துக்கு வேறு மார்க்கமில்லை. பணிந்தார்.

அது நூர் மஹலின் தந்திரத்தின் இன்னொரு பக்கமா அல்லது பேரரசரின் பெருந்தன்மையா? தெரியவில்லை. குர்ரத்தையும் குடும்பத்தையும் நிஜாம்சாஹியிலேயே தங்கியிருக்க அனுமதித்தது எதனால்? எனக்குப் புரியவில்லை. ஆனால் அரண்மனை வாசம் அனுமதிக்கப்படவில்லை. கூடாரங்கள் எழுப்பப்பட்டன. பென்னம்பெரிய கூடாரங்கள். குர்ரத்தின் தர்பாராக ஒன்று. ஒவ்வொரு மனைவிக்கும் ஒன்றாக நான்கு கூடாரங்கள் இணைந்த ஜனானா. பணியாட்களுக்கும் சேடிகளுக்குமாக ஒன்று. பாதுகாவலர்களுக்கும் மெய்க்காப்பாளர்களுக்குமாக நான்கைந்து. எல்லாக் கூடாரங்களும் விசாலமானவை. அவற்றில் சிறிய கூடாரத்தில் இரண்டு யானைகளைக் கட்டிப் போடலாம். இத்தனை கூடாரங்களை அமைக்கச் செலவிட்ட தொகையில் ஒரு அரண்மனையையே எழுப்பி இருக்கலாம். ஆனால் கால தாமதம் ஆகும் என்பதுதான் கூடாரங்களை நியாயப்படுத்தியது. அளவற்ற அதிகாரம் எப்போதும் விரயங்களை நியாயப்படுத்துகிறது. ஆடம்பரங்களை இன்றியமையாத் தேவையாக்குகிறது. அது அதிகாரத்தின் நியதியோ என்னவோ?

கூடாரங்களில் சகலமும் இருந்தன. வாயில்களில் பொற்சரிகை இழைத்த துணிகளால் ஆன திரைகள் தொங்கின. தங்கத் தாம்பாளங்களில் உணவு பரிமாறப்பட்டது. மரகதம் பதித்த கோப்பைகளில் பானங்கள் பகிரப்பட்டன. குர்ரம் இருந்தார். அர்ஜுமண்ட் பானு பேகம் இருந்தார். பதினான்கு வயது ஜஹனாராவும் பன்னிரண்டு வயது ஷுஜாவும் பதினோரு வயது ரோஷனாராவும் மூன்று வயதுக் குழந்தையான முராத்தும் இருந்தனர். ஜஹனாராவுக்கு மட்டும் பணிபுரிய முப்பது பணியாட்கள் இருந்தனர். அரண்மனை வாசமில்லையே தவிர அதன் சகல ஆடம்பரங்களும் இருந்தன. ஒன்றுமட்டுமில்லை என்பாள் ஜஹனாரா. அவள் சொல்லவிருப்பது என்னவென்று தெரிந்துகொண்டே கேட்பேன். 'அது என்ன?' ஒற்றை நொடியில் விழிகள் ததும்ப குரல் இடறச் சொல்வாள். 'சுதந்திரம்.'

அந்தச் சொல்லை ஜஹனாராவால் மட்டுமே சொல்ல முடியும். அவளால் மட்டுமே உணரவும் முடியும். எல்லா ஆடம்பரங்களுக்கும் நடுவில், எல்லாக் கேளிக்கைகளுக்கும் நடுவில் அவள் விழிகளில் ஒரு அக்கினித் திவலை மிதந்து கொண்டிருப்பதைப் பார்த்திருக்கிறேன். அந்தப்புரத்திலிருக்கும் மற்ற பெண்களுக்கு சுதந்திரம் என்பது பொருள் இல்லாத வார்த்தை. எதை விரும்பினாலும் அதை அடைந்துவிடக் கூடிய ராஜபோகமான வாழ்க்கைக்கு அடிமையானவர்கள் அவர்கள். ஜஹனாராவும் ஆடம்பரங்களை விரும்புகிறவள்தான். கேளிக்கைகளை விழைபவள்தான். அதிகாரத்தை மோகிப்பவள் தான். பதினான்கு வயதிலேயே தந்தை குர்ரத்துக்கு அரசியல் ஆலோசனை சொல்லும் நுண்ணறிவு அவளுக்கு இருக்கிறது. பாரசீக நூல்களில் தேர்ச்சி இருக்கிறது. திருக்குரானை ஓதுவதில் இறைமை இருக்கிறது. இந்துப் புராணங்களில் அபார ஞானம் இருக்கிறது. முல்லாக்களிடமும் பௌராணிகர்களிடமும் சம்வாதம் செய்யும் பாண்டித்தியம் இருக்கிறது. எல்லாமிருந்தும் மண்ணுக்குமேலே பறப்பதற்காக ஓயாமல் சிறகடித்துக் கொண்டிருக்கும் வேட்கையும் அவளுக்குள் இருக்கிறது. சல்லாத் திரைகள் மூடிய கூடாரத்துக்குள் சிறை வைக்கப்பட்டிருக்கும் பரிதவிப்பு அவளுக்கு மட்டுமே இருக்கிறது.

'நிம்மதியாகத் தூங்கக்கூடச் சுதந்திரமில்லை, பானிபட். கனவுகாணச் சுதந்திரமில்லை. கண்ணை மூடினால் அந்தக் கிழப் பாம்புதான் துர்க்கனவாக வருகிறாள்.'

நூர் மஹல் மேலிருக்கும் தீராத சீற்றம்தான் அவள் கனவுகளுக்குக் காரணம் என்று சொன்னேன். நூர் மஹலைப் பற்றி ஜனானாவில் சொல்கிற கதைகளைக் கேட்டுத்தான் அவரை ஜஹனாரா பாம்பாகக் கற்பனை செய்து துன்பப்படுகிறாள் என்றேன். 'இல்லை, அதுவொன்றும் கற்பனையல்ல. உண்மைதான். அவள் பாம்பினால் பாதுகாக்கப்பட்ட ஜந்துதானே?' என்று மறுத்தாள். அவள் மறுத்த வேகத்தைப் பார்த்தபோது ஒருவேளை அந்தக் கதை உண்மைதானோ என்று எனக்கும் சந்தேகம் வந்தது.

பாரசீகத்துக் கனவானின் மகள் நூர் மஹல். நொடித்துப்போன நிலையில் தம்பதிகள் வாழ வழிதேடி இந்துஸ்தானத்துக்கு வந்தார்கள். கனவானின் மனைவி அப்போது நிறைமாதக் கர்ப்பிணியாக இருந்தாள். தம்பதிகளின் பயணம் கொடியதாக இருந்தது. தகிக்கும் வெயில். எலும்பை உறைய வைக்கும் குளிர். கரடு முரடான பாதைகள். மொழி விளங்காத தேசம். தாகத்துக்கு நீர் தரவோ வயிறு வாடினால் ஒரு துண்டு ரொட்டி தரவோ ஆளில்லாத

அந்நிய மண். இரண்டு பெரிய ஜீவன்கள் உயிர் தரித்திருப்பதே பெரும்பாடு. அதில் இன்னொரு ஜீவனைப் புரப்பது எங்கே? பிறந்த பெண் குழந்தையை விழுந்த மண்ணிலேயே விட்டுவிட்டு முன்னேறினார்கள். தயைநிரம்பிய எந்த வழிப்போக்கராவது அதைக் காப்பாற்றக்கூடும் என்று நினைத்தார்கள். ஆனால் நாழிகைக்குள்ளேயே குற்றவுணர்வுடன் குழந்தையை எங்கே விட்டுப் போனார்களோ அதே இடத்துக்குத் திரும்பி வந்தார்கள். வெயில் உச்சத்தில் இருந்தது. கற்கள் தகித்து உருகிக் கானலின் அலைகள் ததும்பிக்கொண்டிருந்தன. ஒரு புல்லின் நிழல்கூடப் படியாத அத்துவான வெளி. கர்ப்பப் பிசுபிசுப்பு மாறாத இளஞ்சிசு உக்கிர வெயிலில் மரணமடைந்திருக்கும் என்றுதான் அவர்கள் சந்தேகித்தார்கள். இடத்தை அடைந்தபோது அவர்கள் செவியில் விழுந்த பிஞ்சுக்குரல் சந்தேகத்தைப் போக்கியது. அவர்கள் கண்ட காட்சி நடுங்கச் செய்தது. பிரம்மாண்டமாக நிமிர்ந்து நிற்கும் நாகத்தின் விரிந்த படத்தின் நிழலில் அவர்களின் பச்சிளங்குழந்தை சிரித்து நெளிந்துகொண்டிருந்தது.

'பாம்பின் விஷத்தைத்தானே இந்த இபிலீசும் குடித்தது. நஞ்சைக் குடித்துத்தானே இதுவும் வளர்ந்தது. எத்தனை முறை யார்யாரோ விஷம் கொடுத்துக் கொல்லப்பார்த்தும் இது தப்பியது, அந்த விஷத்தையெல்லாம் விடக் கொடிய நஞ்சு இதன் ரத்தத்தில் இருப்பதனால்தானே? அந்த நஞ்சைத்தான் என் உறக்கத்தில் ஓயாமல் உமிழ்ந்துகொண்டிருக்கிறது. என் உறக்கமின்மைக்கு அதுதான் காரணம்.'

ஜஹனாரா சொல்வதை என்னால் ஏற்க முடியவில்லை; மறுக்கவும் முடியவில்லை. பதினான்கு பிராயத்துப் பெண் சொல்வதை அப்படியே நம்ப என் முதுமை தயங்கியது. ஆனால் தொடர்ந்து உறக்கமில்லாமல் இடுங்கிப் போயிருக்கும் அவளுடைய விழிகளின் சிவப்பு என் அனுபவத்தை உலுக்கியது. அர்ஜுமண்ட் பானு பேகத்தின் அந்தரங்க சேடியும் ஜஹனாராவின் ஆசிரியையுமான சாத்தியுன்னிசாவும் பாட வேளையில் அவளுடைய கவனக் குறைவைச் சொல்லிக் காட்டினார். ஜஹனாராவின் பெரிய தாயார் இந்திரா அவளுக்குப் பித்தேறி யிருப்பதாக ஜனானா முழுக்கச் சொல்லிக் கொண்டிருந்தார். சமீபகாலமாக குர்ரம் அவரை ஏறெடுத்துப் பார்ப்பதில்லை. அவருடைய சயன மஞ்சத்தை நெருங்குவதில்லை. அந்த வஞ்சத்தைத்தான் ஜஹனாராவை வைத்துத் தீர்த்துக் கொள்ளுகிறார். எனக்கு அது புரிந்தது. ஆனால் யாரிடமும் சொல்ல முடியாது. சொல்லக் கூடாது. ஹிஜ்ராக்கள் ஒருபோதும் ரகசியங்களை அம்பலப்படுத்துவதில்லை.

ஜஹனாராவின் துயரம் என்னையும் பீடித்தது. இப்போதுதான் மொட்டவிழ்ந்திருக்கும் பனிநீர்ப் பூவுக்குள் இத்தனைத் தீப் பொறிகள் வெடிக்கக் கூடாது என்று தோன்றியது. 'யா, அல்லாஹ், இந்த யுவதிக்கு சாந்தியை நீதான் அருளவேண்டும்' என்று மனதுக்குள் துஆ செய்துகொண்டு அவளுடைய கூடாரத்துக்குப் போனேன். அது அவளுடைய அந்தரங்கமான பொழுது. தக்காணக் காற்றில் அன்று வெம்மை குறைவாகவே இருந்தது. அவளுடைய மஞ்சத்துக்கு அப்பால் திரைபோட்டு மறைத்திருக்கும் படிப்பிடத்துத் திவானில் உட்கார்ந்தேன். பாபர் நாமாவின் பக்கங்களை வாசித்துக் காட்டினேன். முப்பாட்டனார் பாபரின் மனக்கட்டுப்பாட்டைச் சொல்லும் பகுதியை வாசித்துக் கொண்டிருந்தபோது படுத்திருந்தவள் எழுந்து அமர்ந்தாள். அப்போதுதான் முதன்முறையாக அவளை அப்படி அழைத்தேன்.

'உங்கள் மனம் கட்டுப்பாட்டில் இல்லை, பேகம் சாஹிபா.'

அதைக் கேட்டதும் ஜஹனாரா நிமிர்ந்து நானிருக்கும் பக்கம் நோக்கி அமர்ந்தாள். சரவிளக்கின் வெளிச்சத்தில் அவள் கண்களிலிருந்து நீர்மணிகள் உதிர்வதையும் அவள் உடல் பரவசத்தில் நடுங்குவதையும் முன்னால் நீண்டிருந்த மஸ்லின் திரையால் மறைக்க முடியவில்லை. கூடாரக் கைதியாக இருக்கும் தன்னை இளவரசிகளின் இளவரசி என்று அழைத்தது அவளுக்கு வியப்பாக இருந்திருக்கலாம். அவளுடைய தந்தை இன்னும் பட்டம் சூடவில்லை. அரியாசனம் ஏறவில்லை. அதனால் என்ன? அவள் எனக்கு பேகம் சாஹிபா.

திரையை விலக்கி என்னுடைய பருத்த உள்ளங்கையை ஜஹனாராவின் உள்ளங்கை மீது வைத்தேன். அவளுடைய மென்மையான கைக்குள் வெம்மையின் இதம் இருந்ததையும் அந்தக் கை லேசாக நடுங்குவதையும் உணர்ந்தேன். இன்னொரு கையையும் எடுத்து இரண்டு கைகளாலும் அவளுடைய இரு கைகளையும் பொத்திக்கொண்டேன்.

'பேகம் சாஹிபா, உங்கள் துயரத்தை ஆமியிடம் சொல்லுங்கள். உங்கள் கனவை உதாசீனப்படுத்த முடியாது. அவர்கள் ஜோதிடர்களை அழைத்து விளக்கம் கேட்கலாம். உங்களுடைய துர்க்கனவுகள் ஒருவேளை நமது சிறையைத் திறக்கும் சாவியாக இருக்கலாம்.'

மறுநாள், அர்ஜுமண்ட் பானு பேகம் குஷால் கானாவில் மகளிடம் பேசினார். தாயும் மகளும் பேசிக்கொண்டிருந்ததைத் திரைக்கு அப்புறமாக அமர்ந்திருந்த குர்ரமும் ஜோதிடர் அபுல் பாஸியும் கேட்டார்கள். அவர்களுக்குச் சற்றுத் தொலைவில்

நின்று நானும் கேட்டேன். ராசிக் கட்டங்களை விரித்து வைத்துப் பரிசோதித்துவிட்டு அடுத்த சில வாரங்களில் கிரக சஞ்சாரத்தால் விருச்சிகராசி உச்சமடையும். அதன் அறிகுறிதான் இந்தக் கனவுகள் என்று கணிப்பு சொன்னார். புதல்விக்கு எந்த தோஷமும் சம்பவிக்காது என்றார். பரிகாரமும் சொன்னார். எல்லாரும் ஆறுதலாக விட்ட பெருமூச்சு கூடாரத்தின் திரைகளை உலுக்கியது. ஜஹனாராவின் முகத்தில் நிலவு ஒளிர்வதைப் பார்த்தேன்.

எல்லாரும் போன பிறகு பேகம் சாஹிபா என்னை நோக்கி வந்தாள். அவள் கையில் வைத்திருந்த மாலையின் முத்துக்கள் லஸ்தர் விளக்கில் சிரித்து மின்னின. அதை என் கைகளில் திணித்துக்கொண்டே சொன்னாள்.

'நமது சிறையின் கதவைத் திறக்கும் சாவியைக் காட்டிய உனக்கு என் சன்மானம்.'

இரு கைகளையும் நீட்டி மாலையை ஏந்திக்கொண்டேன். பெரிய முத்துக்கள். முழுமையான முத்துக்கள். பொற்சரடில் கோக்கப்பட்ட இரட்டைவட மாலை. நான் ஆபரண மோகிதான். நகைகளிலும் வளையல்களிலும் விரல் ஆழிகளிலும் நெற்றியணிகளிலும் ஆசைகொண்ட பெட்டைதான். ஆனால் இவ்வளவு முழுமையான நகைகளில் எனக்கு விருப்பமில்லை. முழுமையற்ற அணிகலன்களில்தான் எனக்கு நாட்டம். நான் முழுமையற்ற ஜென்மம் என்பதாலா?

ஜஹனாராவின் புன்னகையைப் பார்த்துக்கொண்டே முழுமையாகச் சொன்னேன் 'பேகம் சாஹிபா, நன்றி.'

ஜஹனாரா ஒரே கனவில் இரண்டு காட்சிகளைக் கண்டாள். இரண்டும் ஒன்றுக்கொன்று முரணான காட்சிகள். ஆனால் இரண்டு காட்சிகளிலும் அவள் இருந்தாள்.

தர்பார் நடந்துகொண்டிருக்கிறது. பேரரசரும் பிரதானிகளும் இருப்பதனால் அது திவான் இ ஆமாகத்தான் இருக்க வேண்டும். அரியாசனத்தில் அமர்ந்திருப்பது ஆபாதானா என்பதும் தெளிவாக இல்லை. வழக்கம்போல அவள் ஜரோக்காவுக்குப் பின்னால் நின்று பார்த்துக்கொண்டிருக்கிறாள். ஆஜானுபாகுவான ஒருவன் சக்ரவர்த்தியின் அருகே வந்து நிற்கிறான். அவனைப் பார்த்த நொடியில் ஜஹனாராவின் குருதியோட்டம் இயல்பை விட வேகமாகிறது. முகத்தில் வியர்வை துளிர்க்கிறது. கால்கள் சோர்கின்றன. அவனைப் பார்க்கக் கூடாது என்று பார்வையைத் திருப்பிக் கொள்கிறாள். ஆனாலும் சிரம், சூரியனைத் தேடுகிற மலர்போல அவன் முகவெளிச்சத்தை நோக்கியே திரும்புகிறது. தன்னைக் கட்டுப்படுத்திக் கொள்ள முடியாமல் ஜஹனாரா, மறைவிடத்தை விட்டு ஆபாவின் அருகில் போகிறாள். அந்த திடகாத்திரனை அரைக் கண்களால் பார்க்கிறாள். அவள் வந்து நிற்பதைக்கூடக் கவனிக்காமல் அவன் சக்ரவர்த்தியிடம் எதையோ கூறிக்கொண்டிருக் கிறான். உற்றுக் கேட்கும்போதுதான் அவன் பேசவில்லை, பாடுகிறான் என்று புரிகிறது. அவன் விழிகள் அவள் மேனியில் படர்கின்றன. பாடலை முணுமுணுத்துக்கொண்டே அவன் உதடுகள் ஜஹனாராவின் நெற்றியில் பதிகின்றன. 'தேவி' என்று இனிமையாக முனகுகின்றன. சுற்றிலும் இருந்தவை மறைகின்றன. எங்கும் நீல வெளிச்சம் பரவுகிறது.

அவள் உடல் மட்டும் எழும்பி உயர்கிறது. எழும்பிய உடலிலிருந்து ஆடைகள் தாமாகவே அவிழ்ந்து மேகங்களாக அலைகின்றன. முத்து மாலைகளும் கைவளையல்களும் கங்கணங்களும் கழன்று வெளிச்சத் துகள்களாக அந்தரத்தில் மிதக்கின்றன. மண்ணும் மரங்களும் மாளிகைகளும் அவளைக் கடந்து கீழ்நோக்கி விரைகின்றன. அலைந்துகொண்டிருக்கும் கடல்முத்துக்கள் தைத்துப் பொற்சரிகை இழைத்த அவளுடைய மேலாடை முறுகிப் புரியேறி வடமாகிறது. உடனேயே வடம் நெளிந்து இரட்டை நாவுகள்கொண்ட பெரும்பாம்பாக ஊர்கிறது. அதன் பிளந்த வாயிலிருந்து தீச்சுவாலைகள் பாய்ந்து ஜஹனாராவின் சரீரம் பற்றி எரிகிறது. அவள் உடலைத் தொட்டபடியே மேகங்களும் நட்சத்திரங்களும் மேல்நோக்கி எழும்புகின்றன. நீலம் இருண்டு கறுத்திருக்கிறது. தகிக்கும் உடல் வெம்மை தாளாமல் துள்ளிக் கீழே விழுகிறது. வீழும்போதே பெரிய தீக்கோளமாக மாறுகிறது. பெரிய தாமரைப்பூப் போன்ற இரண்டு கரங்கள் விழுந்துகொண்டிருக்கும் அக்கினிப் பந்தை ஏந்திக்கொள்கின்றன. அந்தக் கைகளில் பனியின் குளிர்ச்சி. குளிர்ச்சி தீண்டியதும் தீப்பந்து அணைகிறது.

ஜஹனாரா மஞ்சத்திலிருந்து துள்ளி எழுந்தாள். உடல் வியர்வையில் ஊறியிருந்தது. கூடாரத்துக்குள்ளே நுழைந்த காற்றும் அனலின் சுவாசம் போலச் சிராய்த்துவிட்டுப் போனது. நடந்து, கலசத்திலிருந்து நீரைக் குவளையில் வார்த்து அருந்தினாள். மிஞ்சிய நீரை வலது உள்ளங்கையில் கவிழ்த்து முகத்தில் ஒற்றிக் கொண்டாள். 'யா, அல்லாஹ். இது என்ன கனவு. நல்லதற்கா தீயதற்கா எதற்காக இந்தக் கனவு? தெரியவில்லையே? யாரிடம் விளக்கம் கேட்பது அதுவும் இந்த இரவில்?'

கூடாரத்தின் வாயில் திரையை விலக்கி வெளியே பார்த்தாள். அநேகக் கூடாரங்களில் வெளிச்சம் இல்லாமலிருந்தது. சிலவற்றில் மங்கலான நிழலாட்டம் இருந்தது. பணியாட்களின் கூடாரத்தில் மட்டும் அதிக வெளிச்சம். ஆட்கள் உறங்காமலிருந்தார்கள். அடங்கிய குரலிலான பேச்சுகளை இங்கிருந்து கேட்க முடிந்தது. ஆமியிடம் கேட்கலாம். அவளுக்குத்தான் இந்த விவகாரங்களில் பழக்கம் அதிகம். கண்களை இடுக்கிக்கொண்டு அர்ஜுமண்ட் பானு பேகத்தின் கூடாரத்தை எட்டிப் பார்த்தாள். பக்கவாட்டுத் திரைகள் இழுத்துவிடப்பட்டிருந்தபோதும் இருளொளி தெரிந்தது. கூடார உச்சியிலிருந்த துவாரங்கள் வழியாக உள் வெளிச்சம் நீர்க்குழல்கள்போல வெளியில் பீறிட்டு இருட்டில் கரைவது தெரிந்தது. இரண்டாம் யாமத்திலும் ஆமி விழித்திருக்கிறாள். அதன் அர்த்தம் ஆபா உடன் இருக்கிறார். போர்க்களம் உட்பட

எங்கும் ஆமியில்லாமல் ஆபாவுக்கு முடியாது. ஆமியைத் தவிர்த்து அவருக்கு மூன்று மனைவிகள் இருக்கிறார்கள். ஆனால் அவர்களிடம் இல்லாத ஒன்றை ஆமியிடம் காண்கிறார். அது என்னவாக இருக்கும் என்று யோசித்தபோது ஜஹனாராவின் நாபியில் ஒரு சுழல் ஊற்றெடுப்பதுபோல இருந்தது. இருபுற விலா எலும்புகளுக்கும் நடுவே இரண்டு அல்லி மலர்கள் மொட்டவிழ்வது போலக் குறுகுறுப்பாக இருந்தது. இதென்ன ஹராமான சிந்தனை என்று தலையை உலுக்கிக்கொண்டாள். உலுக்கலின் இடையே 'தேவி' என்ற அழைப்பும் கேட்டது. ஈரமான உதடுகள் நெற்றிமீது பதிவதுபோலத் தோன்றியது. கைவிரலால் அனிச்சையாக நெற்றியைத் தடவினாள். வியர்வையல்லாத கசிவின் ஈரம் அங்கே இருந்தது.

'என்னை ஏன் கனவுகள் இப்படி வேட்டையாடுகின்றன? சில நாட்கள் முன்புவரை நூர் மஹல் என்ற விஷப்பாம்பு நித்திரையைக் கெடுத்தது. அதிலிருந்து விடுபட்ட இப்போது இதோ இந்தக் கனவு. பழைய கனவு பீதியளிப்பது. இன்றைய கனவோ பரவசத்தைக் கொடுக்கிறது. ஆன்மாவுக்குள் சஞ்சலத்தை ஏற்படுத்துகிறது. தமயந்தியை நளன் அழைத்ததுபோல என்னை 'தேவி' என்று தாபத்துடன் அழைத்தது யார்? தடுமாறி விழுந்தபோது என்னைத் தாங்கிய அந்தத் தாமரைக் கரங்கள் யாருடையவை?'

ஒரு சுழற்புதருக்குள் முடிவேயில்லாமல் இறங்கிக் கொண்டிருப்பதை உணர்ந்தாள் ஜஹனாரா. தக்காணப் பீடபூமியின் வெம்மையை விரட்டிக்கொண்டு கடுங்குளிர்க் காற்று வீசத் தொடங்கியது. கூடார வாயிலைவிட்டுப் படுக்கையை நோக்கி நடந்தாள். படுத்துக் கம்பளிப் போர்வையை முழு உடம்புக்குமாக இழுத்துப் போர்த்திக்கொண்டாள். ஈரமான இரு உதடுகளும் தாமரைபோன்ற இரு கைகளும் போர்வையை மீறி நுழைந்துவிடக் கூடாது என்று அதன் விளிம்பை இறுகப் பிடித்துக்கொண்டு கண்களை மூடினாள். கூடாரத்துக்கு வெளியில் பாராக் காவலனின் காலடி ஓசை கேட்டது. அதை எண்ணினாள். அது சென்று தேய்வதற்கு முன்பே முடிவற்ற படிகளில் இறங்கிப்போய்க்கொண்டிருந்தாள்.

"**பே**கம் சாஹிபா, இந்தக் கனவுக்காக நீங்கள் மறுக வேண்டிய தில்லை. இது பிராயத்தின் விந்தை. உங்கள் வயதிலிருக்கும் எல்லாப் பெண்களுக்கும் இந்தக் கனவுகள் வரும். அப்படித்தான் தர்பார் மருத்துவர்களும் சொல்கிறார்கள். பெண்ணின் சரீரமும்

மனதும் மலர்ந்திருக்கும் பருவத்தில் இப்படிக் கனவுகள் வருமாம். வரவேண்டுமாம். அவள் வாழ்க்கையின் இன்னொரு கட்டத்துக்குத் தயாராகிவிட்டதன் சூசனைதானாம் அது. உங்களுக்காக ஒருவன் வரப்போகிறான் என்பதன் முன் அறிவிப்புத்தான் இந்தக் கனவு. எந்தப் பிருத்வி ராஜன் குதிரையேறி வந்து இந்த சம்யுக்தாவைத் தூக்கிக்கொண்டு போகப்போகிறானோ?"

கைகளால் ஜஹனாராவின் முகத்தை வழித்து விரல்களை நெட்டி முறித்துச் சொன்னான் பானிபட். அவன் சொன்னதைக் கேட்டதும் ஜஹனாராவின் முகம் ஒரு நொடி மலர்ந்தது. அடுத்த நொடியே வாடியது.

"பொய்யான ஆறுதலைச் சொல்லாதே, பானிபட். இதெல்லாம் நடக்கப் போவதில்லை என்று நம் இருவருக்கும் நன்றாகவே தெரியும். எனக்காவது அது கேள்விப்பட்ட செய்தி. பேரரசர் அக்பரின் புத்தகத்தை வாசித்துப்பெற்ற தகவல். அந்தத் தீர்மானத்தைப் பிரகடனப்படுத்திய தருணத்தில் அங்கேயே இருந்தவன்தானே? பின் ஏன் பாசாங்குச் சொற்களை உதிர்க்கிறாய்?" என்றாள்.

பானிபட் தலையைக் குனிந்துகொண்டான். பருத்த கைகள் புகைபோல நரைத்த தாடியை உருவிவிட்டுக் கொண்டிருந்தன. பெண்மை ததும்பும் அவனது தடித்த சரீரம் மனவோட்டத்துக்கு ஏற்ப அசைந்துகொண்டிருந்தது.

அரச குடும்பத்தைச் சேர்ந்த இளவரசிகள் திருமணம் செய்துகொள்ளக் கூடாது என்று சக்ரவர்த்தி அக்பர் கட்டளை இட்டிருந்தார். ஆண் வாரிசுகளுக்கும் திருமண பந்தத்தின் மூலம் புதிதாக நுழையும் ஆண்களுக்கும் இடையில் போட்டி வந்துவிடும். அதன் மூலம் அரண்மனைக்குள் கலகம் ஏற்பட்டு விடும். அது ஆட்சியைத் தத்தளிக்கச் செய்யும். தான் கனவு கண்ட அமைதியான நாடு இல்லாமல் போகும் என்று அஞ்சியதன் விளைவு அந்த விதி. அந்த விதிக்குப் பிற்கால வாரிசுகள் யாரும் விலக்காகவில்லை. ஆனால் குடும்ப வாரிசுகளுக் குள்ளேயே புகைந்து கலகங்கள் அவ்வப்போது வெடித்தன. இளவரசிகள் தங்கள் வேட்கைப் பெருமூச்சுகளினிடையில் திணறிக்கொண்டிருந்தார்கள். ஜனானாவின் துணித் திரைச் சிறைகளுக்குள் ஒருவரையொருவர் பார்த்து ஆறுதல் தேடிக் கொண்டார்கள். பேசத் துணிவில்லாமல் பார்வையாலேயே பேசினார்கள். சக்ரவர்த்திகளின் நூற்றுக்கணக்கான மனைவியரும் ஆசைக் கிழத்தியரும் தசையின் பசிக்குத் தங்களையே தின்னக் கொடுத்தார்கள். சிலர் ரகசியமாக வேட்கையைத் தீர்த்துக் கொண்டார்கள்.

பேரரசர் ஜஹாங்கீரின் தர்பார் நாட்களில் திவான் இ ஆமுக்கு வருபவர்கள் வெவ்வேறு வகையினராக இருந்தார்கள். சமஸ்தானாதிபதிகள், சிற்றரசர்கள், பெரு வணிகர்கள், பண்டிதர்கள், மடாதிபதிகள், இமாம்கள், முல்லாக்கள், சூஃபி பக்கீர்கள், பாதிரிகள், ஆங்கிலேயர்கள், பாரசீகர்கள், துருக்கியர்கள், ஆப்கானியர்கள் என்று வேறுவேறு மனிதர்கள் வந்து போனார்கள். அப்படி ஆட்கள் வரும் நாட்களில் ஜனானா சலனமடையும். கணிகைகளும் வைப்பாட்டிகளும் துணிந்து வலிந்து பேசுவதும் அடங்கிய குரலில் சிரிப்பதுமாக அந்தப்புரம் துள்ளும். தர்பார் நடைபெறும்போது உப்பரிகைகளில் இடம் பிடிக்க முந்துவார்கள். ஜெரோக்காவின் துவாரங்கள் வழியே தெரியும் அந்நிய புருஷர்களின் தோற்றத்தைப் பார்க்கத் துடிப்பார்கள். பேரரசரின் வைப்பாட்டிகளில் ஒருத்தியான மெஹருன்னிசா அப்படித்தான் துடித்தாள்.

கிழக்கிந்தியக் கம்பெனியைச் சேர்ந்த பிரித்தானியன் தர்பாருக்கு வந்தான். வந்தவனின் கண்களில் ஜன்னல் திரைச்சீலைகளுக்கு அப்பால் மின்னிய நட்சத்திரங்கள் பிரதிபலித்தன. அவை திரைக்குப் பின்னால் நின்ற பெண்கள் அணிந்திருந்த ஆபரணங்களில் ஒளிர்ந்த வைரங்கள். அவற்றில் உயிருடன் சிமிட்டிய இரண்டு வைரங்கள் அவனை வசீகரித்தன. மெஹருன்னிசாவின் விழிகள். அந்த விழிகளைப் பார்ப்பதற்காகவே தர்பார் நடைபெற்ற எல்லா நாட்களிலும் அவன் வந்தான். சக்ரவர்த்தியுடன் உரையாடிக்கொண்டிருக்கும்போதும் அவன் பார்வை ஜன்னல் திரைக்கு அப்புறம் ஒளிரும் விழிகளைத் தேடும். அந்த விழிகளும் அவன் பார்வைக்காகக் காத்திருந்தன. இருவருக்கும் ஆசீர்வதிக்கப்பட்டிருந்த நாளில் பலத்த காற்று வீசித் திரைகளை விலக்கியது. ஜன்னலுக்கு அப்பால் தெரிந்த மெஹருன்னிசாவைப் பார்த்த பிரித்தானியனின் கண்கள் இமைக்க மறந்தன. அவளுக்கும் அப்படித்தான் இருந்தது.

இருவரும் எங்கே எப்போது சந்தித்தார்கள் என்று யாருக்கும் தெரியவில்லை. ஆனால் ஒருவர்மீது ஒருவர் பித்தானார்கள். நபும்சகக் கூட்டத்தில் ஒருத்தியின் துணையுடன் இருவரும் ரகசியமாகச் சந்தித்தார்கள். எத்தனை நாட்கள் அப்படிச் சந்தித்தார்களோ? ஒருநாள் நூர் மஹலின் பாம்புச் செவிக்கு ரகசியம் எட்டியது. மறுநாளே பிரித்தானியனைத் தர்பாருக்கு வரவழைத்து, உடனடியாக இங்கிலாந்து திரும்பச் சொல்லி சக்ரவர்த்தி ஜஹாங்கீர் கட்டளையிட்டார். அதன் பிறகு மெஹருன்னிசாவை ஜனானாவில் யாரும் பார்க்கவில்லை. அவளுக்கு என்ன நேர்ந்தது என்பது நூர் மஹலில் ஒருத்திக்கு மட்டுமே தெரிந்திருந்தது. பிரித்தானியனும் மெஹருன்னிசாவும்

சந்திக்க உதவியது யார் என்பதை அவளால் இன்னும் கண்டு பிடிக்க முடியவில்லை. ஹிஜ்ராக்கள் ஒருபோதும் ரகசியங்களை அம்பலப்படுத்துவதில்லையே!

பானிபட் தாடியை உருவுவதை நிறுத்தினான். தலை உயர்த்தி ஜஹனாராவை ஏறிட்டான்.

"பேகம் சாஹிபா, உங்கள் கனவுக்கு என்ன பொருள் என்று கணித்துச் சொல்லும் பாண்டித்தியம் எனக்கில்லை. ஆனால் இது உங்களுக்குத் துன்பம் தராது என்று மட்டும் என்னால் சொல்ல முடியும். நான் சொன்னது பொய்யல்ல. உங்களைத் தேடி ஒருவன் வருவான். உங்கள் மேல் பிராணனாக இருப்பான். நீங்கள் சொல்வதைத் தட்டாதவனாக இருப்பான். பார்த்துக்கொண்டே இருங்கள். நானும்தானே பார்க்கப் போகிறேன். பேகம் சாஹிபா, இதுவரை இந்த ஜனானாவில் நான் பார்த்த பெண்களில் நீங்கள்தான் துணிச்சலானவர். இதை முகஸ்துதியாகச் சொல்லவில்லை. நீங்கள் பேரரசியாக முடியாது. அது உங்கள் துரதிருஷ்டமல்ல. ஹிந்துஸ்தானத்தின் துரதிருஷ்டம். ஆனால் நீங்கள்தான் ஆட்சி நடத்துவீர்கள். எப்படியென்றெல்லாம் இந்த அடிமையைக் கேட்காதீர்கள். எனக்கும் தெரியாது."

ஜஹனாரா ஒரு விநாடி பானிபட்டை உற்றுப் பார்த்தாள். பிறகு மெல்லப் புன்னகைத்தாள். புன்னகை சிரிப்பாகிப் பெருநகையாக ஒலித்தது. விழிகளில் நீர் வந்து குரல் குழறும்வரையும் சிரித்தாள். துவாலையால் முகத்தைப் பொத்திக்கொண்டு குலுங்கினாள். நீண்ட சிரிப்புக்குப் பின்பு துவாலையால் முகத்தைத் துடைத்துக்கொண்டாள்.

"பானிபட், என் ஆயுளிலேயே என்னை யாரும் இவ்வளவு சிரிக்க வைத்ததில்லை. அதுவும் இந்த சிறைவாசக் காலத்தில். அதற்காக உனக்கு சபாஷ். ஒரு கனவைக் கண்டு பேதலித்து நிற்கும் என்னைத் துணிச்சலானவள் என்பதும் ஆட்சி நடத்துவேன் என்பதும் என்னை மகிழ்ச்சிப்படுத்தச் சொல்லும் அபாரமான பொய்யில்லையா? ஒரு பயந்த சுபாவியைத் துணிந்தவள் என்பது கற்பனையில்லையா?"

பானிபட் நிதானமாகச் சொன்னான், "பேகம் சாஹிபா, நீங்கள் என்ன வேண்டுமானாலும் சொல்லுங்கள். நான் சொன்னது நடக்கத்தான் போகிறது. கருணை மிகுந்தவனான அல்லாஹ் அதுவரை என்னை உயிரோடு வைத்திருப்பான். நான் சொன்னது எல்லாம் உண்மைதான். நீங்கள் துணிச்சலானவர்தான் என்பதில்

உங்களுக்கு ஏன் சந்தேகம்? துணிச்சல் தனியானதல்ல. ஒரு பகுதி நுண்ணறிவு, ஒரு பகுதி அடங்காமை, ஒரு பகுதி பயம் எல்லாம் சேர்ந்ததுதான் துணிச்சல். பயமில்லாமல் துணிச்சல் இல்லை.''

ஜஹனாரா யோசித்தாள். 'இந்த அப்பாவி சொல்வது உண்மைதான். அவன் சொல்லும் எல்லா இயல்புகளும் என்னிடம் இருக்கின்றன. அதனால்தான் பயப்படவும் செய்கிறேன். ஆபாவிடம் என்னால் ஆட்சியைப் பற்றிப் பேச முடிகிறது. நூர் மஹலைப் பொருட்படுத்தாமல் நடமாட முடிகிறது. கனாக் கண்டு பயப்படவும் முடிகிறது. கனவு கண்டு அச்சம் கொள்வது இந்தத் துணிவின் விளைவா? இந்தக் கனவு ஏன் எனக்கு அச்சமூட்டியது. ஓர் ஆணின் தொடுகை வாய்க்காமல் போய் விடுமென்ற பயமா? அது பயமானால் ஆறுதலாக என்னை ஏந்திக்கொண்ட கரங்களுக்கு என்ன பொருள்?'

அந்தக் கேள்விக்குப் பொருள் பானிபட்டுக்குத் தெரிந்துதான் இருந்தது. ஆனால் அதை அவன் சொல்ல விரும்பவில்லை. மௌனமாக அமர்ந்திருந்தான். பதில் சொல்லக் கூடுமென்று ஜஹனாராவும் மௌனமாக அவனையே பார்த்த படி உட்கார்ந்திருந்தாள். அந்த மௌனத்தைப் பிளந்துகொண்டு கூடார முகப்பிலிருந்து குர்ரத்தின் மெய்க்காவலர்களில் ஒருவனின் குரல் உள்ளே வந்தது.

''அல் ஆஸாத் அபுல் முஸாஃபர் சாஹிப் உத் தீன் முஹம்மத் குர்ரம் மரணமடைந்துவிட்டார்.''

ஜஹனாரா அதிர்ச்சியுடன் எழுந்தாள். கூடாரத்திலிருந்து எழுந்த அர்ஜுமண்ட் பானு பேகத்தின் அலறல் வெளியை அதிரச் செய்தது.

குர்ரத்தின் மரணத்தறுவாயில் அருகில் இல்லாமல் போனது துக்கத்தைக் கொடுத்தது. துக்கத்தைவிடக் குற்றவுணர்வே அதிகம். நான் பார்க்கப் பிறந்தவர். தாஜ்பீபியின் கர்ப்பப்பையை விட்டு மண்ணில் இறங்கிய சிசுவை முதலில் பார்த்தவன். அதன் பூமேனியை முதலில் தொட்டவன். முதல் அழுகையைக் கேட்டவன். முதல் சொல்லுக்குச் செவிகொடுத்தவன். முதலில் தூக்கிச் சுமந்தவன். எல்லாமும் நானாக இருக்க நேர்ந்தது அல்லாஹ்வின் கருணை. மழலையாக, சிறுவனாக, இளைஞனாக இன்று முப்பத்தைந்து வயதுப் பேராண்மையாளனாக, அரியணை உரிமையுள்ள இளவரசனாக குர்ரத்தின் எல்லாப் பருவங்களையும் தொடர்ந்து வந்திருக் கிறேன். மரண வேளையில் இல்லாமற்போனது இந்த அடிமையின் துரதிருஷ்டம்.

தக்காணத்துக்கு வந்து மாதங்கள் கடந்து விட்டன. சக்ரவர்த்தி ஜஹாங்கீருக்கு எதிராக இளவரசர் குர்ரம் படைதிரட்டுகிறார் என்ற பொய்த் தகவலை யாரோ பரப்பினார்கள். பேரரசரும் அதை உண்மை என்று நம்பினார். மதுக் கிறக்க மும் அபின் மயக்கமும் அவரை நம்பச் செய்தன. நம்பவைக்க நூர் மஹல் போதுமானவராக இருந்தார். தண்டனையாகத்தான் குர்ரத்தைப் பரிவாரங்களுடன் நிஜாம்சாஹிக்கு விரட்டினார். கூடாரச் சிறைக்குள் ஒடுக்கினார். அப்போதெல்லாம் தக்காணத்தை மொகலாயப் பேரரசின் ஆளுகைக்குக் கீழ் கொண்டுவந்தவர் குர்ரம் என்பது அவர் நினைவுக்கு வராமற் போனது விசித்திரம்.

ஜஹாங்கீருக்கு இருந்த அரசியல் பயம் பாரசீகர்கள் தமது அரசைப் பறிக்கக் கூடும்

என்பதுதான். காந்தஹாரிலும் அதே பயம் இருந்தது. பரஸ்பர பயத்தின் காரணமாகவே பலமுறை மோதிக்கொண்டார்கள். கடைசியாக நடந்த மோதலுக்கு ஷஹரியார்தான் தலைமை தாங்கினார். குர்ரம் அவருக்குத் துணையாகச் செல்ல மறுத்ததும் தனது படையை அனுப்பாததுமே சக்ரவர்த்தியையும் நூர் மஹலையும் ஆத்திரம் கொள்ளத் தூண்டியவை. சக்ரவர்த்தியின் ஆட்சி பற்றி குர்ரத்துக்குப் புகார்கள் இருந்தன என்பதும் அதைச் சொற்களாலும் படைதிரட்டியும் வெளிப்படையாகவே காட்டியிருந்தார் என்பதும் உண்மை. ஆனால் இந்தக் குற்றச்சாட்டு ஆதாரமில்லாதது. சக்ரவர்த்தி ஜஹாங்கீருக்குப் பின்னர் அதிகாரம் இளவரசர் குர்ரத்தின் கைகளுக்குத்தான் செல்லும் என்பது பகல்வெளிச்சம்போல எல்லாருக்கும் தெரிந்திருந்தது. கையருகில் இருக்கும் கனியைக் கொய்ய யாராவது அம்பை எய்வார்களா? அதுவும் குர்ரத்தைப் போன்ற புத்திமான்? நான் நம்பவில்லை.

இளவரசரின் கூடாரப் பணியாட்களில் ஒருவன் மரணக் காட்சியை என்னிடம் விவரித்தான். அவன் விவரித்த முறை உண்மையாக இருந்தாலும் எனக்கு அதில் ஏனோ நம்பிக்கை வரவில்லை. உண்மைக்கும் பொய்க்கும் இடையிலான மர்மம் அந்தக் காட்சியில் மறைந்திருந்தது.

குர்ரம் தரையில் விரித்த பாயில் படுத்திருந்தார். அவருடைய தேகம் ஒடுங்கியிருந்தது. சருமம் சாம்பல் நிறமாக மாறியிருந்தது. மருத்துவர் வந்துகொண்டிருப்பதாக அர்ஜுமண்ட் பானு பேகத்திடம் அமைச்சர் சொல்லிக்கொண்டிருந்தார். அவர்கள் முன்னால் தாமிரக் கும்பாவில் இளவரசர் துப்பிய கோழையும் செந்நீரும் சிறுநீரும். மருத்துவர் வந்து பரிசோதனை செய்வதற்காக. முடைநாற்றத்தை மட்டுப்படுத்துவதற்காகக் கணப்பில் அகிற் கட்டைகள் செருகப்பட்டுப் புகைந்துகொண்டிருந்தன. பேகம் அமைச்சரிடம் சொல்லிக்கொண்டிருந்ததில் இடையிட்டு ஏதோ சொல்ல உடலை நிமிர்த்தி எழ முயன்றார் குர்ரம். அதற்குள் வாயிலிருந்து ஊற்றுப் பீறிட்டதுபோல உதிரம் கொப்பளித்து மார்பில் வழிந்தது. இரு புறங்களிலும் சீறித் தெறித்தது. தலை முன்னோக்கிச் சரிந்தது. துவண்ட உடலை இரு பணியாளர்கள் தாங்கிக்கொண்டார்கள். கூர் அம்பால் தாக்குண்ட மயில் அகவுவதுபோல அவரிடமிருந்து நீண்ட ஊளை எழுந்தது. பாயில் சரிந்தார். திரையை விலக்கி உள்ளே ஓடிவந்த மருத்துவர் கையை எடுத்து நாடி பார்த்தார். பேகத்தையும் அமைச்சரையும் ஏறிட்டுத் தலையை அசைத்தார். குர்ரத்தின் உடல்மீது விழுந்த பேகத்தின் ஓலம் கூடாரத்தைப் பிளந்து வெளியேறியது.

அதிர்ச்சியுடன் ஜஹனாரா தனது கூடாரத்தை விட்டு ஓடினாள். நானும் அவள் பின்னால் ஓட்டமாக நடந்தேன். எங்கள் இருவரையும் தொடர்ந்தும் முந்திக்கொண்டும் மெய்க்காவலர் பட்டாளமும் அந்தப்புரத்து மகளிரும் ஹிஜ்ராக் கூட்டமும் ஓடி வந்தன. இருண்டுகிடந்த பிரதேசம் கூடாரங்களுக்குள் தூண்டி விடப்பட்ட விளக்குகளால் ஒளி கசிய விழித்தது. குர்ரத்தின் கூடார வாயிலிலேயே எல்லாரும் தடுத்து நிறுத்தப்பட்டார்கள், ஜஹனாராவையும் என்னையும் தவிர. குர்ரத்தின் மற்ற மூன்று மனைவியரையும் அமைச்சர் உள்ளே அனுமதிக்க மறுத்து விளக்கிச் சொன்னார். அவர்கள் பதைப்பும் ஆத்திரமுமாக அவரிடம் வாதாடிக்கொண்டிருந்தார்கள்.

குர்ரத்தின் உடலை அணைத்துக்கொண்டு கிடந்தார் அர்ஜுமண்ட் பானு பேகம். ஒரு கணம் அவரும் சடலம்போலத் தெரிந்தார். அருகில் சென்று நின்ற ஜஹனாரா 'ஆபா' என்று பெருங்குரலில் அலறியவளாக பேகத்தின் மீது சரிந்தாள். பேகம் புரண்டு திரும்பியபோது முகத்திலும் மார்புத் துணியிலும் கைகளிலும் ரத்தம் புரண்டிருப்பதைக் கவனித்தேன்.

குர்ரம் இல்லை என்பதில் எல்லாருக்கும் ஆழ்ந்த வருத்தம் தோன்றியது. இருவர் மட்டும் வெவ்வேறு உணர்வுகளுக்கு ஆளானார்கள். தக்காணப் பிரதேசத்தின் அதிபதியான ரஜபுத்திர இளவரசருக்கு அது விடுதலையாக இருந்தது. குர்ரம் சக்ரவர்த்தியாகவில்லை; என்றாலும் அடுத்த உரிமையாளர் என்பதால் அச்சம் இருந்தது. அவர் ஆளுகைக்கு உட்பட்ட தன் மண்ணில் ஒப்புக்குத்தான் அதிபதியாக இருந்தார். இனி அப்படியிருக்கத் தேவையில்லை. ஜஹாங்கீரின் மனைவி என்பதால் இதுவரை நூர் மஹலின் கோபத்துக்கு இலக்காகக் கூடாது என்று எச்சரிக்கையாகவும் பணிவுடனும் இருந்தார். இனிமேல் அந்தப் பயமோ விநயமோ அவசியமில்லை. அந்த உணர்வு தந்த சுதந்திரத்தில் குர்ரத்தின் உடலை ஆக்ராவுக்கு எடுத்துச்செல்ல விரைவாக ஏற்பாடுகளைச் செய்தார். அவர் முகத்தில் விடுதலையின் பெருமிதம் ஒளிர்வதைப் பார்த்தேன்.

நூர் மஹலின் முகம் கிரஹணக் காலத்து நிலவுபோல இருண்டிருக்க வேண்டும் என்பதை என்னால் யூகிக்க முடியும். அவர் கற்பனை செய்த எல்லாத் திட்டங்களும் பாழான கையறு நிலையில் இருந்திருப்பார். குர்ரம் ஒரு நாளும் தில்லிக்குத் திரும்பக் கூடாது என்று விரும்பினார். அதற்காகவே அவரை தக்காணப் பிரதேசத்துக்கு விரட்டினார். பிரதேசத்தின் நிர்வாகத்தை மேற்பார்வையிடுவதற்காக அனுப்பப்படுவதாக சக்ரவர்த்தியின் அறிக்கையில் சொல்லப்பட்டிருந்தாலும் அது மறைமுகச்

சிறைவாசம் என்பதை குர்ரம் அறிந்திருந்தார். கட்டளைக்குப் பணிந்து இங்கே வந்தாலும் எப்படி, என்றைக்கு வெளியேறுவது என்பதே அவருடைய சிந்தனையாக இருந்தது. அர்ஜுமண்ட் பானு பேகத்தையும் ஜஹனாராவையும் முன்னிருத்தித்தான் அந்தச் சிந்தனை. அது நிறைவேற வேண்டுமென்று என் தொழுகைகளில் மன்றாடினேன். சுயநலம்தான். அரண்மனை அந்தப்புரங்களின் அத்தர் மணக்கும் காற்றிலும் நந்தவனங்களின் பச்சிலைக் குளுமையிலும் நடமாடித் திரிந்தவனுக்குக் கானல்கள் மணக்கும் அனற்காற்றைத் தாங்க முடியவில்லை. ஆனால் குர்ரத்தின் சிந்தனை இப்படி நிறைவேறியது எதிர்பாராதது.

குர்ரத்தின் உடலை ஆக்ராவுக்குக் கொண்டு செல்வதற்கான ஆயத்தங்கள் தொடங்கின. உடல் நீராட்டப்பட்டு சந்தனப்பேழைக்குள் கிடத்தப்பட்டது. அதை எடுத்துச் செல்வதற்கான அம்பாரியும் சுமந்து செல்வதற்கான யானையும் தயாராயின. சவமஞ்சத்தின் அருகில் பிரதான அமைச்சரையும் என்னையும் ஒழித்து வேறு யாரையும் அர்ஜுமண்ட் பானு பேகம் அனுமதிக்கவில்லை. அதன் அருகிலிருந்து அவர் நொடிப் பொழுதுகூட விலகவில்லை. குர்ரத்தின் மற்ற மூன்று மனைவியருக்கும் அனுமதி மறுக்கப்பட்டது. அதில் அவர்களுக்கு கடுங்கோபம். ஆனால் வெளிக்காட்ட முடியவில்லை.

நாளின் முதல் வெளிச்சம் பரவுவதற்கு முன்பே பயணம் தொடங்கியது. ஆட்கள் அதிகமில்லை. பிரதான அமைச்சர், பேகம், ஜஹனாரா, சகோதரி ரோஷனாரா, சகோதரர்கள் ஷுஜா, முராத், சாத்தியுன்னிசா, தர்பார் ஜோதிடர் அபுல் ஃபாஸி, உக்கிராணக்காரர் கரீம் சிந்த், குர்ரத்தின் விசுவாசத் தளபதி கான் ஜஹான்போடி, நான். எங்களுக்கு உதவியாக பட்டாள வீரர்கள் சிலரும் ஹிஜ்ராக்கள் சிலரும் இருந்தார்கள். பாவர்ச்சிகள் ஏழெட்டுப் பேரும் இருந்தார்கள். ஹிஜ்ராக்களில் சிலர் கைமணம் மிகுந்த சமையற்காரர்கள் என்பதால் சமையல் தொழிலாளிகள் பலரையும் விட்டுவிட வேண்டியிருந்தது. அத்தனை பேருக்குமான உணவும் மட்டக்குதிரைகளின் முதுகுகளில் ஏற்றப்பட்டிருந்தன. வரும்போது இருந்த கூட்டத்தின் கால்பங்குகூட இல்லை. எஞ்சிய முக்காற்பங்கும் நிஜாம் சாஹியிலேயே தங்கியிருக்குமாறும் பின்னர் புறப்பட்டு வருமாறும் கட்டளையிடப்பட்டது. அதிருப்திப் புகார்களையும் புலம்பல்களையும் பின்னுக்கு ஒதுக்கித் தள்ளி எங்கள் குழாம் முன்னே நகர்ந்தது.

மொகலாய வம்சத்தில் இதுதான் மிகச் சிறிய ஊர்வலம். வெள்ளிக்கிழமைகளில் *ளுகர் தொழுகைக்குச் செல்லும்போதும்

* ளுகர் – மதிய நேரத் தொழுகை.

பிரதான நகரங்களில் உலாச் செல்லும்போதும் அரச குடும்பத்தை ஒரு நகரமே பின்தொடர்வது போலிருக்கும். இப்போது ஒரு வீதியளவு ஜனக்கூட்டம்கூட இல்லை.

விரைவான பயணம். எனினும் தக்காணப் பிரதேசத்தைக் கடக்க இருபது நாட்கள் ஆயின. பனிக்காலம். இருந்தும் பகல்கள் பாலைவனத் தகிப்பாலும் இரவுகள் உறைபனிக் குளிராலும் துன்புறுத்தின. அடுத்த இரண்டாம் நாள் காலை ஃபதேபூர் சிக்ரியை அடைவதற்குள் மறு பிறவி எடுத்ததுபோல ஆயிற்று.

உடனடியாக நகரத்துக்குள் செல்ல வேண்டாம் என்று பிரதான அமைச்சரும் அர்ஜுமண்ட் பானு பேகமும் அறிவித்தார்கள். நல்ல நாள் பார்த்து ஆக்ராவுக்குள் பிரவேசித்தால் போதும் என்றார்கள்.

"பானிபட், இது என்ன முட்டாள்தனம்? எல்லாம் இழந்து வந்திருக்கும் நமக்கு ஏது நல்ல நாளும் பொல்லாத பொழுதும்? அதுவும் ஆபாவை இழந்து அவர் உடலுடன் வந்திருக்கும்போது இதற்கெல்லாம் என்ன பொருள்?" என்று என்னிடம் ரகசியமாகக் கடிந்தாள் ஜஹனாரா.

"பேகம் சாஹிபா, என்னிடம் கேட்டால் நான் என்ன சொல்லுவேன்? பிரதான அமைச்சரும் பேகமும் எடுக்கும் தீர்மானத்துக்கு இந்த அடிமை எப்படிப் பிணையாவேன்?"

மறுமொழி பேசாமல் யோசனையில் மூழ்கினாள். அவள் முகம் வாடி இருந்தது. பயணத்தின் சோர்வும் தந்தையை இழந்த துக்கமும் முகவொளியை மங்கச் செய்திருந்தன. பயமும் கலவரமும் அவள் உடல் அசைவில் தெரிந்தன. குர்ரத்தின் சந்ததிகளில் அவள் மட்டும்தான் போரில்லாக் காலத்தில் பிறந்தவள். போர்க்களமல்லாத இடத்தில் பிறந்தவள். அவள் பிறந்த தருணத்தில் அர்ஜுமண்ட் பானு பேகம், குர்ரத்திடம் சொன்னதை நான் கேட்டிருக்கிறேன். "இவள்தான் உங்களுக்கு அமைதியையும் ஆறுதலையும் தரப் போகிறாள்" என்றார். அதை குர்ரம் முழுமையாக நம்பினார். தனது எல்லாப் பயணங்களிலும் அவளையும் கொண்டு சென்றார். வயதின் இடைவெளி மறந்து அவளுடன் விவாதித்தார். அவள் சொன்னவற்றைப் பல தருணங்களிலும் மறுப்பின்றி ஏற்றுக்கொண்டார். அவள் அறிவை வியந்தது போலவே அழகையும் ஆராதித்தார். தாராவைத் தவிர்த்து மற்ற குழந்தைகள் எல்லாருக்கும் அவள் மீது பொறாமை ஏற்பட்டது இயல்பானதுதான் என்று நினைக்கிறேன். அவள்மேல் குர்ரம் வைத்திருக்கும் வாஞ்சைக்கும் அவள் தனது ஆபாவின்

மேல் வைத்திருக்கும் நேசத்துக்கும் என்னால் எல்லை காண முடிந்ததில்லை.

'ஆபாவே இல்லாதபோது எதற்கு இந்தச் சடங்கு?' என்று அவள் கேட்டதன் முகாந்திரம் அந்த நேசம்தான். இந்த நொடியில் அவளுக்கு ஆறுதலாக ஏதாவது சொல்ல வேண்டும்.

"பேகம் சாஹிபா, நாம் ஏன் தாமதிக்கிறோம் என்பது எனக்குத் தெரியாது. ஆனால் நம்மை எதிர்கொள்ள அஸப்கான் வரவிருக்கிறார் என்பது மட்டும் தெரியும்" என்று சொல்லிவிட்டு அவள் முகத்தை எதிர்பார்ப்புடன் பார்த்தேன். பொய்க்கவில்லை.

"நாநா வருகிறாரா?" பனித்துளி விழுந்த ரோஜாவாகச் சிலிர்த்து மலர்ந்தாள். ஆதரவுக்கு இன்னொரு கரம் கிடைத்த மலர்ச்சி. அஸப்கான் அவள் தாய்வழிப் பாட்டனார். அர்ஜுமண்ட் பானு பேகத்தின் தந்தை. நூர் மஹலின் சகோதரர். ஆனால் வல்லூறுக்கும் மணிப்புறாவுக்கும் இடையிலான வேறுபாடு அவர்கள் இருவருக்கும்.

ஃபதேபூர் சிக்ரி அரண்மனை தர்பார் மண்டபத்தின் மையத்தில் சவப்பேழை வைக்கப்பட்டது. அஸப்கான் பரிவாரங்களுடன் வந்திருந்தார். எங்களுக்குப் பின்னால் புறப்பட்டவர்களும் வந்து சேர்ந்திருந்தார்கள். நாங்கள் தாமதித்த காலம் அவர்கள் வந்து சேரப் போதுமானதாக இருந்தது. குர்ரத்தின் பிறமனைவியரும் இதரர்களும் இருந்தார்கள். அகிற்புகையின் மணமும் அத்தரின் வாசனையும் தூபப்புகையும் மண்டபத்தைச் சூழ்ந்திருந்தன, அவற்றுக்கு இணையான மணமற்ற புகைப்படலம் அஸப்கானின் விழிகளில் திரையிட்டிருந்தது. இரு கைகளாலும் முகத்தைத் துடைத்துக்கொண்டார். கண்களைத் தேய்த்துவிட்டுக் கொண்டார். கண்ணீரை மறைக்கத்தான் அந்தப் பிரயத்தனம் என்று புரிந்தது. இறுதிச் சடங்குக்கான ஏற்பாடுகளைத் தொடங்குமாறு சைகை காட்டினார். என் அருகில் நின்று அவரது செய்கைகளைப் பார்த்துக்கொண்டிருந்த ஜஹனாரா விம்முவதை அனுமானித்தேன்; அந்த விம்மல் அர்ஜுமண்ட் பானு பேகத்திடம் இல்லாததையும். இரண்டும் எனக்குள்ளே சிரிப்பைத் தூண்டின. ஆனால் வெளிக்காட்ட முடியுமா? என்னை இறுக்கமாக்கிக் கொண்டேன். எனக்கும் தெரிந்த ரகசிய நாடகத்தின் காட்சி நிகழவிருக்கும் குறுகுறுப்பை என்ன முயன்றும் மறைக்க முடியவில்லை. என் கைகள் நடுங்கின. அந்தச் சலனம் ஜஹனாராவின் கவனத்தை ஈர்த்தது. பார்வையாலேயே கேள்வி எழுப்பினாள். அதற்குப் பதில் சொல்ல முற்படும் முன்பு சவப்பேழை திறக்கப்பட்டது.

பேழைக்குள் ஒடுங்கிக்கிடந்த இளவரசர் குர்ரம் காலத்தை ஏளனம் செய்யும் புன்னகையுடன் துள்ளி எழுந்து பேழையைத் தாண்டி நின்றார். தொடுவானில் கதிர் எழுவதைப்போல இருந்தது அந்தத் தோற்றம். அஸப்கான் திகைத்து நின்றார். திரைக்குப் பின்னால் நின்றிருந்த மனைவியர்கள் அதிர்ச்சியும் ஆனந்தமும் கலந்த குரலில் கூவினார்கள். அர்ஜுமண்ட் பானு பேகம் அசைவற்று இருந்தார். சரியவிருந்த ஜஹனாராவைத் தாங்கி நிறுத்தினேன். “பேகம் சாஹிபா, இதுதான் நுண்ணறிவு. ராஜதந்திரம். துணிச்சல்,” என்று காதருகில் முணுமுணுத்தேன்.

அதிகாரத்துக்காக மனிதர்கள் என்னவெல்லாம் செய்யக் கூடுமென்பதை மூன்று தலைமுறைகளாகப் பார்த்திருக்கிறேனே! பணிவு காட்டுவார்கள். நயந்து பேசுவார்கள். பாசம் பொழிவார்கள். சதி செய்வார்கள். உறவு பாராட்டுவார்கள். உறவு பாராட்டியவர்களுக்கே பகையாவார்கள். பகைவனுக்கு நட்பாவார்கள். வாளால் வெட்டிக் கொல்வார்கள். வெற்றி ஈட்டுவார்கள். வெற்றி பெற்றதும் எல்லாம் மறப்பார்கள். எல்லாரையும் அடக்கி ஆள்வார்கள். தமது ஆட்சி முடியாதது என்று கனவு காண்பார்கள். அந்தக் கனவிலேயே புதையுண்டு கிடப்பார்கள்.

இப்போது கண்டதும் அதிகாரக் கனவின் காட்சிதான். அக்பர் முதல் ஜஹாங்கீர் முடிய எத்தனை பேரின் எத்தனைக் கனவுகளுக்கு நான் சாட்சியாக இருந்திருக்கிறேன். இனி எத்தனைக் கனவுகளைப் பார்க்கப் போகிறேனோ? இதோ கண்முன்னால் இப்போது நடந்தது அதிகாரத்துக்கான தமாஷா. அதில் எனக்கும் அணுவளவு பங்கிருக்கிறது. அதை நினைத்தபோது சிரித்து விட்டேன். இளவரசர் குர்ரம் மறுஜென்மம் எடுத்ததைக் கொண்டாடும் குதூகலச் சிரிப்புகளில் அதுவும் ஒன்றாகக் கலந்தது.

“பானிபட், இதெல்லாம் என்ன? உனக்கும் எல்லாம் தெரிந்திருக்கிறது. ஆனால் தெரியாததுபோல நடித்திருக்கிறாய். உண்மையில் என்ன நடந்தது?”

ஜஹனாரா என்னைக் கேள்விகளால் துளைத்தாள்.

“எனக்கு என்ன தெரியும் பேகம் சாஹிபா, எதைச் சொல்லச் சொல்கிறீர்கள்? நான் சதா காலமும் உங்கள் நிழலை விட்டு விலகாமல்தானே இருந்தேன். உங்களை மீறி நான் எங்கே போனேன்? எப்போது போனேன்,” என்று தவிர்க்க முயன்றேன். பலிக்கவில்லை. வருங்காலச் சக்ரவர்த்திக்கே ஆலோசனை சொல்லுபவளிடம் என் தந்திரம் செலாவணியாகவில்லை.

"ஆபாவின் கூடாரத்தில் அன்று இரவு என்னுடன் இருந்த நீ பின்னிரவில் காணாமற் போனாய். நீ மட்டுமல்ல. ஆமியும் அமைச்சரும் அப்போது அங்கில்லை. சாத்தியும் இல்லை. நீங்கள் இல்லாமல் போனது இந்த நாடகத்துக்கு ஒத்திகை பார்க்கத்தான் என்று இப்போது என்னால் ஊகிக்க முடிகிறது. சொல், பானிபட், என்னதான் நடந்தது?"

ஜஹனாராவின் குரல் முதலில் சிறுமியின் கெஞ்சலாகவும் முடியும்போது இளவரசியின் ஆக்ஞையாகவும் ஒலித்தது. அல்லது அப்படி ஒலித்ததாக நான் கற்பனை செய்துகொண்டேனா என்று யோசித்துக் கொண்டிருந்தபோது மீண்டும் இடைமறித்தாள். "சொல் என்ன தயக்கம்?"

அது ஆணைதான். அதைக் கேட்டு சுவர் விளக்கின் சுடர் ஒரு கணம் நிலைத்து பின்பு அசைந்தது. இளவரசியின் ஆணையை மீற முடியுமா?

பெருவலி

இரவு வாசிப்பு வேளையில் ஜஹனாராவிடம் இறைஞ்சினான் பானிபட்.

"பேகம் சாஹிபா, தனக்குத் தெரிந்த ரகசியங் களை வெளியில் சொல்லக் கூடாது என்பதை என்போன்றவர்கள் விரதமாக வைத்திருக்கிறோம். வாளால் அறுத்தாலும் தீயால் சுட்டாலும் ரகசியத்தை வெளியே விடமாட்டோம். அதை மீறியவர்கள் என்ன ஆனார்கள் என்பது அந்தப்புரத்துச் சுவர்களுக்கும் யானைகளின் கால்களுக்குமே தெரியும். உங்களுக்காக அந்த விரதத்தைக் கைவிட வேண்டும் என்கிறீர்களா? இது நீங்கள் எனக்கு ஏற்படுத்தும் இக்கட்டு அல்லவா?"

நெடு நாட்களுக்குப் பின்னர் விசாலமான அறையில் விஸ்தாரமான வெளிச்சத்தில் வாசிக்கும் மகிழ்ச்சியில் இருந்தான். கூடார நிழலிலும் வாசிப்பு நடந்தது. ஆனால் அது மனதுக்கு இதமான வாசிப்பாக இல்லை. காற்றில் கைவிளக்கை ஏந்துவது போலிருந்தது. இங்கு அதுவே அத்துவானவெளியில் தன்னிச்சையாகப் பறப்பதாக மாறியிருக்கிறது. அக்பர் நாமாவை வாசித்துக் கேட்பித்துக் கொண்டிருந்த வேளையில்தான் ஜஹனாரா இடைநிறுத்தி குர்ரத்தின் மறுபிறவி மர்மத்தைக் கேட்டாள். வாசிப்புக்குச் செவிசாய்த்தவாறே நாட்குறிப்புகளை எழுதிக்கொண்டிருந்தவள் சட்டென்று ஒரு கணம் இரண்டையும் நிறுத்திக் கேள்விக்குள் புகுந்தாள்.

நாட்குறிப்பு ஏட்டை மூடி எழுதுகோலை மைக்கூட்டில் செருகிவைத்தாள் ஜஹனாரா. பொன்னில் வார்த்து மரகதங்கள் பதிக்கப்பட்ட மைக்கூடு, அறைவெளிச்சத்தில் மின்னியது. அற்பப் பொருளுக்கு ஆடம்பரம் தேவையா என்ற சிந்தனையும், இடம்தான் பொருளின் எளிமையையும்

ஆடம்பரத்தையும் நிர்ணயிக்கிறது என்ற மறுசிந்தனையும் அவளுக்குள் ஓடின. சிந்தனைகளின் ஓட்டத்துடனேயே திரைக்கப்பால் மலங்க விழித்தபடி அமர்ந்திருந்த பானிபட்டையும் பார்த்தாள்.

‘பாவம்தான், ஆனால் கல்லைவிடக் கடின சித்தன். எல்லா ரகசியங்களையும் தெரிந்துவைத்துக்கொண்டும் அவற்றுக்கு உதவிசெய்துகொண்டும் இருந்து விட்டு எப்படி அப்பாவிக் குழந்தைபோல முகத்தை வைத்துக்கொள்ள முடிகிறது இந்தப் பெட்டைக் கிழவனால்? அவன் சொல்வதும் உண்மைதான். ஹிஜ்ராக்கள் ரகசியங்களைக் காப்பவர்கள்தாம்; தவறினால் சிரமிழப்பார்கள். சிரம் போகாமல் இவனிடமிருந்து ரகசியத்தை அறிவது எப்படி?’ என்று யோசித்தாள்.

“பானிபட், உன்னை இக்கட்டில் தள்ளுவது என் உத்தேசமல்ல. அன்று என்ன நடந்தது என்பதைத் தெரிந்துகொள்ள விரும்புகிறேன். ஏன் அந்த விருப்பம் என்று என்னை நன்றாக அறிந்த உனக்குத் தெரியும். நீ சொல்லும் ஒவ்வொரு சொல்லும் அமானத்தாக* என் குருதிக்குள் ஓடுமேயன்றி வெளியே வராது. ஆபா இறந்தார் என்று தெரிந்தபோது நான் பட்ட துயரம் கடலளவு. என்னை ஏன் அப்படித் துயர்ப்பட வைத்தார்கள்? அதன் காரணம் என்ன? எதற்காக அந்தத் தந்திரம்? இவைதாம் என்னை வதைக்கும் கேள்விகள். உன் பதில்தான் அந்த மனவதை யிலிருந்து என்னைக் காப்பாற்றும். காப்பாற்ற மாட்டாயா, பானிபட்?”

கெஞ்சலாக ஒலித்த குரலைத் தன்னால் புறக்கணிக்க முடியாது என்பதைப் பானிபட் உணர்ந்தான். பெண்கள் இயற்கையாகவே சாதுரியமானவர்கள். ஊசியால் நெம்பி மலையையே பெயர்த்துவிடுவார்கள். இவள் அதி சாதுரியமான ஜென்மம். அதிகாரமும் இருப்பவள். இவள் முன்னால் விதூஷகப் பொம்மையான தான் குல்லாவை உயர்த்தக் கூடுமா?

“உங்களுக்காக என் விரதத்தைக் கைவிடுகிறேன், பேகம் சாஹிபா. நீங்கள் என் உயிருக்கு நிகரானவர். உயிரின் உத்தரவுக்கு அடிமையால் கீழ்ப்படியாமல் இருக்க முடியுமா? சொல்கிறேன். இந்த நாடகத்தின் சூத்திரதாரி இளவரசர் குர்ரம்தான். ஏழு நடிகர்கள். உங்கள் தாயும் பிரதான அமைச்சரும் ஜோதிடரும் தளபதியும் பிரதான பாத்திரங்கள். சாத்தியுன்னிசாவும் பாவர்ச்சிகானாத் தலைவரும் துணைப் பாத்திரங்கள். இரண்டும் கெட்ட இந்த அடிமை உதிரி விதூஷகன்.”

---

* அமானத் – பொறுப்புணர்ச்சி, நாணயமான நடத்தை.

தன்னைப் பற்றிய வாசகங்களை நுட்பமான அபிநயத்துடன் சொன்னான் பானிபட். அவனுடைய பருத்த உடல் குலுங்கியது. தாடியை வருடிக்கொண்டே சொன்னபோதும் அவனுடைய கன்னங்களில் செம்மை படர்ந்தது. மைதீட்டிய விழிகளில் குறும்பு துள்ளியது. ஜஹனாரா சிரித்தாள்.

"சிரிக்க வேண்டாம், பேகம் சாஹிபா. நீங்கள்தான் இந்த நாடகத்துக்கே மூல காரணம்," என்றான்.

ஜஹனாரா வியப்புடன், "நானா? என்ன சொல்கிறாய்?" என்று சிடுசிடுத்தாள்.

"என்னிடம் ஏன் கோபித்துக்கொள்கிறீர்கள்? நீங்கள் காரணம் என்றால் நீங்களே அல்ல. நீங்கள் கண்ட கனவுதான் காரணம். அதன் பலனைத் தெரிந்துகொள்ளப் போனதில்தான் இந்த நாடகமே ஆரம்பமானது,"

நிஜாம்சாஹி இரவில் குஷால்கானாவில் வைத்து ஆமியிடம் விவரித்த கனவும் அதற்கு அபுல் ஃபைஸி சொன்ன பலனும் ஜஹனாராவின் நினைவுக்கு வந்தன. ஆனால் அதற்கும் இந்த நாடகத்துக்கு என்ன தொடர்பு?

"துலாம் ராசி மாறி விருச்சிக ராசி உச்சமடையும் காலம் வரவிருக்கிறது. அந்தக் கட்டத்தில் நல்லது நடக்கும் என்று ஜோதிடர் சொன்னதுதான் தொடர்பு. தானாகவே எல்லாம் நடக்குமா, பேகம் சாஹிபா? சிலவற்றை நாமாகத்தானே நடத்திக் கொள்ளவேண்டும்?" என்றான் பானிபட். அவன் சொன்னதில் இருந்த உண்மையும் பூடகமும் ஜஹனாராவைக் குழப்பத்தில் தள்ளின.

நிஜாம்சாஹியிலிருந்து வெளியேறுவதற்கு இதை விடப் பொருத்தமான தருணம் வேறு இல்லை என்று அபுல் ஃபைசியும் கான் ஜஹான் லோடியும் குர்ரத்திடம் திடமாகச் சொன்னார்கள். இருவருக்கும் இரண்டு காரணங்கள் இருந்தன. ஃபைசி ஜோதிட ரீதியாக விருச்சிக ராசி உச்சத்திலிருக்கிறது. இதுவே தகுந்த வாய்ப்பு என்று கணித்தார். லோடி தந்திரோபாயமான திட்டத்தை குர்ரத்தின் முன்வைத்தார்.

தனது போதைப் பழக்கத்திலிருந்து மீள்வதற்காகக் காஷ்மீருக்குப் பயணம் சென்று தங்கியிருந்த சக்ரவர்த்தி ஜஹாங்கீர் அமரராகிவிட்ட தகவலை கான் ஜஹான் லோடியின் ஒற்றன் கொண்டுவந்திருந்தான். லாகூரில் கபரடக்கம் செய்யப்பட் டிருக்கிறார். நூர் மஹல் அதை வெளிப்படுத்தாமலிருக்கிறார். அதில்

சதி இருக்கிறது என்பது குர்ரத்துக்குத் தெளிவானது. அந்த நாகம் அரியாசனத்தைச் சுற்றி வளைப்பதற்குள் அங்கே சென்றடைய வேண்டும். அதற்கு இங்கிருந்து வெளியேற வேண்டும். அதற்கு இந்தப் பரிவாரங்கள் போதா. அஸப்கானும் அவருடைய படையும் உதவலாம். ஆனால் இது போருக்கான காலமல்ல; தன்னைத் தவிர அரியணைக்கு உரிமை கோரக்கூடியவர்கள் எவருமில்லை. எனவே படையெடுப்புக்கான தேவையுமில்லை. இப்போதைய ஒரே பகை – நூர் மஹல். பாம்பைப் பிடிக்கப் படையா திரட்டுவார்கள்? மகுடி போதாதா? மகுடி ஒரு தந்திரம். அப்படி ஒரு தந்திரம்தான் இப்போது தேவை. அது அதிர்ச்சியூட்டுவதாகவும் நம்பத் தகுந்ததாகவும் இருக்கவேண்டும். இளவரசர் இறந்து விட்டார் என்ற செய்தியன்றி அதிர்ச்சியளிக்கும் தகவல் வேறு உண்டா?

"அந்தத் தந்திர நாடகத்தின் முதல் பகுதிதான் நீங்களும் நானும் அன்று இரவு கூடாரத்தில் கண்டது. உமிழாமல் வாய்க்குள் தேக்கி வைத்திருந்த ஆட்டின் உதிரத்தைத் துப்பி இளவரசர் உயிரிழந்தார். அந்த முதல் பகுதிக்குப் பின்னரே நான் நாடகத்தின் பாத்திரமானேன்."

தேர்ந்த நடிகனின் பாவனையுடன் பானிபட் விவரித்தான். ஜஹனாராவுக்கு வர்ணனை ஒரே சமயத்தில் வேடிக்கையாகவும் குமட்டலைத் தருவதாகவும் இருந்தது. வெளியிலிருந்து குளிர்ந்த காற்று உள்ளே நுழைந்தது. அதில் மழையின் ஈரம் இருந்தது. கறுத்த இறகுகளில் மஞ்சள் கண்ணுள்ள அந்துப் பூச்சியொன்றும் காற்றில் மிதந்து உள்ளே வந்தது. அருகே பறந்து வந்த அதைக் கைவீசி விரட்டினாள். எனினும் பார்வை அதனுடன் பறந்தது. பூச்சி சற்று எவ்விப் பறந்து ஜெரோக்காவின் விளிம்பில் அமர்ந்தது. காற்றின் இன்னொரு அலை வந்து சுழன்றதும் தாவிச் சுவர் விளக்கின் கதகதப்பைத் தேடிப் பறந்தது. விளக்குத் தண்டின் மறைவில் பதுங்கியிருந்த பல்லியின் நாக்கு அதை வளைத்தது. ஜஹனாரா பார்வையைத் திருப்பிக்கொண்டாள். திரைக்குப் பின்னாலிருந்து அவளைக் கவனித்த பானிபட் தனக்குள் சிரித்துக் கொண்டான். விவரிப்பைத் தொடர்ந்தான்.

குர்ரத்தின் அபிமான யானை பானூரியின் முதுகின் மேல் பெரிய அம்பாரி அமைக்கப்பட்டது. ஏறத்தாழ இருவர் சயனிக்கும் அளவுக்குப் பெரியது. நாற்புறங்களிலும் கருப்பு நிறத்தில் திரைச் சீலைகள் தொங்கவிடப்பட்டன. சவப் பேழை பாதுகாப்பாக அம்பாரிக்குள் வைக்கப்பட்டது. அர்ஜுமண்ட் பானு பேகம் பேழைக்குக் காவலாக அமர்ந்தாள். அபுலையும் கரீன்சிந்தையும் தவிர மற்றவர்கள் யானைக்கு வெகுதூரம் முன்பாகச் செல்ல வலியுறுத்தப்பட்டார்கள். இது

என்ன வழக்கத்துக்கு விரோதமான செயல். கஃபன் துணி போர்த்தப்படவில்லை. விலாப்புறமாக அமரவேண்டிய பெண் மய்யித்தின் சிரத்துக்கு அருகில் அமர்ந்திருக்கிறாள். மரித்தவரைப் பின்தொடர வேண்டியவர்களை முன்னால் செல்லக் கட்டாயப் படுத்துகிறார்கள். சிலரது முணுமுணுப்புக் காதில் விழுந்தபோது பானிபட் அவர்களை முறைப்பாக ஏறிட்டான். காலடிச் சத்தங்களுடன் அவையும் தேய்ந்தன.

அம்பாரிக்குள்ளேயே உணவும் நீரும் இருந்தன. சவப்பேழை யின் மூடியைத் திறந்து குர்ரத்துக்கு உணவு புகட்டினாள் அர்ஜுமண்ட் பானு பேகம். பின்னிரவுகளில் அபுலும் கரீம் சிந்தும் யானைமேல் ஏறி குர்ரம் இயற்கைக் கடன்களைக் கழிக்க உதவினார்கள். சில இரவுகளில் குர்ரமே யானைமீதிருந்து இறங்கி வந்தார். ஆலோசனைகளைத் தெரிவித்தார். ஃபதேபூர் சிக்ரியை அடைந்தார்கள்.

“அதற்குப் பிறகு நடந்தவை உங்களுக்கே தெரியும், பேகம் சாஹிபா,” என்று முடித்தான் பானிபட்.

ஜஹனாரா யோசனையில் ஆழ்ந்திருந்தாள். அதுவரை வீசியதை விட அதிகக் குளிருடனும் வேகத்துடனும் காற்று நுழைந்தது. காற்றில் மிதந்து மஞ்சள் கண்ணுள்ள கறுத்த இறகொன்று அவள் மடியில் விழுந்தது.

ஃபதேபூர் சிக்ரி மாளிகையிலிருந்து ஆக்ரா அரண்மனைக்குச் செல்ல மேலும் நாட்கள் ஆயின. நல்ல நாள் பார்த்தே செல்ல வேண்டும் என்பதற்காகக் காத்திருப்பதாக அர்ஜுமண்ட் பானு பேகம் ஜஹனாராவின் கேள்விக்குப் பதிலளித்தாள். ஒரு ஜோதிடக் கூட்டத்தை மாளிகைக்கு வரவழைத்து ஆலோசனை நடத்திக்கொண்டிருந்தாள். ஜஹனாராவுக்கு வியப்பாகவும் ஆச்சரியமாகவும் இருந்தது. எங்கோ கண்காணாத வெளியிலிருக்கும் கிரகங்களும் நட்சத்திரங்களும் மண்ணிலிருக்கும் மனிதர்களின் செயலை எப்படி நிர்ணயிக்க முடியும்? அதற்காக நாட்கணக்கில் எதற்காகக் காத்திருக்க வேண்டும்?

மறைமுகமான காரணம் வேறு. அதுவே உண்மையான காரணம். குர்ரம், தன்னுடைய இரு புதல்வர்களையும் பாதுகாப்பாகத் திரும்ப அழைத்து வர ஆட்களை அனுப்புமாறு அஸப்கானுக்கு உத்தரவிட்டிருந்தார். அவரும் அசகாயர்களின் சிறு குழுவை ரகசியமாக அனுப்பியிருந்தார். அவர்கள் மீட்கப்படும் தகவலுக்காகத்தான் காத்திருப்பு. விரைவில் ஆக்ராவுக்குப் போய்ச் சேர விரும்பிய ஜஹனாராவுக்கு நீண்ட

காத்திருப்பு சோர்வைக் கொடுத்தது. சகோதரர்கள் தாராவும் அவுரங்கசீபும் வருவதை எதிர்பார்த்திருந்தாள். தாமதமாகும் ஒவ்வொரு நாளும் அலுப்பும் கூடி வந்தது. அந்தப்புரத்திலும் நந்தவனத்திலும் உலாவினாள். சாத்தியுன்னிஸா கற்பிக்கும் சூராக்களையும் ஹதீஸ்களையும் பாடம் கேட்டாள். நெடுநேரம் அமர்ந்து நாட்குறிப்புகளை எழுதினாள். அப்படியும் பொழுது சண்டிக் குதிரைபோல முன்னால் நகர முரண்டு பிடித்தது.

ஜனானாப் பணிப் பெண்கள் விளையாடிக்கொண்டிருந்த பகடையாட்டத்தில் கலந்துகொண்டாள். இளவரசியுடன் விளையாட முதலில் அவர்கள் தயங்கினார்கள். அவளுக்கு அருகிலோ முன்னாலோ அமர்ந்து ஆடப் பயந்தார்கள். நின்று கொண்டே ஆடினார்கள். ஆட்டம் சோபிக்கவில்லை. ஜஹனாரா அதை உணர்ந்தாள்.

“பாருங்கள், நான் இளவரசிதான். ஆனால் இங்கே உங்கள் விளையாட்டுத் தோழி மட்டுமே. விளையாட்டில் எல்லாரும் சமமானவர்கள்தான். உட்கார்ந்து ஆடுங்கள்,” என்று வற்புறுத்திய பின்பும் அவர்களுக்குத் தயக்கம் விலகவில்லை. ஆனால் அந்தத் தயக்கம் வெகு நேரம் நீடிக்கவில்லை. ஆட்டம் வேகம் பிடிக்கப்பிடிக்க அவர்களும் மெல்லமெல்ல இயல்பானார்கள். இணையாக அமர்ந்தார்கள். ‘பகடையை உருட்டிப் போடு, காயை வெட்டு’ என்று உற்சாகக் கூச்சலிட்டார்கள். தப்பாகக் காய்நகர்த்தியவளைச் செல்லமாகக் கடிந்தார்கள். வெட்டுக் கொடுத்தவளை நோகாமல் மொத்தினார்கள்.

ஜஹனாராவுக்குள் எங்கோ வலி முறிந்து கசப்பின் ஊற்று பெருகியது. வாய்க்குள் குமட்டியது. எதையோ இழந்து விட்ட ஏக்கம் சரீரத்தைச் சில விநாடிகள் வீழ்த்தியது. ‘எளிய பெண்ணாக இருந்திருந்தால் என் உலகம் இன்னும் விரிவானதாக இருந்திருக்குமோ? இன்னும் வெளிச்சமானதாக இருந்திருக்குமோ? இன்னும் குதூகலமானதாக இருந்திருக்குமோ? இன்னும் சுதந்திரமானதாக இருந்திருக்குமோ?’ என்று யோசித்தாள். கண்கள் கலங்குவதை மறைக்கப் பகடைக் கோல்களை உற்றுப் பார்த்தாள். ‘தானும் இப்படி உருட்டப்படுபவள்தான்’ என்று கழிவிரக்கத்துடன் எண்ணினாள். “இரண்டு போடுங்கள்,” என்று ஆட்ட எதிரி கேட்டதும் அவற்றை உருட்டிவிட்டாள். துக்கமும் கைப்பும் அதிகரிப்பதாகத் தோன்றியதைப் பெண்களின் உற்சாகக் கூச்சல் வெட்டியது.

“இதோ இரண்டு. இந்த ஆட்டத்திலும் நீங்கள்தான் வென்றிருக்கிறீர்கள், முபாரக்,” என்று குரல்கள் சிரித்தன.

இதுவரை ஆடிய எல்லா ஆட்டங்களிலும் தானே வெற்றி பெற்றிருப்பது ஜஹனாராவுக்கு அப்போதுதான் புலப்பட்டது. மகிழ்ச்சியானதல்ல இந்த வெற்றிகள். தான் இளவரசி என்பதாலும் தனது அதிகாரத்துக்குப் பணிந்தும் அவர்கள் விட்டுக் கொடுத்தவைதாம் இந்த வெற்றிகள் என்பது புரிந்தது. பணிப் பெண்களை ஆதுரமாகப் பார்த்தாள். குனிந்து 'மண்புழு அதிகாரத்துக்கு வந்தால் அதற்கும் ராஜ நாகத்துக்குரிய மரியாதை கிடைக்கும். ஏனெனில் இருக்கும் இடம் அதுபோன்றது. அதிகாரம் கேட்காமலே பறித்துக்கொள்ளும். சொல்லாமலே பணியவைக்கும்' என்று சாத்தியுன்னிசா ஒரு கதைக்கிடையே சொன்னது மனத்தில் ஓடியது. எண்ணங்களைக் கலைத்துக் கொண்டு முதலில் பெருமிதமும் தொடர்ந்து சிறிய அகந்தையும் ஜஹனாராவை நிமிர்ந்து அமரச் செய்தன. உமிழ்நீரில் மெல்லிய இனிப்பு சுவைத்தது. கசப்பு முற்றினால் இனிப்பாகிவிடுமா என்று சந்தேகப்பட்டாள்.

ஜோதிடர்கள் சுபதினத்தைக் கணித்துச் சொல்லக் காத்திருப்பதாக அர்ஜுமண்ட் பானு பேகம் சொன்னாள். தாராவும் அவுரங்கசீபும் வருவதற்காகக் காத்திருப்பதாக ஜஹனாரா நினைத்தாள். சொல்லாததும் நினைக்காததுமான வேறு காரணங்களும் இருந்ததை அன்று மாலை அஸப்கானின் ஒற்றன் கொண்டு வந்த செய்திகள் அறிவித்தன. ஷஹரியார் மரணமடைந்து விட்டார். அவர் கொல்லப்பட்டார் என்ற சந்தேகம் நிலவுகிறது. அவருக்கு ஆதரவாக இருந்த பட்டாளம் அஸப்கானின் சிறு படைக்கு மண்டியிட்டுவிட்டது. குளிர்கால அரசராக நூர் மஹல் நியமித்த புலாக்கியின் தலை துண்டிக்கப்பட்டது. இளவரசர் குர்ரத்தின் ஆணைப்படி நூர் மஹல், ஆக்ரா அரண்மனையில் வீட்டுச்சிறை வைக்கப் பட்டாள்.

முன்பனிக்கால நாளின் முதல் ஒளிக்கதிர் பூமியைத் தொட்டவுடன் ஆர்ப்பரித்த முரசுகளால் ஆக்ரா நகரம் விழித்தெழுந்தது. மொகலாயப் பேரரசுக்கு உட்பட்ட பகுதிகளிலிருந்த எல்லா மசூதிகளிலும் பஜர்* தொழுகையின்போது பிரத்தியேகப் பிரார்த்தனைகள் நடந்தன. அளவிலாக் கருணையும் இணையிலாக் கிருபையும் உடையவனிடம் அபு உத் முஸாபர் சாஹிப் உத் தீன் முஹம்மது சாஹிப் உத் குர்ஆன் உத் தானி ஷாஜஹான் பாதுஷா காஜிக்காக துஆ கேட்கப்பட்டது. இந்து ஆலயங்களிலும் விசேஷ உதய காலப் பூஜைகள் நடந்தன. ஒன்றிரண்டு தேவாலயங்களில் திருப்பலிப் பூசைக்கான மணிகள் தயக்கத்துடன் ஒலித்தன. குருத்வாரா கதவுகள் கண்டனக் குரலில் கீச்சிட்டு அடைத்துக்கொண்டன.

கடந்த இரவுவரை இளவரசர் குர்ரம் என்று அழைக்கப்பட்டவர் இன்று சக்ரவர்த்தி ஷாஜஹான் என்று மாறினார். உலகத்தின் தலைவனானார். அர்ஜுமண்ட் பானு பேகம் சக்ரவர்த்தினி மும்தாஜ் மஹலானார். எதிர்பார்த்த ஒன்றுதான். எனினும் தாமதமாக நிறைவேறுகிறது. குர்ரத்தின் இந்த வயதில் ஜஹாங்கீர் ஆட்சியில் அமர்ந்து ஓராண்டைக் கடந்திருந்தார் என்பது நினைவுக்கு வந்தது.

கோட்டைக்குள் பெருங்கூட்டம் திரண்டிருந்தது. எல்லாவிதமான ஆட்களும் குழுமியிருந்தார்கள். விதேசிகளும் கிழக்கிந்தியக் கம்பெனியின் பிரதி நிதிகளான ஆங்கிலேயர்களும் இருந்தார்கள். ஷாஜஹானின் நம்பிக்கைக்கு உரியவர்களான பாரசீகர்களும் வந்திருந்தார்கள். வணிகர்களும் மௌலவிகளும் பண்டாக்களும் கலைஞர்களும்

---
* அதிகாலைத் தொழுகை

ஆங்கிலேய மருத்துவர்கள் ஓரிருவரும் கூட்டத்தில் இருந்தார்கள். தர்பார் மண்டபத்துக்குள் பெரும் சந்தடியாக இருந்தது. ஜனானா பெண்களெல்லாரும் உப்பரிகைகளில் திரைக்குப் பின்னால் முடிசூட்டு வைபவத்தைப் பார்க்கக் கூடியிருந்தார்கள்.

நான் ஹிஜ்ராக்களின் கூட்டத்தை ஒழுங்குபடுத்திக் கொண்டிருந்தேன். சற்று விலகி ஆசனத்தில் அமர்ந்திருந்த ஜஹனாரா சைகை காட்டி அழைத்தாள்; சென்றேன்.

“ஆபா சக்ரவர்த்தி. ஆமி சக்ரவர்த்தினி...” என்று தொடங்கிய அவளை இடைமறித்தேன்.

“நீங்கள் இளவரசிகளின் இளவரசி, பேகம் சாஹிபா. இந்த அடிமையை நினைவு வைத்துக்கொள்ளுங்கள். உங்களுக்கு முதலில் முடிசூட்டியது நான்தான்.”

நாணமும் பெருமிதமும் கலந்த சிரிப்பு அவளிடம் எழுந்தது. அருகில் அமர்ந்திருந்த மும்தாஜ் மஹல் ‘ஜானி’ என்று அதட்டினாள். இருவரும் அடங்கினோம்.

அர்ஜுமண்ட் பானு பேகத்திடமிருந்து இதுவரை நான் கேட்டிராத ஒரு தொனி மும்தாஜ் மஹலின் குரலில் ஒலிப்பதைக் கேட்டேன். ஒலியல்ல. எதிரொலி. நூர் மஹலின் குரலின் மாற்றொலி. வியப்புடனும் அச்சத்துடனும் அந்த மாற்றத்தை உணர்ந்தேன். எல்லாம் எத்தனை விரைவில் மாறிவிடுகின்றன. சரித்திரம் என்பதே ஒரு விநாடியில் நிகழ்ந்த மாற்றத்தின் நீண்ட விளைவுதானே? இந்த மாற்றமும் ஒரு விளைவுதான். அக்பரிடம் தொடங்கி ஷாஜஹானில் வந்து சேர்ந்திருக்கும் விளைவு. இந்த விளைவின் விளைவைக் காலம் கையில் ஏந்திக் காத்திருக்கிறது. யாருக்காக?

யோசனை மேலே செல்லும்முன் மண்டபத்திலிருந்து முரசுகளின் முழக்கம் கேட்டது. எக்காளங்கள் பிளிறின. ஜான்ஜாக்கள் கலகலத்தன. ஷெனாய்கள் மகிழ்ச்சியுடன் விம்மின. எல்லாவற்றையும் அடக்கிக்கொண்டு ஜனசப்தம் ஆரவாரமாகப் பீறிட்டது. மாமன்னர் ஷாஜஹான் மைய மண்டபத்தில் வந்து நின்றார். ரோஜாநிறச் சந்திரன் நிலத்தில் உதித்ததுபோல இருந்தது அவர் நின்ற தோற்றம். வாழ்த்தொலிகள் இதழ் இதழாக அவர்மேல் உதிர்ந்தன. ஆஸப்கான், பாபரும் ஹுமாயூனும் அக்பரும் ஜஹாங்கீரும் தரித்திருந்த தைமூர் மகுடத்தை ஷாஜஹானின் சிரசில் சூட்டினார். மாமன்னர் நிமிர்ந்தே நின்றிருந்ததால் ஆஸப்கான் சிறிது தடுமாற நேர்ந்தது. சற்றே சாய்வாகப் பொருந்திய மகுடத்தை நேர்ப்படுத்தியவாறே மயிலாசனத்தில் அமர்ந்தார் ஷாஜஹான்.

அன்று இரவு சக்ரவர்த்திக்கு ஜனானாவில் கோலாகல வரவேற்புக்கு ஏற்பாடு செய்திருந்தார் சக்ரவர்த்தினி மும்தாஜ் மஹல். ஏவினால் செய்துமுடிக்க அந்தப்புரம் முழுக்கப் பெண்களும் பெட்டைகளும் நூற்றுக்கணக்கில் இருந்தபோதும் அவரே துள்ளி ஓடிப் பணிகளை மேற்பார்வையிட்டுக் கொண்டிருந்தார். ஓட்டத்தில் அவரது வயதோ பதினாறு வருடங்களில் பதினோரு பிள்ளைகளைப் பெற்றெடுத்த நலிவோ தென்படவில்லை. அந்தஸ்து தரும் இதத்தில் மேனியிலும் செயலிலும் யௌவனம் திரும்பியிருந்தது.

மும்தாஜ் மஹலின் பிரகாச நிழல்போல ஜஹனாரா அவருடனேயே ஓடிக்கொண்டிருந்தாள். இருவரையும் அருகருகில் பார்த்தபோது இரட்டைப் பிள்ளைகள்போலத் தெரிந்தார்கள். இருவரும் ஒருவர் மற்றவரின் பிரதிபிம்பமாகத் தோன்றும் உடையிலும் ஒப்பனையிலும் இருந்தார்கள். தாயின் முகத்தில் அலாதியான நிறைவும் மகளின் முகத்தில் விவரிக்க முடியாத ஏக்கமும் நிழலாடின. இருவருக்கும் இடையில் ஒரு வேற்றுமை எனக்குப் புலப்பட்டது. மும்தாஜ் மஹலின் வயிறு சற்றே மேடிட்டிருந்தது.

பாவர்ச்சி கானாவில் இடம் கொள்ளாமல் அந்தப்புர மாளிகைகளுக்கு வெளியிலும் ஷாமியானாக்கள் போடப்பட்டு சமையல் நடந்துகொண்டிருந்தது. நூற்றுக்கணக்கான சமையற்காரர்கள் அந்தக் குளிர் இரவில் வியர்வை வழியச் சமைத்துக்கொண்டிருந்தார்கள். காற்றில் வெவ்வேறு பதார்த்தங் களின் வெப்பமணமும் குளிர் சுகந்தமும் அடர்ந்திருந்தன. பெரிய செப்புக்கலங்களில் ஆட்டு ஊன் உணவு பக்குவப்பட்டுக் கொண்டிருந்தது. சில அடுப்புகளிலிருந்து சர்க்கரைப்பாகின் இனிய ஆவி எழுந்தது. சாக பட்சணங்களாகவும் மாமிசப் பட்சணங்களாகவும் ஐந்நூறுவகை ஆகாரங்கள் தயாராகியிருந்தன. அந்தப்புரத்துப் பெண்களிலும் விருந்தினர்களிலும் இந்துக்கள் இருக்கிறார்கள் என்பதால் மாட்டிறைச்சியைத் தவிர்க்குமாறு மும்தாஜ் மஹல் உத்தரவிட்டிருந்தார். விதவிதமான பொரித்த சிற்றுணவுகளும் பானங்களும் தயாரிக்கப்பட்டன. இளவரசர் முராத் கைகொள்ளாத அளவு சமூசாக்களை எடுத்து வாய்கொள்ளாமல் திணித்துக்கொண்டிருந்தார்.

"இவ்வளவையும் இப்போதே வயிற்றில் அடைத்துக் கொண்டால் பிறகு எப்படி விருந்தை உண்பாய்? போ," என்று அவரை விரட்டினாள் ஜஹனாரா. திரும்பி என்னைப் பார்த்து, "நீ என்ன செய்கிறாய், பானிபட்?" என்றாள்.

“அவர்களெல்லாம் சக்ரவர்த்திக்கும் சக்ரவர்த்தினிக்கும் சமைக்கிறார்கள். நான் என் அபிமானத்துக்கும் மரியாதைக்கும் உரிய மொகலாய சாம்ராஜ்ஜியத்தின் முதல்பெண்ணுக்கு ஷர்பத் தயாரித்துக்கொண்டிருக்கிறேன்,” என்றேன். சிரித்தாள்.

“ஜானி” என்ற மும்தாஜ் மஹலின் அழைப்பைப் பின் தொடர்ந்து ஓடினாள். ஷர்பத் குவளையை மூடிவைத்துவிட்டு நானும் அவள் பின்னால் நடந்தேன்.

இருப்பதிலேயே விசாலமான ஷாமியானாவுக்குள் அமைத்திருந்த பளிங்கு மேடையில் வந்து அமர்ந்தார் சக்ரவர்த்தி ஷாஜஹான். அருகில் மும்தாஜ் மஹல். தந்தையின் அருகில் உட்கார ஜஹனாராவும் ரோஷனாராவும் முண்டினார்கள். இருவரையும் அணைத்துப் பிடித்த பேரரசர், ஜஹனாராவை அருகில் அமர்த்திக்கொண்டார். ரோஷனாராவை மும்தாஜ் மஹலின் அருகே நகர்த்தினார். அதற்குள் முராத்தும் ஷூஜாவும் தாயை ஒட்டி உட்கார்ந்துகொண்டார்கள். வரிசையின் கடைசி இருக்கையில் அமர்ந்தாள் ரோஷனாரா. அவள் பார்வையில் அப்போது வெறுப்பின் கங்குகள் மின்னுவதைக் கண்டேன்.

தாராவையும் அவுரங்கசீப்பையும் தவிர்த்து அநேகமாகச் சக்ரவர்த்தியின் குடும்ப உறுப்பினர்கள் அனைவரும் கூடியிருந்தார்கள். இளவரசர்கள் இருவரும் வந்து சேர இன்னும் சில நாட்கள் ஆகும் என்று சொல்லப்பட்டது. “அது மட்டுமே பட்டமேற்பு விழாவில் குறை,” என்றார் அப்துல் அமீத் லாஹ்ரி. தேச சஞ்சாரியாக வந்த அவரைத்தான் பேரரசர் அன்றாட நடவடிக்கைப் புத்தகத்தை எழுதும்படிப் பணித்திருந்தார். விருந்து தொடங்கி எல்லாரும் உணவருந்திக்கொண்டிருந்தபோதும் அவர் மட்டும் தனது குறிப்பேட்டில் எதையோ குறித்தபடி இருந்தார்.

நள்ளிரவை எட்டுவதற்குச் சற்று முன்புதான் விருந்து முடிந்தது. பிரமுகர்களும் பிரதானிகளும் கொண்டுவந்து சமர்ப்பித்த பரிசுப் பொருள்களின் குவியல் அன்று பகலில் திவானி ஆம் மண்டபத்தில் குவிந்தவற்றுக்குக் கொஞ்சமும் குறைவானதாக இல்லை. வந்தவர்களும் கைநிறையப் பரிசுகளுடன் திரும்பிக்கொண்டிருந்தார்கள். அந்தப்புரப் பெண்களுக்கும் ஹிஜிராக்களுக்கும் பொன்னும் பட்டும் மஸ்லினும் தங்க நாணயங்களுமாகப் பரிசுகள் கிடைத்தன. எனக்கு ஒரு கடல் முத்து கிடைத்தது. ஜஹனாராவின் சிபாரிசு அது. தூய வெள்ளை நிறத்தில் பழுப்புநிறப் பிறைவடிவமுள்ள பெரிய முத்து. தக்காணப் பிரதேசத்துக்கு அப்பாலிருந்து வந்த பிரமுகர் அன்பளிப்பாகக் கொடுத்தது. அந்தப் பழுப்புக் கீற்று களங்கம் என்றும் இல்லை

அபூர்வம் என்றும் சொல்லுவார்கள். அந்த முத்து குறையுடையது என்றும் சிலர் நம்புகிறார்கள் என்று லாஹ்ரி சொன்னார்.

"நீங்கள்தான் ஊர் சுற்றி ஆயிற்றே, நீங்கள் சொல்லுங்கள், உங்கள் அனுபவத்தில் இது என்ன?" என்றேன்.

"அப்பழுக்கில்லாதது. கடவுளின் விரலடையாளம் பதிந்தது," என்றார்.

அது அபூர்வம்தானே? அருமையல்லாத ஒன்றை என் பேகம் சாஹிபா எனக்குக் கொடுக்கச் செய்வாளா?

அந்தப்புரத்துக்குள்ளேயே ஜஹனாராவுக்குத் தனியாக மாளிகை ஒதுக்கப்பட்டிருந்தது. சிறியது. ஆனால் வசீகரமானது. வசதியானது. அவளுக்காக வாசிப்பு அறையும் இசைக்கூடமும் அமைக்கப்பட்டிருந்தன. பளிங்குக் கற்கள் பாவிய நீராழி மண்டபமும் இருந்தது. அதன் எல்லாச் சுவர்களிலும் கண்ணாடி பதிக்கப்பட்டிருந்தது. சுற்றுவெளியில் பலநிறப் பூக்கள் மலர்ந்து நறுமணமாகப் புன்னகைத்தன. பெற்றோரையும் சகோதரர்கள் ஷுக்கோ, முராத்தையும் சாத்தியுன்னிஸாவையும் அவளுடைய நம்பிக்கைக்குரிய பணிப்பெண்களையும் தவிர மாளிகைக்குள் நுழைய அனுமதிக்கப்பட்ட ஒரே ஜீவன் நான் மட்டுமே. அதில் ஆக்ரோஷப்பட்டாள் ரோஷனாரா.

"இந்தக் கிழட்டு ஹிஜ்ராவை உன்னால் உள்ளே அனுமதிக்க முடிகிறது. உடன் பிறந்தவள் வந்தால் இபிலீசை விரட்டுவதுபோல விரட்டுகிறாய். ஆபாவிடம் இதை விட அழகான மாளிகை, இதை விடப் பெரிய மாளிகை கட்டித் தரச் சொல்லுவேன். ஜானி, அங்கே நீ வா. எப்படி விரட்டுகிறேன் என்று அப்போது பார்," என்று கூக்குரலிட்டாள்.

"இன்ஷா அல்லாஹ், அப்படியே நடக்கட்டும்," என்று அமைதியாகச் சொன்னாள் ஜஹனாரா. அந்தப் பதில் பன்னிரு வயதின் குமுறலுக்கு ஒரு பதினேழு வயதின் அரிய பக்குவமாக மட்டுமல்ல என்று எனக்குப் பட்டது. வேறு ஒரு மனநிலையின் சூசகமாகத் தோன்றியது. ஜஹனாராவின் சாந்தமான புன்னகை அதை மெய்ப்பிக்கவும் செய்தது.

ஆத்திரம் முற்றித் துளிர்த்த கண்ணீருடன் ரோஷனாரா ஓடினாள். ஓட்டத்துக்கு இடையில் கோபப் பொறி ஒன்றையும் என்மேல் உதிர்த்துப்போனாள்.

நெருங்கி வந்த ஜஹனாரா என் தோள்மீது கைகளைப் பதித்தாள். "பாவம், அறியாச் சிறுமி, என்ன பேசவேண்டும்

என்று தெரியாமல் பேசிவிட்டாள். அவளுக்காக நான் உன்னிடம் மன்னிப்புக் கோருகிறேன். பானிபட். வருத்தப்படாதே," என்றாள்.

"பேகம் சாஹிபா, உங்களுக்குத் தெரியாதா, நான் குஷியையும் வருத்தத்தையும் கடந்த பிறவி என்று?"

"காலத்தையும். அதை ஏன் சொல்லாமல் விடுகிறாய்?"

"ஆம். காலத்தையும்தான். நான் வந்தது என்னைப் பற்றிய பாராட்டைக் கேட்க அல்ல; நூர் மஹல் பேரரசரைக் காண வந்திருக்கிறார் என்ற தகவலை உங்களிடம் சொல்ல, உங்களையும் அழைக்கிறார் என்பதைத் தெரிவிக்க."

ஜஹனாராவின் முகம் நொடிப்பொழுது இருண்டது; பின் சிவந்தது; பிறகு தெளிந்தது. "அந்தப் பாம்பு எங்கே வந்திருக்கிறது? குஷால் கானாவுக்கா, திவான் இ காஸுக்கா?" என்று கேட்டாள்.

"இரண்டு இடத்துக்கும் இல்லை. மச்சிலி பவனில் இருக்கிறார்."

ஜஹனாரா வியப்புடன் பார்த்தாள். வியப்புக்குக் காரணம் பொதுவாக சக்ரவர்த்தி அங்கே யாரையும் சந்திப்பதில்லை. பொது விவகாரங்கள் என்றால் திவான் இ ஆமிலும் குடும்பத்தினர், அணுக்கமானவர்களுடனான உரையாடல் என்றால் திவான் இ காஸிலும் மிக அந்தரங்கமான விவகாரம் என்றால் குஷால் கானாவிலும் சந்திப்பு நிகழும். நூர் மஹல் சந்திக்க வேண்டும் என்று சொல்லியனுப்பியதும் திவான் இ ஆமில் சந்திக்க இசைந்தார். இனியும் நூர் மஹல் அதிகாரத்துக்கு உரியவர் அல்ல என்பதற்கான சமிக்ஞை அது. அதைப் புரிந்து கொண்டார் நூர் மஹல். குஷால் கானாவிலும் திவான் இ காஸிலும் சந்திக்கக் கேட்டபோதும் ஒப்புக்கொள்ளவில்லை பேரரசர். இறுதியாக இந்த மண்டபம்தான் மாற்றாந்தாயைச் சந்திக்கச் சக்ரவர்த்தி தேர்ந்தெடுத்த இடமானது. இந்த மச்சிலிபவனில் இதற்கு முன்னும் இதற்குப் பின்னும் அரச குடும்பத்தினரின் எந்தச் சந்திப்பும் நடக்கவில்லை.

சக்ரவர்த்தியின் ஆசனத்துக்கு அருகில் நூர் மஹலுக்கும் இருக்கை போடப்பட்டிருந்தது. எனினும் அவர் அமர மறுத்து நின்று கொண்டிருந்தார். உப்பரிகைத் திரைகளுக்குப் பின்னால் மும்தாஜ் மஹலும் பிள்ளைகளும் அவருக்குப் பிந்தைய வரிசையில் மற்ற மூன்று மனைவியரும் அவர்களுக்கும் பின்னால் வைப்பாட்டிகளும் உட்கார்ந்திருந்தார்கள். சர்வ அதிகாரங்களையும் கையில் வைத்திருந்த நூர் மஹலை அவர்கள் பார்த்துப் பல மாதங்கள்

ஆகியிருந்தன. எனவே எல்லாரும் ஒருமுறை பார்த்துவிடும் ஆவலில் திரைகளை விலக்க முண்டியடித்தார்கள். அந்தச் சிறு சரசரப்பு செவியில் விழுந்ததும் நூர் மஹல் நாகப்படம்போலத் தலையைத் திருப்பிப் பார்த்தார்.

"பாதுஷா பேவா, சந்திக்க விரும்பிய காரணத்தை ஆசனத்தில் அமர்ந்தே சொல்லலாம். பிரத்தியேகமான காரணங்களுக்காக உங்களைத் தனிமையில் வைக்க நேர்ந்திருக்கிறது. அது உங்கள் மீது கொண்டிருக்கும் மரியாதையைக் குறைத்துவிடவில்லை. நீங்கள் என் தகப்பனாரின் அன்பு மனைவி. என் மதிப்புக்குரிய ஆஸப்கானின் சகோதரி. என் உயிர்க் காவலான மும்தாஜின் அத்தை. இந்த உறவுமுறைகள் மாறாது; அவற்றின் மேலான என் பற்றும் மாறாது. எனவே நீங்கள் சொல்வதைக் கேட்கக் கடமைப்பட்டவன் நான். சொல்லுங்கள்."

மிக அமைதியான, மிக இங்கிதமான குரலில் சக்ரவர்த்தி ஷாஜஹான் சொன்னது மண்டபத்தில் உரத்துக் கேட்டது. அந்த அமைதியா, இங்கிதமா, மண்டபத்தில் விஸ்தாரம் ஏற்றிய கார்வையா எது என்று என்னால் பிரித்து உணரமுடியாத ஒன்று அந்தப் பேச்சை வசீகரமாக்கியது. எல்லாரும் அந்தக் குரலால் ஈர்க்கப்பட்டிருந்தது அங்கே நிலவிய மௌனத்திலிருந்து தெரிந்தது. வசீகரத்தையும் மீறிப் பேச்சில் கேலியிருப்பதாகத் தோன்றியது. எனக்கு மட்டுமல்ல, நூர் மஹலுக்கும்தான்.

"நல்லது, குர்ரம். சர்க்கரைப் பாகில் ஊறவைத்தது போன்ற உன் வார்த்தைகளைக் கேட்க நான் வரவில்லை. அவை எனக்குத் துவர்க்கின்றன. என் அதிகாரம் உன்னால் முடக்கப்பட்டதாக நான் நினைக்கவில்லை குர்ரம். அதைக் கேள்விக்குட்படுத்த முடியாது என்பதும் உனக்குத் தெரியும். நீராளியைத் தூண்டில் வீசிப் பிடிக்க முடியாது. நான் நூறு கைகள் கொண்டவள். எனவே இங்கே வந்து நிற்பது உன்னிடம் யாசிப்பதற்காக அல்ல. என்னை பேவா என்று அழைத்தாயே, அந்த அதிகாரத்தில் எனக்கு உரியதைப் பெறவே வந்திருக்கிறேன்."

நூர் மஹல் சீறி முடித்தபோது மண்டபத்தில் பெருமூச்சுகளும் ஹூங்காரங்களும் எழுந்து அடங்கின. மும்தாஜ் மஹலின் முகம் கோபத்தில் சிவந்திருந்தது. ஜஹனாரா இருக்கை நுனியில் நெளிந்தாள். சக்ரவர்த்தி எதுவும் தன்னைத் தீண்டிவிடவில்லை என்ற பாவனையில் ஆசனத்தில் நிமிர்ந்து அமர்ந்தார். நான் மெல்ல உப்பரிகையிலிருந்து இறங்கி சக்ரவர்த்தியின் ஆசனத்துக்கு அருகில் சென்று இருளில் மறைந்து நின்றேன்.

"குர்ரம், நானும் நீயும் மட்டுமான சந்திப்பில் உன்னிடம் பேசவே விரும்பினேன். என்னை அவமதிக்கும் எண்ணத்தில்

பெருவலி

எல்லார் நடுவிலும் நின்று பேசவைத்திருக்கிறாய். நல்லது. மலைமேல் ஒளிரும் வெளிச்சத்தை அடிவாரத்திலிருந்து மறைத்துவிட முடியாது. உன் நாளங்களில் ஓடுவது இந்துக் கலப்புள்ள உதிரமாயிற்றே, நீ இப்படித்தான் செய்வாய். இதை எதிர்பார்த்துத்தான் நானும் நிற்கிறேன்."

நூர் மஹல் இந்த வாசகங்களைச் சொல்லுவார் என்று யாரும் எதிர்பார்க்கவில்லை. எல்லா மூலைகளிலிருந்தும் அதிருப்தியின் வெப்ப அலை படர்ந்து மண்டபத்தின் நடுவில் மையம் கொண்டது. ஆஸப்கான் கோபத்துடன் எழுந்தார். சக்ரவர்த்தி கையமர்த்தி அவரை அமரச் செய்தார். அவரும் இதை எதிர்பார்த்திருக்க மாட்டார். எனினும் முகத்தில் புன்னகை கலையாமல் இருந்தார். கைகள் மட்டும் ஆசனத்தின் கைப்பிடியில் இறுகுவதைக் கவனித்தேன்.

இதே வாசகங்களை நூர் மஹல் முதன்முறையாக உச்சரித்த போதும் நான் சாட்சியாக இருந்திருக்கிறேன். சக்ரவர்த்தி ஜஹாங்கீரின் இரண்டாவது மனைவி தாக்பீவி மில்கிஸ் மகானி ஆண் மகவான குர்ரத்தைப் பெற்றெடுத்த வேளை. எல்லாரும் ஆனந்தக் கூத்தாடிக்கொண்டிருந்தோம். பிள்ளை பிறந்த செய்தியை அவரிடம் சென்று தெரிவித்தது நான்தான். "மொகலாய வம்சத்தில் காஃபிர் பிறந்திருக்கிறான் என்று சொல்," என்று என்னைக் கடிந்துகொண்டார்.

அக்பர் சக்ரவர்த்தியின் காலம் முதல் ஜஹாங்கீரின் இந்த நாள்வரை அந்தப்புரத்தில் மனைவியராக, வைப்பாட்டிகளாக, கணிகைகளாக இந்துப் பெண்கள் இல்லாத காலம் இல்லை. மேவார் இளவரசி மன்மாதி மட்டும் விதிவிலக்கில்லை. அவரை தாஜ் பீபியாக உலகம் ஏற்றுக்கொண்டாலும் நூர் மஹல் ஏற்கவில்லை என்பதன் வெளிப்பாடுதான் அந்தக் 'காஃபிர்' உச்சாடனம். இப்போது பீறிட்டிருப்பதும் அதுதான். அவமதிக்கப்படும்போது நாசூக்குகள் சொல்லாமல் விடைபெற்றுப் போய்விடும்போல.

"பாதுஷா பேவா, உங்களை இந்த இடத்தில் சந்திப்பது எனது தகுதிக்கும் இழுக்குத்தான். குஷால் கானாவில் சந்திப்பதுதான் எனக்கும் நோக்கம். நீங்கள் வருவதாகச் சொன்ன நேரத்திலிருந்து ஒரு நிமிஷம் தாமதித்ததே இடம் மாறக் காரணம். குஷால்கானாவில் எனது வசீரும் பிரதான அமைச்சரும் இங்கிலாந்து அரசரின் பிரதிநிதிகளுடன் இப்போது பேசிக்கொண்டிருக்கிறார்கள். அது எனக்கு முக்கியம். இந்த சாம்ராஜ்ஜியத்தின் எதிர்காலத்துக்கு முக்கியம். நீங்கள் பழைய காலத்தைப் பற்றிப் பேசுவதாக இருந்தால் எனக்கு அதில் நாட்டமில்லை. நான் என்ன செய்ய

வேண்டும் என்று எதிர்பார்க்கிறீர்கள் என்று கருணைகூர்ந்து சொன்னால் நல்லது."

கோபத்தை அடக்கிக்கொண்டு சொன்னார் ஷாஜஹான்.

"குர்ரம், நான் உன்னிடம் எதிர்பார்த்து வரவில்லை. சொன்னேனே, எனக்கு உரியதைப் பெற்றுச்செல்லத்தான் வந்திருக்கிறேன். இரண்டு விஷயங்கள்தான். ஒன்று நமது வம்சப் பொக்கிஷமான கோஹினூர் வைரம் என்னிடம் ஒப்படைக்கப்பட வேண்டும். நீ ஒப்புக்கொள்ள மறுத்தாலும் நான் சக்ரவர்த்தினி. எனக்கான தனி மாளிகை வேண்டும்."

சக்ரவர்த்தி ஷாஜஹான் இருக்கையை விட்டு எழுந்தார். சபை அமைதியானது. எல்லாக் காதுகளும் அவரை நோக்கித் திரும்பின.

"பாதுஷா பேவா, உங்களுக்கான மாளிகை விரைவில் எழுப்பப்படும். இங்கே எனது இருப்பிடத்துக்கு அருகிலேயே. அதை நிர்வாகம் செய்ய ஆட்களும் நியமிக்கப்படுவார்கள். அந்த மாளிகையில் நீங்கள் நிம்மதியாக வசிக்கலாம். ஆனால், மொகலாய சாம்ராஜ்ஜியத்தின் அரிய பொக்கிஷத்தை நீங்கள் பெற முடியாது. அது சக்ரவர்த்தியின் உடைமை. அவர் கை வழியாகக் காலத்தைக் கடந்து பெருமையை நிலைநாட்டும் அபூர்வ செல்வம். அதை மறுப்பதற்கு எனக்கே உரிமை. அல்லாஹ் அந்த உரிமையை எனக்கு அளித்திருக்கிறான்."

சொல்லிவிட்டு எந்த எதிர்வினைக்கும் காத்திராமல் வேகமாக நடந்தார். மண்டபத்திலும் உப்பரிகைகளிலும் இருந்தவர்களும் எழுந்தார்கள். அடக்கமான குரலில் பேசிக் கொண்டே கலைந்தார்கள். இரையை நழுவவிட்ட பெண்புலியின் ஆத்திரத்துடன் நூர் மஹல் நின்றுகொண்டிருந்தார். மக்ரிப் தொழுகை* வேளைவரை அசையாமல் நின்றிருந்ததாகவும் அதன் பின்னர் அவர் எங்கே போனாரென்று தெரியவில்லை என்றும் ஹிஜ்ரா கூட்டத்திலிருந்து ஒருத்தி சொன்னாள்.

---

* சூரியன் மறைந்த பின் தொழுவது

பெருவலி

சக்ரவர்த்தி ஷாஜஹானின் முடிசூட்டு விழா முடிந்து ஒரு மாதத்துக்குப் பிறகே இளவரசர்கள் தாராவும் அவுரங்கசீபும் லாகூரிலிருந்து ஆக்ராவுக்கு வந்து சேர்ந்தார்கள். அவர்களை வரவேற்க அரண்மனை ஆயத்தமாகியிருந்தது. பல நாட்கள் முன்பே திவான் இ காஸ் மண்டபம் பழுதுபார்க்கப்பட்டது. புதிய இணைப்புகள் சேர்க்கப்பட்டன. உள்ளே நுழையும் பிரதான வாயிலைத் தவிர மூன்று பக்கச் சுற்றுச் சுவர்களிலும் உப்பரிகைகள் அமைக்கப்பட்டன. வாயிலுக்கு நேராக அமைந்த உப்பரிகை எல்லா வற்றையும் விட உயரமாக அமைக்கப்பட்டது. சக்ரவர்த்தியும் சக்ரவர்த்தினியும் அமரும் இடம். இருபுறச் சுவரையொட்டிய உப்பரிகைகளில் ஒன்று இளவரசிகளும் இளவரசர்களும் அமர. மற்றது ஜனானா பெண்களுக்காக.

புதல்வர்களை வரவேற்பதற்காகப் புதிய மாடத்தில் சக்ரவர்த்தி தம்பதிகள் காத்திருந்தார்கள். சகோதர சகோதரிகளும் வாயிலில் எட்டிப் பார்த்துப் பொறுமை இழந்துகொண்டிருந்தார்கள். சுப வேளையில்தான் அவர்களை உள்ளே அழைத்து வர வேண்டும் என்று அபுல் ஃபைஸி உறுதியாக இருந்தார். அவ்வாறு அவரை வற்புறுத்தியது ஆமிதான் என்று ஜஹனாரா நம்பினாள். மும்தாஜின் ஜோதிட நம்பிக்கை மார்க்கத்துக்கு எதிரானது என்று நினைத்தாள். காலங்களைக் கையில் வைத்திருக்கும் இறைவனுக்கு எது நமக்கு நல்ல நேரம் என்று தெரியாதா? அவன் நிர்ணயிக்கும்பொழுதில்தான் மனிதனின் செயல்கள் நடக்கின்றன. நிகரற்ற அவன் மீதான நம்பிக்கை எல்லாப் பொழுதுகளையும் நற்பொழுதாக்கி விடாதா?

பிரதான வாயிலில் மூன்று நிழலுருவங்கள் தோன்றின. ஆஸப்கானுடன் தாராவும் அவுரங்கசீபும்.

இருவரின் கழுத்திலும் சாமந்திப் பூமாலைகள் அணிவித்திருப்பதை இருந்த இடத்திலிருந்தே ஜஹனாராவால் பார்க்க முடிந்தது. வாயிலைக் கடந்து சிறிதுதூரம் நடந்த தாரா பெற்றோரை நோக்கிக் கைகளை விரித்துக்கொண்டு ஓடினான். வெட்டப்பட்ட சிறகுகள் மீண்டும் முளைத்த பறவையின் உற்சாகம் ஓட்டத்தில் தெரிந்தது. அவுரங்கசீப் கைகளைப் பின்புறமாகக் கட்டியபடி மிக மெதுவாக நடந்தான். கண்ணுக்குப் புலனாகாத பெரும் பாரத்தைச் சுமந்து நடப்பது போலிருந்தது அவன் நடை.

ஷாஜஹானும் மும்தாஜ் மஹலும் தமது அணைப்புக்குள் அடங்கிய தாராவை வருடி உச்சிமுகர்ந்து விழிகள் பனிக்க நின்றார்கள். சக்ரவர்த்தி அவனைத் தனது வலது விலாப்புறமாகச் சேர்த்து நிறுத்திக்கொண்டார். மும்தாஜ் மஹலின் கரங்கள் அவுரங்கசீபுக்காக விரிந்திருந்தன. நீட்டிய கைகள் வலிக்கத் தொடங்கிய மறுநொடிதான் அவுரங்கசீப் அவளை அடைந்தான். மிகுந்த முதிர்ச்சியுடன் இருவரையும் தலைதாழ்த்தி ‘சலாம்’ என்றான். மும்தாஜ் மஹல் ஏமாற்றத்துடன் கைகளைப் பின்னிழுத்துக்கொண்டாள். குனிந்தபோது அவன் பின் மண்டையில் அணிந்திருந்த குல்லா இருவரின் கவனத்தையும் ஈர்த்தது. பருத்தி நூலில் கையால் பின்னிய சாதா குல்லா. தாராவை உச்சிமுகர்ந்தபோது கவனிக்க மறந்தது நினைவுக்கு வந்தவர்கள்போல இருவரும் அவனைத் திரும்பிப் பார்த்தார்கள். விளிம்புகளில் தங்கச்சரிகை இழைத்து முனையில் மரகதக் கல் பதித்த காஷ்மீரக் கம்பளிக்குல்லா அவன் தலையில் வீற்றிருந்தது. ஆடம்பரத்தை நெய்தெடுத்த அவனுடைய உடையும் எளிமைக்கு உவமை போலிருந்த அவுரங்கசீபின் உடுப்பும் இருவரிடமும் ஒரே சமயத்தில் பெருமூச்சை எழுப்பின. இருவரும் ஒருவரையொருவர் கேள்வியுடன் பார்த்துக்கொண்டார்கள். தூரத்திலிருந்தாலும் ஜஹனாராவால் அதைக் கவனிக்க முடிந்தது.

சகோதரர்களைச் சந்தித்தபோதும் அவுரங்கசீப் விலகியே இருந்தான். இத்தனை வருடப் பிரிவுக்குப் பின்பு பார்த்த தருணத்திலும் அவனுக்கு அவர்களிடம் சொல்ல எதுவுமில்லை போல இருந்தது. எல்லாருக்கும் ‘சலாம்’ சொல்லிவிட்டு நகர்ந்து விட்டான். தாராவுக்கோ பலநாள் கதையை ஒரே மூச்சில் சொல்லிவிடும் வேகம். பேசிக்கொண்டேயிருந்தான்.

அன்று மாலை அரச குடும்பமும் அந்தப்புரமும் ஃபதேபூர் சிக்ரிக்கு நகர்ந்தது. பஞ்சமஹால் சிறுவர்களின் கொட்டத்தால் அதிர்ந்துகொண்டிருந்தது. எல்லாரும் துள்ளிக் குதித்துக் கொண்டிருந்தார்கள். அஸர்* தொழுகைக்கான பாங்கு ஒலித்த

* மாலைத் தொழுகை

போது சில நிமிஷங்கள் ஆரவாரம் அடங்கியது. மீண்டும் ஆர்ப்பரிப்பு. அத்தனைச் சந்தடிக்கு நடுவிலும் அவுரங்கசீப் மண்டியிட்டுத் தொழுதுகொண்டிருந்தான். தொழுகை முடிந்ததும் கையிலிருந்த ஏட்டில் எழுத ஆரம்பித்தான்.

"தாரா, அவன் என்ன எழுதுகிறான்?" என்று கேட்டாள் ஜஹனாரா.

"அவன் என்ன உன்னைப் போல நாட்குறிப்பும் கவிதையுமா எழுதுவான்? கிதாப்பின் சூராக்களைத்தான் எழுதிப் பார்ப்பான்," என்றான் தாரா.

"எவ்வளவு மகத்தான காரியம்" என்றாள் ஜஹனாரா.

"ஆமாம். அதுதான் உலகத்திலேயே மகத்தான செயல் என்று அவன் நினைப்பு. உண்பதையும் உறங்குவதையும் விளையாடுவதையும் வியர்த்தமானது என்றும் மதத்துக்குச் சேவை செய்வது மட்டுமே மேலானது என்றும் நம்புகிறான். அவன் நம்புவது நல்லது. ஆனால் எல்லாரும் அவனைப்போலவே நம்ப வேண்டும் என்று வற்புறுத்துவதைத்தான் ஏற்றுக்கொள்ள முடிவதில்லை," என்றான் தாரா.

"நீ மிகைப்படுத்திச் சொல்கிறாயா தாரா, அவன் யாரையும் வற்புறுத்தக் கூடியவனாகவோ பிடிவாதக்காரனாகவோ இருந்ததில்லையே?" தனது உலகத்தில் ஆழ்ந்திருக்கும் அவுரங்கசீபைப் பார்த்தபடியே கேட்டாள் ஜஹனாரா.

அதுவரை எழுதிய பிரதிகளை ஒரு தோல்சஞ்சியில் போட்டு மூடி இரு கைகளாலும் முகத்தைத் துடைத்துக்கொண்டு எழுந்து நின்ற அவுரங்கசீப்பை வாஞ்சையுடன் பார்த்தாள். வெளுத்த சரீரம். அகன்ற மூக்கு. அதன் கீழும் முகவாயிலுமாக கன்னங்களிலுமாகத் துளிர்க்கத் தொடங்கியிருக்கும் ரோமக் கருமை. இனி அதிகம் வளர்வான் என்று தோன்றச் செய்யாத உயரம். எண்ணிஎண்ணி எட்டுவைத்து நடப்பது போன்ற நடை. அவன் படியிறங்கிச் சென்று மறையும்வரை அவனையே பார்த்துக்கொண்டிருந்தாள்.

"ஜானி, நீ சொல்வது எவ்வளவு உண்மையோ நான் சொல்வதும் அதே அளவுக்கு உண்மை. எங்கள் இரண்டு பேரையும் லாகூருக்குக் கொண்டுபோன முதல் நாட்களில் அவன் அழுதுகொண்டே இருந்தான். பாதித் தூக்கத்தில் விழித்து அழுதுகொண்டே படுக்கையறை இருட்டில் உட்கார்ந்திருப்பான். ஒருநாள் இரண்டு நாளில்லை. பத்துப் பன்னிரெண்டு நாட்கள் அழுகைதான். அழுகை மட்டுமில்லை. பல நாட்கள் பயத்தில்

படுக்கையிலேயே சிறுநீர் கழித்தான். பாட்டி நூர் மஹல் அதற்காக அவனைக் கடுமையாக ஏசினாள். தண்டித்தாள். அத்தனையையும் மீறிப் படுக்கையை ஈரமாக்கிவிட்டான் என்று தெரிந்து நள்ளிரவில் அவனை அறைக்கு வெளியே விரட்டினாள். விடியும்வரைக்கும் இருட்டிலும் குளிரிலும் உட்கார்ந்திருந்தான். ஆனால் அதற்கான சோர்வேயில்லாமல் காலையில் அவன் முகம் தெளிவாக இருந்தது. அன்றிலிருந்து அவன் அஞ்சவில்லை. அச்சமூட்டும் எதையும் துணிவாக நேருக்கு நேர் பார்க்கப் பழகிவிட்டான்."

தாரா பேசுவதைக் கவனித்த ஜஹனாராவுக்கு அவுரங்கசீப் மட்டுமல்ல, இவனும் மாறியிருப்பது புலப்பட்டது. சொற்களைப் பொறுக்கி எடுத்துப் பேசிக்கொண்டிருந்த சிறுவன் தங்கு தடையில்லாமல் பேசக் கற்றுக்கொண்டிருக்கிறான். பேச்சில் தர்க்கமும் இனிமையும் கைவரப் பெற்றிருக்கிறான். உருவத்திலும் மாறியிருக்கிறான். உயரம், திடமான புஜங்கள். பெண்களுடையவை போன்ற அகன்ற விழிகள். ஆமிக்கும் தனக்கும் வாய்த்திருக்கும் அதே நீண்ட நாசி. திண்மையான ரோமங்களுக்கு நடுவில் தெரியும் மெல்லிய சிவந்த உதடுகள். அவன் நடையில் பாய்வதற்குப் பதுங்கும் வன விலங்கின் தீர்மானமிருந்தது.

'இரண்டு சைத்தான்களும் ஆண் பிள்ளைகளாகி விட்டார்கள்,' என்று தனக்குள் சொல்லிக்கொண்டாள் ஜஹனாரா. ஒருவன் பருவத்தின் உச்சத்திலும் மற்றவன் பருவம் தாண்டும் முன்பே முதிர்ந்துமிருக்கிறார்கள். இனி இவர்களிடம் முன்போல சகஜமாகப் பழக முடியாது என்று அவளுக்குப் பட்டது. தாராவிடம் எச்சரிக்கையாகவும் அவுரங்கசீபிடம் வாஞ்சையுடனும் இருக்கவேண்டும் என்று அகாரணமாகத் தோன்றியது. ஆனால் தாராவிடம் அபரிமிதமான அன்புடனும் அவுரங்கசீபிடம் அதீதமான எச்சரிக்கையுடனும் இருக்கத்தான் தனக்கு விதிக்கப்பட்டிருந்ததை அவள் அப்போது அறிந்திருக்க வில்லை.

"பாய் ஷுக்கோ, உண்மை என்று சொன்னாலும் நீ சொல்வது ஏதோ ஜின் கதையாக இருக்கிறதே?" என்றாள் ஜஹனாரா.

"எனக்கும் அவன் சொன்னபோது அப்படித்தான் தோன்றியது. ஆனால் அதற்குப் பிந்தைய அவனது செயல்கள் அதை உண்மை என்று ஒப்புக்கொள்ளவைத்தன. நள்ளிரவில் தனித்து விடப்பட்டதும் பயந்து உட்கார்ந்திருந்தானாம். அழுது கொண்டிருந்தானாம். பிரகாசங்களையெல்லாம் வெல்லக் கூடிய

மாபெரும் ஒளி வானிலிருந்து இறங்கி வந்ததாம். 'மறுமையை விட உலக வாழ்க்கையில் நிறைவடைந்துவிட்டீர்களா? அவ்வாறாயின் அறிந்துகொள்ளுங்கள். உலக வாழ்க்கையின் இன்பங்கள் அனைத்தும் மறுமைக்கு முன் மிக அற்பமானவை. நீங்கள் இறைவழியில் புறப்படவில்லையானால் அல்லாஹ் உங்களுக்குத் துன்புறுத்தும் தண்டனை அளிப்பான்' என்ற சூராவை யாரோ அவனிடம் ஓதுவதைக் கேட்டானாம். அந்த ஒளி மறைந்தபோது அவனது பயமும் மறைந்துவிட்டதாம். அதன் பிறகு அவன் அழவே இல்லை."

தாராவின் விவரணையை மனத்துக்குள் காட்சியாகக் கண்டுகொண்டிருந்தாள் ஜஹனாரா.

அவுரங்கசீபிடம் பேச விரும்பினாள். ஆனால் ஃபதேபூர் சிக்ரியில் இருந்த நாட்கள் எதிலும் விருப்பம் நிறைவேறவில்லை. அவள் நெருங்கிச் சென்ற எல்லா வேளைகளிலும் அவன் விலகிப் போனான். அல்லது குல்லா முடைவதிலோ கிதாப்பைப் பிரதி எடுப்பதிலோ முனைந்திருந்தான். அவனிடம் பேசத் தயக்கத்தை ஏற்படுத்துபவனாக இருந்தான்.

எல்லாரும் ஆக்ரா கோட்டைக்குத் திரும்பிய அன்று மாலை அவுரங்கசீபைப் பார்க்கப் போனாள் ஜஹனாரா. துணைக்குப் பானிபட்டும் இருந்தான். மாளிகை வாசலில் காவல் காத்து நின்றிருந்தாள் ரோஷனாரா. உள்ளே நுழைய முற்பட்டதும் கைகளால் மறித்தாள். கோபத்துடன் பார்த்த ஜஹனாராவைப் பாராமல் பானிபட்டைப் பார்த்துச் சொன்னாள்.

"யாரையும் உள்ளே அனுமதிக்க வேண்டாம் என்று சொல்லியிருப்பதாக உன் பேகம் சாஹிபாவிடம் சொல்லு."

அவள் நாக்கின் கூர்மை ஜஹனாராவைத் துளைத்தது. அவள் கேலியாகச் சிரித்துக்கொண்டே சொன்னது ஆத்திரமூட்டியது. நீட்டியிருந்த அவள் கைகளை வேகமாகத் தட்டிவிட்டாள்.

"நீ யாரிடம் பேசுகிறாய் என்று யோசித்துத்தான் பேசுகிறாயா ரோஷனாரா? நான் பேகம் சாஹிபா என்பதில் உனக்கென்ன சந்தேகம்? நான் உன்னைப் பார்க்க வரவில்லை. என் சகோதரனைப் பார்க்க வந்திருக்கிறேன். வழியிலிருந்து விலகி நில். அவனைப் பார்க்க எனக்கு யாருடைய அனுமதியும் தேவையில்லை," என்று முன்னோக்கி நகர்ந்தாள். தட்டி விடப் பட்ட கைகளை மறுபடியும் நீட்டி அவளைப் பின்னுக்குத் தள்ளினாள் ரோஷனாரா. தடுமாறிய ஜஹனாராவை விழாமல் பானிபட் தாங்கினான்.

"ஏய், பெட்டைச் சைத்தானே, உன் பேகம் சாஹிபாவுக்கு யாருடைய அனுமதியும் தேவையில்லாமல் இருக்கலாம். ஆனால் யாரைப் பார்க்க வந்திருக்கிறாளோ அவனுடைய அனுமதி அவசியம் என்று சொல். சக்ரவர்த்தியும் சக்ரவர்த்தினியும் வந்தால் கூட விடவேண்டாம் என்பது அவுரங்கசீபின் உத்தரவு. உன் பேகம் சாஹிபாவுக்கும் அது பொருந்தும் என்று சொல். அவளை அழைத்துச் செல்" என்றாள். கண்களில் விஷச் சிரிப்பு மின்ன வாயிலைக் கடந்து உள்ளே போனாள்.

'வெளியில் யார்?' என்று அவுரங்கசீப் கேட்பதும் 'யாருமில்லை, வழி தவறி வந்த இரண்டு அடிமைகள். இரண்டையும் விரட்டிவிட்டேன்' என்று ரோஷனாரா பதில் சொல்லுவதும் தெளிவாகக் கேட்டது.

சில நிமிஷங்கள் திகைத்து உறைந்து நின்றாள் ஜஹனாரா. அழுகிறாளா என்று கடைக்கண்ணால் பார்த்தான் பானிபட். இல்லை. அவள் அழப் பிறந்தவள் அல்ல. முகம் ரோஜாக்கல் போலக் கன்றியிருந்தது. உதடுகள் 'வெள்ளைப் பாம்பு' என்று முனகியதைக் கேட்டான். அவுரங்கசீபைப் பற்றி இதே வார்த்தைகளை முணுமுணுப்பாகவும் வசையாகவும் மிக அதிகம் பயன்படுத்தப் போகிறாள் என்று நினைத்தான் பானிபட்.

"பானிபட், வா போகலாம்" என்று வேகமாக நடந்தாள். அவமதிப்பின் நிழல் தன்னைக் கவ்வுவதற்குள் பாதுகாப்பான இடத்தில் அடைக்கலம் தேடுவதுபோல இருந்தது அவள் நடை. அவளைப் பின்தொடர பானிபட் ஓட வேண்டியிருந்தது.

தனக்குப் பரிமாறப்பட்ட கசப்பை ஜஹனாரா யாரிடமும் சொல்லாமல் விழுங்கிக்கொண்டாள். ஏன் வாட்டமாக இருக்கிறாய் என்று கேட்ட ஆபாவிடமும் ஆமியிடமும் சொல்லாமல் மறைத்தாள். அவளுக்கு அவுரங்கசீபைச் சுட்டிக் காட்ட மனம் ஒப்பவில்லை. ஆனால் சாத்தியுன்னிஸாவுக்கு அவன்மேல் இரக்கம் ஏற்படவில்லை.

எல்லாப் பிள்ளைகளுக்கும் பாடம் கற்பிக்கும் பொறுப்பு சாத்தியுன்னிஸாவுடையது. பாடவேளையில் கவனக் குறைவாகவோ பாடங்களைக் கவனியாமல் வேறு ஏதாவது செய்துகொண்டிருந்தாலோ அவளால் பொறுக்க முடியாது. ஆனால் துன் மாணாக்கர்களைக் கண்டிக்கவோ தண்டிக்கவோ முடியாது. பேரரசியின் அந்தரங்கத் தோழியும் பணியாளாகவுமே இருந்தாலும் இளவரசர்களையும் இளவரசிகளையும் தண்டிக்க முடியுமா?

பெருவலி

அப்படித்தான், அவள் கற்பித்துக்கொண்டிருக்கும்போது அதைப் பொருட்படுத்தாமல் குல்லா பின்னுவதில் முனைந்திருந்த அவுரங்கசீபைக் கடிந்தாள். அவனோ அவளை நிமிர்ந்து பார்த்து அவள் கற்பிக்கும் பாடங்கள் எல்லாம் பொல்லாதவை, தூய்மையற்றவை, மார்க்கத்துக்கு விரோதமானவை என்றான்.

"ஒரு இஸ்லாமியனுக்கு எதற்கு இந்துப் புராணங்களைப் பற்றிய பாடம்? இந்துக் கடவுள்களைப் பற்றி நான் ஏன் தெரிந்து கொள்ள வேண்டும்?" என்று எதிர்க் கேள்வி எழுப்பினான்.

"இந்தக் கேள்வி உங்களுக்கே பொருத்தமற்றதாகப் படவில்லையா, இளவரசே? உங்கள் பாட்டியும் அவருக்கு முன்னால் பலரும் இந்துக்கள்தான். நீங்கள் இப்படி கேட்பது உங்கள் பாட்டனாரையும் முன்னோடிகளையும் பரிகாசம் செய்வது அல்லவா?" சாத்தி அமைதியாகக் கேட்டாள்.

"எனக்கு அது பற்றிக் கவலையில்லை."

"மகா சக்ரவர்த்தி அக்பர் நாம் எல்லா மதத்தைப் பற்றியும் தெரிந்துகொள்ள வேண்டும், எல்லா இலக்கியங்களையும் புனித நூல்களையும் கலைகளையும் கற்க வேண்டும், எல்லா மனிதர்களைப் பற்றியும் புரிந்துகொள்ள வேண்டும் என்று சொல்லியிருக்கிறார். நீயும் அதைப் படித்திருக்கிறாயே, சகோதரா," என்றான் தாரா.

அவுரங்கசீப் அவனை உதாசீனமாகப் பார்த்தான். "எனக்கு அதில் சம்மதமில்லை."

அந்தச் சொற்கள் எல்லாரையும் அதிரச் செய்தன. படிப்பறைக்குள் மௌனம் இரைந்தது. கையிலிருந்த புத்தகத்தைக் கீழே எறிந்தான். தனது தோல் சஞ்சியை எடுத்துக்கொண்டு வெளியேற முயன்றவனை ஜஹனாரா கையைப் பற்றி நிறுத்தினாள். கண்டிப்பான குரலில் அவுரங்கசீப் சொன்னான்:

"ஜானி, கையை விடு. நீயும் அசுத்தமானவள்தான். காஃபிர்தான். எதற்காக இந்துப் பெண்களைப்போல மூக்கைத் துளைத்து வளையத்தைத் தொங்கவிட்டிருக்கிறாய்? அவர்களை போல உடை உடுத்துகிறாய்? அவர்களின் பொய்க் கதைகளை நம்பி அதை உன் நாட்குறிப்பில் வேறு புகழ்கிறாய்? விடு என்னை, உன் அழுக்குக் கரங்கள் என்னையும் அழுக்காக்குகின்றன."

ஜஹனாரா அவன் கைகளை உதறினாள். தனது கைகளை அருவருப்பு நீங்கப் பிசைந்தாள். அவன் வெளியேறுவதைப் பார்த்தாள். அவள் உதடுகள் 'வெள்ளைப் பாம்பு' என்று

சுகுமாரன்

சுளித்தன. ரோஷனாராவும் இறங்கிப்போவதைக் கண்டதும் 'பாம்புக்குப் பின்னால் ஓடும் மண் புழு' என்று கரித்தன.

மும்தாஜ் மஹலின் முன்னால் அழைத்து நிறுத்தப்பட்டபோதும் அவுரங்கசீப் அசையவில்லை. படிப்பறையில் சொன்ன வாசகங்களை மேலும் அழுத்தமாகச் சொன்னான். அவளால் தாங்க முடியவில்லை.

"போதும், முதலில் நீ என் முன்னாலிருந்து போ. உன்னைப் பெற்றதற்குப் பதில் ஒரு விரியன்பாம்பைப் பெற்றிருக்கலாம். அதற்கு உன்னை விடக் கருணை இருந்திருக்கும். யா, அல்லாஹ், வயிற்றில் சுமந்த பன்னிரண்டில் ஐந்தைக் கபர்க் குழிக்குக் கொடுத்தேனே, இவனை எப்படிப் பாலூட்டி வளர்த்தேன்?" என்று புலம்பினாள்.

ஆமியின் கண்ணீர் ஜஹனாராவைச் சுட்டது. தாராவைச் சுட்டது. ஷுஜாவைச் சுட்டது. முராத்தைச் சுட்டது. அவுரங்கசீபுக்கும் ரோஷனாராவுக்கும் அது வெற்றுத் துளியாகத் தெரிந்தது.

இரவு உணவுக்கு அரச தம்பதியினரும் எல்லாப் பிள்ளைகளும் இருந்தார்கள். குதூகலச் சிரிப்பும் ஆரவாரமுமாகத்தான் உணவருந்தும் வேலையும் நடந்தது. அந்தச் சிரிப்புக்கும் களிப்புக்கும் பின்னால் மும்தாஜ் மஹல், ஜஹனாரா இருவர் மனத்திலும் பாடவேளைச் சம்பவத்தின் மிச்சமும் இருந்தது. மும்தாஜ் மஹல் சம்பவத்தை ஷாஜஹானிடம் சொல்லவில்லை என்பது எல்லாருக்கும் முன்பே உணவருந்தி முடித்த அவுரங்கசீப் சலாம் சொல்லி எழுந்து போக அவர் அனுமதித்ததிலேயே விளங்கியது. ரோஷனாராவும் அவனுடன் போனாள். சற்றுத் தாமதித்து ஷுஜாவும் முராதும் விடைபெற்றார்கள். தாரா, தான் வாசித்துக்கொண்டிருந்த இந்துப் புராணம் பற்றிய சந்தேகத்தைக் கேட்டான். "ஆபா, மறு பிறப்பு உண்டா?"

"இத்தனை சிக்கலான கேள்விக்கு என்னிடம் பதிலில்லை தாரா. இந்துக்களில் சிலரேகூட அதை நம்புவதில்லை. நமது மதம் அது கற்பனை என்கிறது. ஆனால் அதே சமயம் கியாமத் நாளில் தீர்ப்புச் சொல்லப்படும் என்கிறது. இரண்டும் ஒன்றுதான். இரண்டும் இப்போதைய பிறவியை நன்மைகளுடன் வாழும்படிச் சொல்வதாக நான் நம்புகிறேன்," என்றார் ஷாஜஹான்.

மும்தாஜ் மஹல் சிரித்தாள். புருவங்களை உயர்த்தி, "ஏன் சிரிக்கிறாய், தேவீ?" என்று கேட்டார் ஷாஜஹான். அவருடைய அழைப்பு ஜஹனாராவின் சிரம் முதல் கால்நகம்வரை மின்னலாக

ஊடுருவியது. முன்பு கனவில் கேட்ட குரல் காதருகே ஒலித்தது. 'தேவி' என்று ஆதுரமாக அழைத்தது. அவள் தேகம் முழுவதும் பரவசத்தில் சிலிர்த்தது. அந்த உணர்வு பகிரங்கமாகாமல் அடக்கிக்கொண்டாள்.

"இல்லை, தாரா ஆன்மீகமாகக் கேட்ட கேள்விக்கு ராஜதந்திரமாகப் பதில் சொன்னீர்களே, அதை எண்ணித்தான் சிரித்தேன்," என்றாள் மும்தாஜ் மஹல்.

"ஆன்மீகமான அரசியலுக்குத்தானே மகா அக்பர் கனவு கண்டார். அவரது தொடர்ச்சிதானே நானும். என் ஆட்சியில் அந்தக் கனவை நிலைநிறுத்தப் பாடுபடுவேன். எனக்குப் பின் என் வாரிசு தாரா ஷிக்கோ அதைத் தொடர்வான். அந்த நம்பிக்கையை அவனுடைய இந்தக் கேள்வியும் அதன் பின்னணியும் எனக்கு அளிக்கின்றன. நான் சொல்வது சரிதானே, தாரா?"

சக்ரவர்த்தியின் கேள்விக்குப் புன்னகையுடன் தலையசைத்தான் தாரா. பூரிப்புடன் அதைப் பார்த்தாள் மும்தாஜ் மஹல். ஜஹனாரா சகோதரனின் கைகளை வாத்சல்யத்துடன் பற்றினாள். அவை மெலிதாக நடுங்குவதை உணர்ந்தாள். கைகளை இன்னும் இறுகப் பிடித்தாள். பெற்றோரிடம் விடை பெற்று அவரவர் மாளிகைகளுக்குச் செல்லும் வழியில் சினார் மரத்தின் அடியில் இரண்டு நிழலுருவங்கள் நிற்பதை ஜஹனாரா கவனித்தாள். ஒன்று நூர் மஹல். மற்றது அவுரங்கசீப்.

அன்று இரவு அவளால் அமைதியாக உறங்க முடியவில்லை.

நவ்ரோஜ். பாரசீகப் புத்தாண்டின் முதல் நாள். பெரும்பாலும் சக்ரவர்த்தி ஷாஜஹானின் சூரிய நாட்காட்டிப்படியான பிறந்தநாளையொட்டியே வரும். ஆண்டுக்கு இருமுறை பிறந்தநாள் கொண்டாடப்படும். நவ்ரோஜை ஒட்டி வரும் நாளும் சந்திர நாட்காட்டிப்படி அமைந்த ஜென்ம தினமும். இளவரசராக இருந்த காலத்தில் தொடங்கிய பழக்கத்துக்குச் சக்ரவர்த்தியான பிறகு புதிய சடங்கு சேர்க்கப்பட்டது. அது மும்தாஜ் மஹலின் ஆசை. பேரரசரின் எடைக்கு எடை திரவியங்கள் தானமாகவும் பரிசுகளாகவும் அளிக்கப்படும். களஞ்சியத்திலிருந்தும் கஜானாவிலிருந்தும் பொருட்கள் வாரி வழங்கப்படும்.

சக்ரவர்த்தி முடிசூட்டிக் கொண்ட முதலாம் ஆண்டுப் பிறந்தநாள் அன்று வழங்கப்பட்ட திரவியங்களின் கணக்கை எழுதி முடித்த அப்துல் ஹமீத் லாஹ்ரி பெருமூச்சுடன் சொன்னார்: "இந்துஸ்தானத்திலும் விந்திய மலைக்கு அப்பாலுமுள்ள எல்லா நாடுகளுக்கும் போய் வந்திருக்கிறேன். எங்கும் இத்தனை செல்வத்தைத் தானம் கொடுப்பதைப் பார்த்ததில்லை."

"அங்கேயெல்லாம் இவ்வளவு செல்வமும் இல்லையே? எல்லாவற்றையும் சூறையாடிக் கொண்டு வந்து இங்கேதானே குவித்திருக்கிறோம். இங்கே தானம் செய்கிற தானியங்கள் ஒவ்வொன்றும் எவருடையவோ வியர்வை மணிகள். இங்கே பரிசாகக் கொடுக்கும் ஒவ்வொரு ஆபரணமும் எவருடைய குருதியிலோ குளித்தது. அவர்களின் கண்ணீரைக் கருணையின் பட்டுத் துவாலையால் துடைக்கிற செயல்தான் இது," என்றேன்.

சொன்ன பிறகுதான் என் வாய்த் துடுக்கு எனக்குப் புலப்பட்டது. தர்பார் வாக்ய நவீஸிடம் போய் எதைச் சொல்லி யிருக்கிறேன் என்று பதறிப் போனேன்.

"பதறாதே, நான் இதை எழுதி வைக்க மாட்டேன்" என்று ஆறுதல் சொன்னார் லாஹ்ரி.

அவரும் என்னைப் போலத்தான் என்று எண்ணிக் கொண்டேன். அதிகாரத்தை அண்டிப் பிழைக்கும் அதிகார விரோதி. இது மிகவும் அபாயகரமான அவஸ்தை. ஒன்று அதிகாரத்தை வழிபடுபவனாக இருக்க வேண்டும்; இல்லை எதிர்ப்பவனாக இருக்க வேண்டும். இரண்டுக்கும் இடையில் அகப்பட்டுக் கொள்வது ஆபத்து. மூன்று தலைமுறைகளாக எப்படி இந்த ஆபத்துக்கு இடையில் வாழ்ந்து வருகிறேன்? விந்தைதான். ஆனால் அதிகாரத்துக்கு இரண்டும் ஒன்றே. வழிபடுபவனையும் மறுப்பவனையும் தனக்குத் தேவைப்படும்போது தயங்காமல் பலியிட்டு விடும்.

நந்தவனத்தில் அமைத்திருந்த விசாலமான ஷாமியானாவில் பிறந்தநாள் கொண்டாட்டங்கள் நடந்துகொண்டிருந்தன. பந்தலின் மையத்தில் தொங்கவிட்டிருந்த பெரிய துலாக்கோலின் ஒரு தட்டில் சக்ரவர்த்தி அமர்ந்திருந்தார். காலியாக இருந்த மறுதட்டில் முதலில் தானியங்கள் வைக்கப்பட்டன. அவரது எடைக்குச் சமமான வெவ்வேறு தானியங்கள் ஒவ்வொன்றாக வைத்து எடுக்கப்பட்டுப் பின்னர் அளந்து யாசகர்களுக்கும் ஏழைகளுக்கும் அளிக்கப்பட்டன. துணிவகைகளும் எடைபோட்டு விநியோகிக்கப்பட்டன. வாழ்த்துகளையும் நன்றி கூறல்களையும் சுமந்து காற்று உலவிக்கொண்டிருந்தது.

நான்கு வீரர்கள் ஒரு பெரிய பேழையைச் சுமந்துவந்து வைத்தார்கள். பொக்கிஷதாரர் கையிலிருந்த சாவியால் பேழையைத் திறந்தார். பட்டுப் பைகளிலிருந்து வெள்ளியையும் ஆபரணங்களையும் எடுத்துத் தட்டில் வைத்தார். முறை சொல்லி அழைத்து விசுவாசிகளுக்கும் பிரமுகர்களுக்கும் வழங்க சக்ரவர்த்தியின் கைகளில் ஒப்படைத்தார். பகல் வெளிச்சத்தில் மின்னிய அந்த உலோகப் பளபளப்பு பெற்றுக்கொண்டவர்களின் முகப் பிரகாசத்தில் மங்கலாகவே தெரிந்தது. எல்லாருக்கும் சக்ரவர்த்தியின் எடையளவு பரிசு கிடைத்ததென்றால் தளபதி கான்ஜஹான் லோடி பெற்றது மூன்றுமடங்கு. அவர் முகத்தில் மும்மடங்குப் பிரகாசத்தை எதிர்பார்த்த எனக்கு உணர்ச்சியற்ற பாவனை ஏமாற்றத்தைக் கொடுத்தது. அவரது அதிருப்தி என்னைத் தவிர யாருக்கும் புலப்படவில்லை. ஒரு கழுதைப் புலியின் காத்திருப்பு அந்த அதிருப்தி.

தர்பார் மண்டபத்திலும் சக்ரவர்த்தியை வாழ்த்தப் பெரும் திரளான ஆட்கள் இருந்தார்கள். கிடைத்த புத்தாடைகளிலும் ஆபரணங்களிலும் திருப்தி காணாத ஹிஜ்ரா கூட்டம் சச்சரவிட்டுக்கொண்டிருந்தது. தனக்குக் கிடைத்ததைக் காட்டிலும் அடுத்தவர் கையிலிருப்பது மேலானது என்று அசூயைப் பட்டு மோதிக்கொண்டிருந்தது. அவர்களைச் சமாதானப்படுத்தி விரட்டிக்கொண்டிருந்ததற்கு நடுவே ஜஹனாரா அழைப்பதாக ஆள்வந்து தெரிவித்தான். போனேன்.

திவான் இ ஆம் மண்டபத்தின் திரை மறைவுப் பகுதியில் தனது வழக்கமான ஆசனத்தில் அமர்ந்திருந்தாள் ஜஹனாரா. அருகில் சென்று நின்றேன். அவளிடம் ஒருபோதும் பார்த்திராத துடிப்புடனும் நாணத்துடனும் இருந்தாள். ஆசனத்தில் நிமிர்ந்து உட்காரும் வழக்கமுடையவள் அதன் விளிம்பில் அமர்ந்தும் அமராமலும் உட்கார்ந்திருந்தாள். ஏதோ ஆனந்தக் கனவின் சிறகில் ஒரு ஜின்போல அமர்ந்திருந்தாள்.

“பானிபட், ஆபாவின் மேடைக்குக் கீழே இடதுவரிசையில் அமர்ந்திருப்பவர்கள் யாரென்று இங்கிருந்து பார்த்து உன்னால் சொல்ல முடியுமா?” என்றாள்.

“பேகம் சாஹிபா, என் உடலுக்குத்தான் வயதாகிவிட்டதே தவிர என் பார்வை இன்னும் இளமையானதுதான். நீங்கள் சொல்லும் வரிசையில் ஒன்பதுபேர் உட்கார்ந்திருக்கிறார்கள். அவர்கள் எல்லாரையும் எனக்குத் தெரியாது. நீங்கள் குறிப்பிட்டுச் சொன்னால் தெரியுமா என்று பார்க்கலாம்.”

ஒரு பெண்ணின் மனதை இன்னொரு பெண் அறிவதை விடவும், ஆண் அறிவதை விடவும், ஆணும் பெண்ணும் அல்லாத நான் மிக நன்றாக அறிவேன் என்பதை என் பேகம் சாஹிபாவிடம் நிரூபிக்க இதுதான் தருணம்.

என் பார்வை திரையினூடாக இடது வரிசையை ஊடுருவியது. முதலில் இருந்தவர் கிழக்கிந்தியக் கம்பெனியின் பிரதிநிதியான ஆங்கிலேயர். இரண்டாவது பாரசீக சுல்தானின் அமைச்சர். மூன்றாவது ரஜபுத்திரச் சிற்றரசர். நான்காவது துருக்கி சுல்தானின் மைந்தர், ஐந்து முதல் ஒன்பது வரையானவர்கள் எனக்குத் தெரியாதவர்கள். ஜஹனாரா நாடுவது யாரை என்று புரிந்தது.

“பேகம் சாஹிபா, நீங்கள் அறிந்துகொள்ள விரும்புவது மூன்றாவதாக அமர்ந்திருப்பவரைத்தானே?”

ஜஹனாராவின் விழிகள் வியந்தன. என்னை ஊடுருவின. அலைந்தன. நிலைத்தன. உற்சாக மிகுதியில் அகலத் திறந்த

வாயைச் சுற்றுப்புறத்தைப் பார்த்துப் பொத்திக்கொண்டாள். கையை விலக்காமலே ஆழ்ந்த குரலில் கேட்டாள்: "எப்படிக் கண்டுபிடித்தாய், பானிபட்?"

"நான் கண்டுபிடிக்க வேண்டிய அவசியம் ஏற்படவில்லை. உங்கள் கண்கள்தாம் காட்டிக் கொடுத்தன. அவை அந்த மூன்றாவது இருக்கையைச் சுற்றித்தானே மொய்த்துக் கொண்டிருக்கின்றன?"

அவளுடைய முகம் லஜ்ஜையால் சிவப்பதையும் கண்கள் மயங்குவதையும் நாசி துடிப்பதையும் உதடுகள் ஈரமணிவதையும் கைகள் நடுங்குவதையும் கால்கள் பின்னுவதையும் உடல் பின்னோக்கி நகர்ந்து ஆசனத்தில் சாய்வதையும் பார்க்க முடிந்தது. சொற்பமாக உணர முடிந்தது. அப்படி உணர்ந்ததும் ஒரு கழிவிரக்கம் என்னைக் கவ்வியது. 'யா, அல்லாஹ், ஒரு நாழிகைப் பொழுதாவது என்னை இந்தப் பரவசத்தை உணரும் பெண்ஜென்மமாகப் படைத்திருக்கலாகாதா?' என்று குமுறினேன். மறுகணம் குற்றஉணர்வு மேலிட்டது. சுயம் நிந்தித்துக் கொண்டேன். 'யாரை எப்படிப் படைக்க வேண்டும் என்று அறியாதவனா படைத்தவன்? என்னை இப்படிப் படைத்து விட அவனுக்குள்ள காரணம் நான் அறியாதது. அதன் பொருள் எனக்கு என்றாவது விளங்கும்' என்று ஆறுதல் சொல்லிக் கொண்டேன்.

"பேகம் சாஹிபா, நீங்கள் அறிய விரும்புவது பூந்தி அரசரான சத்ரசாலைப் பற்றி. ரஜபுத்திர வம்சத்தவர். வம்ச வரிசையில் உங்கள் பாட்டி தாஜ்பீவியின் உறவினராகச் சொல்லப்படுபவர். அவரது ஆட்சியை நிலைநிறுத்த நமது சக்ரவர்த்தி துணை செய்திருக்கிறார். அதனால் அவர்மீது பெரும் மதிப்பும் மொகலாய சாம்ராஜ்ஜியத்தின் மீது அபிமானமும் கடன்பாடும் கொண்டவர். சக்ரவர்த்தியின் சிறப்பு அழைப்பின் பேரில் இங்கு வந்திருக்கிறார். எனக்குத் தெரிந்தவை இவை. கூடுதல் விவரங்களை சாம்ராஜ்ஜியத்தின் பேகம் சாஹிபாவால் அறிந்து கொள்ள முடியாதா என்ன?"

எனது வாஞ்சையான பகடியைப் புரிந்துகொண்டு சிரித்த போதும் அவள் பார்வை திரும்பவில்லை. சத்ரசாலின் மீதே இருந்தது. சக்ரவர்த்தியுடன் பேசிக்கொண்டிருந்தவர் பேச்சின் இடையில் பாடுவதுபோலத் தோன்றியது. முழுப் பாடல் அல்ல; ஏதோ கவிதையின் வரிகளை ராகத்துடன் ஆலாபனை செய்கிறார். ஜஹனாரா என்னை நோக்கித் திரும்பினாள். செவியருகே குனியச் சைகை காட்டினாள். குனிந்தேன். சன்னக்குரலில்

பரவசம் ததும்பச் சொன்னாள்: "பானிபட், இவரை நான் முன்னமே அறிவேன்"

நான் விழித்தேன். நான் அறிய அவள் ஜனானாவுக்கு அப்பால் போவதில்லை. குடும்பத்தினருடன் நகர் உலாச் செல்லும்போது பார்த்திருப்பாளா? ஆனால் சத்ரசால் ஆக்ராவுக்கு வருவது இதுவே முதல்முறை. பார்த்திருக்க வழியில்லை. அரண்மனை சைத்திரீகர்கள் தீட்டிய ஓவியங்களில் பார்த்திருப்பாளா? காட்சிக் கூடத்திலிருக்கும் எல்லா ஓவியங்களும் எனக்குப் பரிச்சய மானவை. அவற்றில் இந்த முகம் இல்லை. நிச்சயம். பின் எப்படி?

"பானிபட், உனக்கு நிஜாம்சாஹியில் இருந்தபோது நான் கண்ட கனவைப் பற்றிச் சொன்னது நினைவிருக்கிறதா? அந்தக் கனவில் நான் கண்டது இவரைத்தான். இந்தத் திண்ணுடலைத்தான் நான் பார்த்தேன். இந்த முகமே மலரைத் தேடி வந்த சூரியனைப்போல என்னை நோக்கித் திரும்பியது. இந்த வாய்தான் பாடலுடன் என் செவியை நெருங்கியது. இந்த உதடுகள்தாம் என் நெற்றியில் பதிந்தவை. இவர்தான் என்னை தேவீ என்று அழைத்தவர்."

அவள் குரலில் ஜுரவேகம் இருந்தது. மூச்சிலும் அனல் இருந்தது. அவளிடம் தென்பட்ட பதற்றம் பயத்தைக் கொடுத்தது. பரவசம் வியப்பில் ஆழ்த்தியது. தொடர்ந்து ஏதோ சொல்ல முற்பட்டதை தர்பாரிலிருந்து எழுந்த கரவொலிகள் தடுத்தன. கிழக்கிந்தியக் கம்பெனியின் பிரதிநிதி, சக்ரவர்த்தியிடம் பரிசை அளித்து வாழ்த்திக்கொண்டிருந்தார். வாழ்த்து என்பதை விடக் கோரிக்கைகளின் ஜாபிதா என்பதுதான் சரி. எனக்கே அலுப்பூட்டியது. எனில் பரவசத்தில் தத்தளித்துக்கொண்டிருந்த ஜஹனாராவுக்கு?

ஆங்கிலேயரின் பேச்சை உற்றுக்கேட்டுக்கொண்டிருந்தாள். அந்தச் செய்கையில் வழக்கமான தர்பார் நடவடிக்கைகளை அறியும் ஆர்வத்தைத் தாண்டிய ஆசை தெரிந்தது. எதையோ யாருக்கோ நிரூபிக்கும் ஆசை. நான் பேச முற்பட்டபோது என்னை சைகை காட்டி அடக்கினாள். துபாஷி அவருடைய பேச்சை மொழிபெயர்த்துச் சொல்லிக்கொண்டிருந்தார். மொகலாய சாம்ராஜ்ஜியப் பிரதேசங்களில் ஆங்கிலேயர் சுதந்திரமாகச் சஞ்சரிக்கவும் வியாபாரம் செய்யவும் அனுமதிக்க வேண்டும். அது இரு தரப்பினருக்கும் ஆதாயமளிக்கும் என்பது அவர் பேச்சின் சாரம்.

ஜஹனாரா என் கையை நிமிண்டி 'என்ன ஆதாயம் என்று கேட்கச் சொல்?' என்று விரட்டினாள். நான் விரைந்து

சென்று தளபதி கான்ஜஹான் லோடியிடம் பேகம் சாஹிபா சொன்னதைத் தெரிவித்தேன். அவர் சக்ரவர்த்தியின் காதில் சொன்னார். கேட்டதும் சக்ரவர்த்தி புன்னகையுடன் திரையை ஊடுருவிப் பார்த்தார். தளபதியிடம் சொன்ன வார்த்தைகள் மொழிபெயர்க்கப்பட்டு தர்பார் கேட்க துபாஷியின் குரலில் ஒலித்தது. 'தேவை எதுவென்றாலும் பிரிட்டிஷ் அரசாங்கம் நிறைவேற்றும்.' ஜஹனாரா மீண்டும் என்னைக் கேட்கச் சொல்லி அனுப்பினாள். தளபதி, சக்ரவர்த்தி, துபாஷி வழியாக அவள் கேள்வி ஆங்கிலேயரை அடைந்தது. 'மெக்காவுக்குச் செல்லும் எங்கள் யாத்திரிகர்களுக்குப் பிரிட்டிஷ் கப்பற்படையின் பாதுகாப்பு வேண்டும், முடியுமா?' அவர் இரு கைகளையும் உயர்த்தி சம்மதம் என்று காட்டினார். தர்பார் மண்டபத்திலிருந்து 'அல்லாஹு அக்பர்' என்ற பேரொலி எழுந்தது. சத்ரசால் திரையை ஊடுருவும் பார்வையுடன் சிரித்தார். ஜஹனாரா அந்தச் சிரிப்பை ஏற்பதுபோல நாணத்துடன் தலைகுனிந்தாள். அவள் நிமிர்ந்து பார்த்த அந்த நொடியில் சத்ரசால் அவளை வாழ்த்தும் விதமாக வலதுகையைக் காற்றில் உயர்த்தினார். இரண்டு மனங்கள் பேசிக்கொள்ள எந்தத் திரையும் தடையில்லை என்று புரிந்தது.

படிப்பு வேளைகளுக்கு அவுரங்கசீப் முறையாக வருவதில்லை என்று மும்தாஜ் மஹலிடம் சாத்தியுன்னிஸா குறைப்பட்டுக் கொண்டாள். புதல்வனை அழைத்து விசாரித்தாள். சாத்தி கற்பிக்கும் பாடங்களில் தனக்கு விருப்பமில்லை என்றும் எதைக் கற்க வேண்டுமென்று விரும்புகிறாரோ அதை முறையாகக் கற்பதாகவும் பதில் சொன்னார். 'கற்றுக் கொடுக்க ஒருவர் இல்லாமல் எப்படிக் கற்பாய்?' மும்தாஜ் மஹலின் கேள்விக்குத் தாமதமில்லாமல் பதில் வந்தது. 'பாட்டி நூர் மஹல் கற்றுக் கொடுக்கிறார்'. கேலியும் உதாசீனமுமாக உதடுகளைச் சுழித்தபடி 'அல்லாஹ்வின் வாசகங்களுக்குக் கீழ்ப்படிய, வேண்டிய முல்லாக்களையும் மௌலவிகளையும் தனது கட்டளைக்கு முதலில் அடிபணிய வேண்டும் என்று சொல்பவர்தான் கற்றுக்கொடுக்கவேண்டும், சபாஷ்' என்றாள்.

அவுரங்கசீப் வேகமாக எழுந்தார். தனது தோல்சஞ்சியையும் எழுதுபொருட்களையும் திரட்டி எடுத்துக்கொண்டு வெளியேறி னார். அதன் பிறகு அவர் படிப்பறைக்கு வரவில்லை. ஆனால் தன்னுடைய மாளிகையிலும் நூர் மஹலின் மாளிகையிலும் படிப்பைத் தொடர்ந்தார். மௌலவிகளை வரவழைத்து மார்க்க நெறிகளைப் பற்றிக் கேட்டறிந்தார். முல்லாக்களிடம் விவாதித்தார்.

தவறாமல் ஐவேளை தொழுதார். உண்டி சுருக்கினார். எளிமையான உடைகளை அணிந்தார். குல்லாக்கள் பின்னி விற்கச் செய்தார். அந்தப் பணத்தை ஹஜ் யாத்திரீகர்களுக்குச் சக்காத்தாகக் கொடுத்தார். ரோஷனாராவையும் நூர் மஹலையும் தவிர்த்த வேறு எவருக்கும் அவர் மாளிகைக்குள் நுழைய அனுமதி மறுக்கப்பட்டது

"இவர் எளிமையாக இருப்பதற்காக அரசாங்கம் ஆடம்பரமாகச் செலவு செய்ய வேண்டியிருக்கிறது," என்று நாப் பிழையாக ஜஹனாராவிடம் சொல்லி விட்டேன். அதற்காக அவள் என்னைக் கடிந்துகொண்டதுபோல அதற்கு முன்போ பின்போ செய்ததில்லை. யோசித்தபோது எனக்கும் தவறு விளங்கியது. ஆடம்பரத்தை இயல்பான ஒன்றாகப் பார்த்து வந்த எனக்கு அவற்றை விலக்கிய ஒருவன் கேலிப் பொருளாகவே தெரிவான் என்ற உண்மை தெளிவானது.

அவுரங்கசீபுக்கு நேர் எதிரானவராக இருந்தார் தாரா ஷிக்கோ. கேளிக்கை விரும்பி. சுதந்திரமானவர். நிதானமானவர். எல்லாரையும் அணைத்துச் செல்ல ஆசைப்படுபவர். குர்ஆனைப் பின்பற்றுபவர். அதே சமயம் பிற மதங்களையும் அறிய விரும்புபவர். முல்லாக்களை மட்டுமல்ல, பௌராணிகர்களையும் அழைத்துப் பேசச் செய்தார். அதில் அதிகப் பயன் அடைந்தவள் பேகம் சாஹிபாதான். இந்துப் பெண்ணுக்குத் தெரிந்ததை விட இதிகாசங்களைப் பற்றியும் புராணங்களைப் பற்றியும் தெரிந்து கொண்டாள். தாரா தனது சந்தேகங்களுக்கு அவளிடம் விளக்கம் கேட்கும் அளவு அறிவாளியாக இருந்தாள்.

"முந்தைய சக்ரவர்த்திகளோ இல்லை நானோகூட அல்ல, தாராதான் மகா அக்பரின் கனவை மெய்யாக்கப் போகிறான்," என்று சக்ரவர்த்தியே அவனைப் பாராட்டியதையும் கேட்டேன். அந்தப் பாராட்டில் அதிகம் புளகாங்கிதம் அடைந்தது தாரா அல்ல; ஜஹனாரா.

"ஆபா பாராட்டாகச் சொன்னார். ஆனாலும் அது உண்மைதான். அக்பர் கண்ட பெரும் சாம்ராஜ்ஜியக் கனவுதான் என்னுடையதும். அவர் உருவாக்க விரும்பிய தீன் இலாஹியை ஸ்தாபித்து விட்டால் என் கனவு நிறைவேறிவிட்டதாக மகிழ்ச்சி அடைவேன்," என்று பாடவேளை முடிந்த சமயம் பிரகடனமாகச் சொன்னார். ரோஷனாராவைத் தவிர எல்லாரும் அவரைக் கையெடுத்து சலாமிட்டார்கள்.

அந்த அங்கீகாரம் தந்த உத்வேகத்தில் மெல்லிய அகந்தையுடன் ஜஹனாராவை நோக்கிச் சொன்னார்: "ஜானி,

மகா அக்பர் செய்த ஒரு தவறைத் திருத்தவும் போகிறேன். மொகலாய இளவரசிகள் நிக்காஹ் செய்து கொள்ள விதித்திருக்கும் தடையை நீக்குவேன்".

சாத்தியுன்னிஸா 'வாஹ்' என்று ஆமோதித்தாள். ஷுஜாவும் முராத்தும் விழித்தார்கள். ரோஷனாரா முதலில் உதட்டைச் சுளித்துவிட்டுப் பின்னர் 'சபாஷ்' என்றாள். ஜஹனாரா நாணத்துடன் கங்கணங்களை உருவிவிட்டுக் கொண்டிருந்தாள். கங்கணங்களின் உலோகச் சத்தம் துல்லியமாக ஒலிப்பதை உணர்ந்ததும் முகம் சிவக்கக் குனிந்தாள்.

மாளிகை மாடத்திலிருந்து புறாவொன்று கீழிறங்கி வந்து ஜெரோக்காவின் இடைவெளியில் இடுங்கி அமர்ந்து நலம் விசாரிப்பதுபோலப் பார்த்து குஹூம் என்றது. பறந்தது. அதன் சிறகடிப்பில் நிமிர்ந்தாள் ஜஹனாரா.

"தாரா, உன் கனவுகள் சரிதான். ஆனால் விதை பாவும் முன்பே விளைச்சலைப் பற்றி யோசிக்கிறாய். அக்பர் இதையெல் லாம் செய்தது மகா அக்பர் ஆன பின்னர்தான் என்பதை நினைவில் வைத்துக்கொள்," என்றாள்.

"ஜானி, நீ சொல்வது சரிதான். ஆனால் ஆபாவும் ஆமியும் நீயும் அதற்கு வழிகாட்ட மாட்டீர்களா என்ன?" என்று கேட்டார் தாரா.

தன்னுடைய கனவின் பங்காளிகளாகச் சகலரையும் மாற்றும் தாராவின் சாமர்த்தியத்தை வியந்து எல்லாரும் புன்னகைத்தார்கள். ரோஷனாரா மட்டும் இருண்ட முகத்துடன் எதையோ முணுமுணுத்தபடி வெளியேறினாள்.

வசந்தகாலம் விடைபெற்றுக் கோடை வருவதற்கான அறிகுறிகள் துலங்கின. யமுனை மெலிந்து கரை தெரியக் கிடந்தது. இரவுகள் சுருங்கிப் பகல்கள் நீளத் தொடங்கின. இரவிலும் அவ்வப்போது வெப்பக் காற்று வீசியது. அவுரங்கசீப் ஜுரத்தில் விழுந்தார். ஒருவார காலத்துக்கும் மேலாக சுகவீனத்தில் விழுந்திருந்தார். ஆனால் மருந்துகள் எதையும் உட்கொள்ளவில்லை. அரண்மனை வைத்தியரை வரவேண்டாம் என்றார். மும்தாஜ் மஹல் அனுப்பிய ஆங்கிலேய மருத்துவரை வாசலிலேயே திருப்பி அனுப்பினார். தொழுகையாலும் பிரார்த்தனையாலுமே சுகப்பட விரும்பினார்.

படுத்துக் கிடப்பவரைப் பார்க்க ஜஹனாராவும் நானும் ஓரிருமுறை போனோம். ரோஷனாரா வாசலை மறித்து நின்று திருப்பி அனுப்பினாள். எனக்கு ரோஷனாராமீது ஆத்திரம்

சுகுமாரன்

வருவதற்குப் பதில் பேகம் சாஹிபா மேல்தான் ஆற்றாமையாக இருந்தது. யார் இவள்? இளவரசிகளின் இளவரசி. அரசியல் நடவடிக்கைகளில் சக்ரவர்த்தியே ஆலோசனைக்கு அழைக்கும் நுண்மதி. முல்லாக்களுடன் மார்க்கஞானம் பற்றி விவாதிப்பவள். பண்டிதர்களுடன் புராணங்களைப் பற்றி சர்ச்சையில் ஈடுபடுபவள். எனினும் தனக்கிருக்கும் அதிகாரத்தை அறியாத அஞ்ஞானியாக இருக்கிறாள். அதை அவளிடம் எடுத்துச் சொல்ல என்னால் முடியவில்லை. சாத்தியுன்னிஸாவால் முடிந்தது.

“பேகம் சாஹிபா, பெண்களுக்கு அதிகாரம் இல்லை என்று நீங்கள் தயங்குவதுபோலத் தெரிகிறது. உங்கள் வலு உங்களுக்கே புரியவில்லை. ஜனானாவில் பர்தாவுக்குள் ஒளிந்திருக்கிறோம். அதனாலென்ன? நம்மால் எல்லாவற்றையும் பார்க்கவும் கேட்கவும் முடிகிறதே? உங்களால் ஆபாவுக்கு ஆலோசனை சொல்ல முடிகிறதே? ஜஹாங்கீர் சக்ரவர்த்தி அவர் மனைவி நூர் மஹலின் ஆலோசனைகளைக் கேட்டார். ஆபா உங்கள் ஆமியுடனும் உங்களுடனும் கலந்து ஆலோசிக்கிறார். உங்களை பேகம் சாஹிபா என்று சகலரும் ஏற்றுக்கொண்டிருக்கும்போது தயங்க வேண்டிய கட்டாயம் உங்களுக்கில்லை. வித்தை தெரிந்தும் எய்யத் தயங்கும் வீரனின் கையிலிருக்கும் அம்பும் உங்கள் அதிகாரமும் ஒன்றுதான்.”

சாத்தியின் பேச்சு ஜஹனாராவை உத்வேகப்படுத்தியதை அன்று மாலையே பார்த்தேன். அவுரங்கசீபின் மாளிகை வாசலில் வழக்கம்போல தடுத்த ரோஷனாராவைக் கோபப் பார்வை பார்த்து விலகி நிற்கச் செய்தாள். எய்யப்பட்ட அம்புபோல உள்ளே சென்றாள். ரோஷனாராவின் இருண்ட முகத்தைப் பார்த்து எனக்கு ஏற்பட்ட ஆனந்தத்தைப் பிரயத்தனப்பட்டு மறைத்துக்கொண்டேன்.

உடல் நலம் மீளும்வரை ஜஹனாராவின் வருகையை அவுரங்கசீப் அனுமதித்தார். இறுக்கமில்லாமல் தன்னுடன் அவர் உரையாடுவதாக மும்தாஜ் மகலிடமும் சக்ரவர்த்தியிடமும் உற்சாகமாகச் சொன்னாள். “அவன் அவனுக்கான வழியில் செல்கிறான். அதில் யாரும் குறுக்கிடுவதை விரும்பவில்லை. அது சரிதானே, பானிபட்?” என்று கேட்டாள். சரியல்ல. அந்த வழி அடுத்தவர்களின் தலைமேல் போகும் என்று ஏனோ எனக்குத் தோன்றியது. அவளை ஆறுதல்படுத்துவதற்காகச் சரி என்று தலையசைத்தேன்.

ஒருநாள் உரையாடலில் அவுரங்கசீப் சொன்னதை இரவு வாசிப்பு வேளையில் பதற்றத்துடன் தெரிவித்தாள்.

"ஜானி, நமது பாட்டனார் சக்ரவர்த்தி ஜஹாங்கீர் உலகை வென்றவராக அறியப்பட்டார். நான் சக்ரவர்த்தியாகி பிரபஞ் சத்தை வென்றவன் என்று அறியப்படுவேன். அவர் ஜஹான் கீர். நான் ஆலம் கீர்."

இதைக் கேட்டதும் அதிர்ந்து போனதாகச் சொன்னாள் ஜஹனாரா. இது எப்படி சாத்தியம்? அரச மரபுப்படி முதல் மைந்தனே அடுத்து ஆட்சிக்கு வரவேண்டும். மூத்தவர் தாரா இருக்கிறார். அவரே அடுத்த வாரிசு. ஐந்தாவதாகப் பிறந்த அவுரங்கசீப் எப்படி உரிமைகோர முடியும்?

"ஆனால் அதை அவன் திடமாகச் சொன்னபோது அவன் முகத்தைப் பார்த்தேன், பானிபட். அந்தக் கண்களில் தெரிந்த நெருப்பு என்னைப் பீதியடையச் செய்துவிட்டது" என்றாள்.

அந்தப் பீதியால் ஜஹனாரா அதன் பின்னர் அவுரங்கசீபின் மாளிகைக்குப் போகவில்லை.

குளிர்காலம் ஜஹனாராவுக்கு அலுப்பூட்டியது. வசந்தமும் கோடையும்தான் மனிதர்களுக்கான பருவங்கள். இவை இரண்டில்தான் இயற்கை மனிதர்களுக்குச் செவிசாய்க்கும் நாட்களைக் கொண்டிருக்கின்றன. வசந்தத்திலும் கோடையிலும் சூரியன் மனிதர்களுக்கு இசைவாக நாட்களை நீட்டித்துக் கொடுக்கிறது. அவர்களைப் பிரிய மனமில்லாமல்தான் பகலை இழுத்துச் சென்று தயக்கத்துடன் இரவிடம் ஒப்படைக்கிறது. குளிர்காலத்துக்கு வாஞ்சை கிடையாது. சூரியனை அடிமைபோல விரட்டுகிறது. பகலைக் குறுக்குகிறது. இரவை இழுத்து நீட்டுகிறது. இரவுகளை அலுப்பானவையாக ஆக்கி விடுகிறது. ஜஹனாரா பகல் பொழுதுகளையே விரும்பினாள்.

நீண்ட பகல்களில் செய்ய நிறைய இருக்கிறது. சாத்தியுன்னிஸாவிடம் பாடம்கேட்க முடிகிறது. ஆபாவுடன் தர்பாரில் இருக்க முடிகிறது. ஆமியுடன் சதுரங்கம் ஆட முடிகிறது. எல்லாருடனும் அமர்ந்து பகலுணவை அருந்த முடிகிறது. தாராவுடன் மதத்தையும் மார்க்கத்தையும் பற்றிப் பேச முடிகிறது. பானிபட் சொல்லும் ஜனானா ரகசியங்களைக் கேட்க முடிகிறது. நட்சத்திரங்கள் ஒவ்வொன்றாக எட்டிப் பார்த்துக் கண்சிமிட்டும் பின் அந்திவரை நந்தவனத்தில் அமர்ந்து இசையை ரசிக்க முடிகிறது. இருள் படர்ந்ததும் அலுப்பும் ஆரம்பமாகிறது. குளிர் எதையும் செய்ய அனுமதிப்பதில்லை; உறங்குவதையும் உறக்கம் வராதபோது விடிவிளக்கின் மெல்லிய எண்ணெய் முணுமுணுப்பைக் கேட்டுக் கொண்டு விழித்திருப்பதையும் தவிர.

மாலை மக்ரிப்புக்குப் பின் மாளிகைக்கு வந்த பானிபட்டிடம் தன்னுடைய அவஸ்தையைச் சொன்னாள் ஜஹனாரா.

"நீங்கள் இப்படி அலுத்துக்கொள்வது விந்தையாக இருக்கிறது பேகம் சாஹிபா" என்று விழிகளைச் சுருக்கிப் புன்னகைத்தான் பானிபட்.

"உன்னிடம் இதைச் சொல்லியிருக்கக் கூடாது. என் துயரத்தைச் சொன்னால் உனக்கு விந்தையாக இருக்கிறதா?" செல்லக் கடுமையுடன் கேட்டாள்.

"நிறைவேற்றிக்கொள்ள எண்ணற்ற கனவுகள் வைத்திருப்பவர் இப்படிச் சொல்வது விந்தைதானே? கனவுகள்தாம் அலுப்பை வீழ்த்தும் கருவிகள். அதிலும் மனிதர்களிடம்தானே இந்தக் கருவியை படைத்தவன் கொடுத்திருக்கிறான்? அது எதற்காக? பிறரை உணர்ந்துகொள்ளவும் தன்னைப் புரிந்துகொள்ளவும்தானே? பிறரை உணர மறுப்பவர்கள் தங்கள் கனவுகளில் தங்களையே காண்கிறார்கள். அவர்களுக்குத்தான் காலம் சுமை. தங்களைப் புரிந்துகொள்பவர்கள் பிறர் காணும் சொப்பனங்களிலும் தங்களை உணர்த்திவிடுவார்கள். அவர்களுக்கு அது சிறகு. சக்ரவர்த்திகளுக்கும் சக்ரவர்த்தினிகளுக்கும் அலுப்பு உண்டாக முகாந்திரமே இல்லை"

பானிபட் பேசுவதை உற்றுக் கேட்டுக்கொண்டிருந்த ஜஹனாரா கடைசி வாக்கியத்துக்குக் கைகொட்டிச் சிரித்தாள்.

"இப்போது நீ சொல்வதுதான் விந்தையாக இருக்கிறது பானிபட். ஒருபோதும் அதிகார ஆசனத்தில் உட்கார முடியாத என்னைச் சக்ரவர்த்தினி என்கிறாயே இதுதான் வினோதம்."

வழக்கம்போல வெண்தாடியை வருடியபடி அவள் சொல்வதைக் கேட்டுக்கொண்டிருந்த பானிபட் யோசிப்பதற்காக வருடலை நிறுத்தினான். சிறிது நேரம் மௌனமாக இருந்தான். ஒரு கையில் சிறு பந்தமும் மறு கையில் எண்ணெய்க் குடுவையுமாக விளக்கேற்ற வந்த அடிமைப்பெண்ணைப் பின்தொடர்ந்தது அவன் பார்வை. விளக்கேற்றி முடித்து வெளியேறும் வரை அவள் மீதே நிலைத்திருந்தது. முன்னால் நீட்டிப் பிடித்திருந்த பந்தத்தின் வெளிச்சம் அவள் நிழலை நீளமாக விழச் செய்திருந்தது. அவளுடைய வேகநடையுடன் நிழலும் விரைந்து இருவரும் மறைந்தார்கள். பானிபட் பார்வையைத் திருப்பினான். மறுபடியும் தாடியைக் கோதத் தொடங்கினான். அதுவரைக்கும் எதுவும் பேசாமல் அவனையும் அவன் விழியலைச்சலையுமே உற்றுப் பார்த்துக்கொண்டிருந்தாள் ஜஹனாரா.

"பேகம் சாஹிபா, இந்த நிழலாட்டம்தான் இப்போது உங்கள் மனதிலும் நிகழ்ந்துகொண்டிருக்கிறது. உங்கள் கையில் கனவின் பந்தம் இருக்கிறது. அதை நீங்கள் பின் கையில்

ஏந்தியிருக்கிறீர்கள். அதனால்தான் அலுப்பின் நிழல் உங்களை முந்திச் செல்கிறது. கனவை முன்னால் கொண்டு வாருங்கள். அலுப்பு உங்கள் காலடியில் சுருண்டுவிடும். கனவு செயலாகி ஒளிரத் தொடங்கினால் நிழலே காணாமற் போய்விடும். பேகம் சாஹிபா, நான் உங்களைச் சக்ரவர்த்தினி என்று அழைத்தது வெறும் உபசார வார்த்தை அல்ல. உண்மையில் நான் அப்படித்தான் நினைக்கிறேன். இதைச் சொல்லுவதற்காகப் படைத்தவன் என்னை மன்னிக்கட்டும். அவனுக்குத் தெரியும் எதை எப்படிச் செய்வது என்று. ஆனாலும் என்னால் இப்படி யோசிக்காமல் இருக்க முடியவில்லை. நீங்கள் ஒருவேளை ஆணாகப் பிறந்திருந்தால் இந்த சாம்ராஜ்ஜியமே உங்களுக்குக் கட்டுப்பட்டிருக்கும் அல்லவா? சரி, இப்போதும் என்ன குறைந்து போயிருக்கிறது? சக்ரவர்த்தியே உங்கள் ஆலோசனைக்குச் செவிசாய்க்கத்தானே செய்கிறார். பாட்டி நூர்ஜஹானுக்கும் தாய் மும்தாஜ் மஹலுக்கும் உங்களுடைய இந்த வயதில் கிடைக்காத அதிர்ஷ்டமல்லவா உங்களுக்குக் கிடைத்திருக்கிறது. ஆஸப்கான் உங்கள் கருத்தைத் தெரிந்துகொள்ளச் சித்தமாக இருக்கிறார். முல்லா பதாக்ஷி 'இந்த வயதில் இந்தப் பெண்ணுக்கு என்ன மாதிரியான ஆன்மீக வேட்கை' என்று சக்ரவர்த்தியிடம் சொல்லிப் பெருமை கொள்கிறார். வருங்காலப் பேரரசர் தாரா இன்றே உங்கள் ஆலோசனைப்படி நடந்துகொள்கிறார். இதற்குமேல் என்ன வேண்டும், பேகம் சாஹிபா? என்னைப் பொறுத்தமட்டில் மகுடம் தரிக்காவிட்டாலும் ஆசனத்தில் அமராவிட்டாலும் நீங்கள் சக்ரவர்த்தினிதான்."

பேச்சு முடிந்துவிட்டது என்ற தோரணையில் பானிபட் தலைகுனிந்து கண்களை இடுக்கிக்கொண்டு தாடியில் விழுந்துவிட்ட சிடுக்கை அவிழ்ப்பதில் மும்முரமானான். ஜஹனாரா, அவன் முகம் கோணுவதையும் சிவப்பதையும் நாக்குத் துருத்துவதையும் பெருமூச்சு விடுவதையும் பார்த்துக் கொண்டிருந்தாள். 'விசித்திரமான பிறவி' என்று தனக்குள்ளேயே சொல்லிக்கொண்டாள்.

'இந்த விசித்திரப்பிறவி என்னைப் பற்றி எனக்குத் தெரிந்ததைவிட அதிகமாக அறிந்து வைத்திருக்கிறது. ஆமிக்குக் கூட என்னை இந்த அளவு தெரிந்திருக்காது. பிறந்து மண்ணில் விழுந்த நாளிலிருந்து என்னைப் பார்த்து வருவதால் தெரிந்திருக்குமா? தோற்றம் தெரியலாம். உடல் வளர்ச்சி தெரியலாம். மனம் எப்படித் தெரியும்?'

"பிறர் மனதைத் தெரிந்துகொள்ளும் ஏழாவது புலன் எனக்கு இருக்கிறது, பேகம் சாஹிபா."

தாடிச் சிக்கலிலிருந்து விடுபட்ட நிறைவில் கண்கள் மின்னின பானிபட்டுக்கு. இரு கைகளையும் வாயருகே பொத்தியபடி விதூஷக அபிநயத்துடன் சொன்னான். ஜஹனாரா பேசத் தொடங்குவதற்குள் இடை மறித்தான்.

“உங்கள் அலுப்புக்குக் காரணம் பருவகாலமல்ல, உங்கள் பருவம். உங்கள் பிராயம். நீங்கள் நிறைவேற்ற வேண்டிய கனவுகளுக் கிடையில் நிறைவேறாத கனவு ஒன்றையும் காண்கிறீர்கள். அதுதான் உங்களை வாட்டுகிறது. நாளை சக்ரவர்த்தி உங்களுக்கு எதிர்பாராத பரிசை அளிக்கப் போகிறார். அதன் பின்பு உங்கள் அலுப்பு எங்கே போகிறது என்று பார்க்கிறேன்.”

சொல்லிவிட்டு மாளிகை வாசலை நோக்கி நடந்தான். “அது என்னவென்று சொல்லிவிட்டுப் போ” என்ற ஜஹனாராவின் குரலைப் பொருட்படுத்தாமல் படியிறங்கினான்.

‘சைத்தான்’ என்று மெல்லிய கோபத்துடன் முனகினாள். உடனேயே திருத்திக்கொண்டாள். தன்னை உற்சாகப்படுத்தவே மறைக்கிறான். விழித்திருக்கும் இரவு முழுவதும் அதைப் பற்றியே யோசிப்பேன் என்று அவனுக்குத் தெரியும். ஆமியிடம் கேட்டால் சொல்லக் கூடும். ஆனால் அவளுடைய அந்தரங்க வேளை இது. ஆபாவுக்காகக் காத்திருப்பவளிடம் செல்வது பிழை. நிறைவேறாத கனவையும் காண்கிறேன் என்றானே? அது என்னவாக இருக்கும்? பிராயத்தின் குழப்பம் என்று எதைச் சொல்கிறான்? யூகங்களுக்கும் கற்பனைக்கும் இடையில் அமர்ந்து யோசித்துக்கொண்டிருந்தாள் ஜஹனாரா.

குளிர் தேங்கி நின்றிருந்த அறைக்குள் திரைகள் விம்மியலைய காற்று நுழைந்தது. அதில் எல்லா மணங்களும் கலந்திருந்தன. மலர்ந்த ரோஜாக்கள், அரும்பிய மல்லிகைகள், தரைமெழுகிய கஸ்தூரி, தூபத்தில் தூவிய சாம்பிராணி, கணப்புகளில் மூட்டிய சந்தனம், ஜனானாவிலிருந்து எழுந்த அகில் புகை , மசூதியிலிருந்து கசிந்த ஊதுபத்தி. எல்லா நறுமணங்களும் குளிர் காற்றில் அடர்ந்திருந்தன. ஜஹனாரா விழிகளை மூடி நாசி விரித்து ஆழ்ந்த மூச்சில் சகல சுகந்தங்களையும் உள்வாங்கினாள். ஒவ்வொரு வாசனையையும் தனித்தனியே இனம் பிரித்து நுகர்ந்தாள். கண்களைத் திறந்தாள். சரவிளக்குகளின் பிரகாசமும் சுவர் விளக்குகளின் வெளிச்சமும் நறுமணம் கமழ்வதை உணர்ந்தாள். முல்லா பதாக்ஷியின் வார்த்தைகள் நினைவில் ஒலித்தன.

“எல்லா வெளிச்சங்களும் ஒரே பேரொளியிலிருந்து வந்தவை. எல்லா ஒலிகளும் ஒரே ஓசையிலிருந்து பிறந்தவை. எல்லா நீரும் ஒரே கருணையிலிருந்து பெருகியவை. எல்லா ஸ்பரிசங்களும்

ஒரே அணைப்பால் தீண்டப்பட்டவை. எல்லா வாசனைகளும் ஒரே சுகந்த சமுத்திரத்திலிருந்து எழுந்தவை.”

காற்று அடங்கி அறைக்குள் மீண்டும் குளிர் ததும்பி நின்றது. இஷா* தொழுகைக்கான பாங்கு கேட்டது. அந்த ஒலிக்கு, தான் முகர்ந்த எல்லா வாசனைகளையும் மிஞ்சிய திவ்விய நறுமணமிருப்பதை உணர்ந்தாள் ஜஹனாரா. தொழுகைக்கு ஆயத்தமானாள்.

தில்லியில் புதிய தலைநகரை நிர்மாணிக்கும் திட்டத்தில் இருந்தார் ஷாஜஹான். சாம்ராஜ்ஜியம் விரிந்துகொண்டிருக்கிறது. இன்னும் விரியும். ஹிமாலயத்தின் அடிமுதல் தெற்குமுனைவரையும் விஸ்தீரணமடையும். அத்தனைப் பெரிய நிலத்தை ஆக்ரா கோட்டையிலிருந்து பரிபாலனம் செய்ய முடியாது. இன்னும் பெரிய நகரம் வேண்டும். எல்லாப் பிரதேசங்களுக்கும் மையமான இடம் தில்லியாகத்தான் இருக்க முடியும். சக்ரவர்த்தி தீர்மானமாக இருந்தார். புதிய கட்டடங்களும் அரண்மனைகளும் மாளிகைகளும் நந்தவனங்களும் தோட்டங்களும் வேண்டும். படைத் தளங்களும் கோட்டைகளும் கொட்டடிகளும் லாயங்களும் பஜார்களும் வேண்டும். குடியிருப்புகள் வேண்டும். சத்திரங்கள் வேண்டும். தொழுகைக்கான மஸ்ஜித்துகளும் ஆலயங்களும் வேண்டும்.

ஊணையும் உறக்கத்தையும் ஷாஜஹான் மறந்தார். சில நாட்கள் தர்பாரைக் கூட்டுவதையும் ஒத்திவைத்தார். குஷால் கானாவை எட்டிப் பார்க்காமல் இருந்தார். முஷைராக்களில் பங்கேற்காமல் விலகி நின்றார். ஓவியக் கூடத்தில் நுழையவில்லை. கிரந்தசாலையிலோ வசிப்பறையிலோ அமரவில்லை. மனைவியரின் அண்மையையோ காமக்கிழத்திகளின் உபசரிப்பையோ ஏற்காமல் அகன்றார். அரண்மனைக் கலைஞர்கள் தீட்டிக் கொடுத்த வரைபடங்களுக்குள் தலையைப் புகுத்தி இரவு பகலாக யோசித்துக் கொண்டிருந்தார். எல்லாவற்றுக்கு இடையிலும் இரண்டு கடமை களை மறவாமலிருந்தார். ஐந்து வேளை தொழுவதையும் மும்தாஜ் மஹலின் கை வளயத்தில் துயில்வதையும்.

அரண்மனைக் கலைஞர்களுடன் ஹிந்துஸ்தானத்தின் இதர பிரதேசங்களிலிருந்தும் சிற்பிகளும் கல்தச்சர்களும் கட்டடக் கலை விற்பன்னர்களும் வந்திருந்தார்கள். பாரசீகத்திலிருந்தும் காந்தஹாரிலிருந்தும் இஸ்தான்புல்லிலிருந்தும் ஐரோப்பியத் தேசங்களிலிருந்தும் கலைஞர்கள் வந்து குழுமியிருந்தார்கள். அரண்மனைத் தாழ்வாரங்களில் பகற் பொழுதுகள் முழுவதும் மனிதர்கள் ஊர்ந்துகொண்டிருந்தார்கள். பாவர்ச்சி கானாக்களில்

* இரவுத் தொழுகை

வெவ்வேறு தேச உணவுகள் தயாராகும் வாசனை எல்லா நேரமும் எழுந்து பரவிக்கொண்டிருந்தது.

இறுதித் தீர்மானத்தின்போது திவான் இ காஸில் சக்ரவர்த்தியுடன் மும்தாஜ் மஹலும் ஜஹனாராவும் இருந்தார்கள். தாராவும் முராதும் அவுரங்கசீபும் ஷுஜாவும் ரோஷனாராவும் இருந்தார்கள். ஆஸப்கானும் படைத் தலைவர்களும் அமைச்சர்களும் விசுவாசிகளான ரஜபுத்திர மன்னர்களும் சிற்றரசர்களும் ஜாகீர்தார்களும் ஜமீன்தார்களும் கூடியிருந்தார்கள். அபுல் ஃபைஸி இருந்தார். முல்லாக்களும் பௌராணிகர்களும் வாஸ்து சாஸ்திரப் பண்டிதர்களும் ஜோதிடர்களும் திரண்டிருந்தார்கள். ஷாஜஹானின் ஆசனத்துக்கு பின்னால் இடப்புறமாகக் குரல் தெளிவாகக் கேட்கும் இடை வெளியில் தர்பார் லேக்கக் லாஹிரி விரித்த புத்தகத்துடன் உட்கார்ந்திருந்தார்.

நாழிகைகள் விவாதங்களால் நீண்டன. ஆலமரத்தில் இளைப்பாற அமர்ந்த பறவைகளின் கீச்சொலிகள்போல மண்டபத்துக்குள் வெவ்வேறு தொனிகளில் சலசலத்துக் கொண்டிருந்த கீழ் ஸ்தாயிக் குரல்கள் சக்ரவர்த்தியின் மெல்லிய கனைப்புக் கேட்ட நொடியில் அடங்கின. எல்லா விழிகளும் அவர் மீது குவிந்தன. ஷாஜஹான் இருக்கையிலிருந்து எழுந்து நின்றார். அறிவிப்பு செய்தார்.

“அளவிலாக் கருணையும் இணையிலாக் கிருபையும் உடையவனின் பெயரால் தைமூர் வம்சத்தின் ஐந்தாம் சக்ரவர்த்தி ஜஹாங்கீர் ஷாஜஹான் இதை உங்கள் நடுவே பிரகடனம் செய்கிறேன். ஆக்ராவிலிருந்து நமது சாம்ராஜ்ஜியத்தின் தலைநகரை மாற்ற உத்தேசித்திருக்கிறோம். புதிய தலைநகர் விரைவில் நிர்மாணிக்கப்படும். அது ஹிந்துஸ்தானத்தின் ரத்தினமாக அறியப்படும். யமுனைக் கரையில் உருவாகும் அந்த நகரம் நதியைப் போலவே காலங்களுக்குள்ளும் காலத்தைக் கடந்தும் நிரந்தரமாக இருக்கும். அங்கே இல்லாதது உலகில் எங்கும் இருக்காது. அப்படி நமது புதிய நகரம் அமைய இறைவன் கருணை சொரிவானாக.”

பிரகடனத்தை முடித்து மண்டபத்திலிருந்து பின் வாயிலை நோக்கி நடந்து வெளியேறினார். மும்தாஜ் மஹலும் பிறரும் அவரைப் பின் தொடர்ந்தார்கள். ஷாஜஹானின் நடையில் எப்போதும் இல்லாத மிடுக்கும் வழக்கத்தை மீறிய வேகமும் தென்பட்டன. மற்றவர்கள் நடையைத் தொடர ஓட வேண்டியிருந்தது. குஷால் கானாவுக்குள் சென்று மஞ்சத்தில் அமர்ந்திருந்தவரின் பூரிப்பைப் பார்க்க அவர்களுக்கு நீண்ட

நிமிடங்கள் வேண்டி வந்தன. அருகில் அமர்ந்ததும், "தூரம், யுத்த களத்தில் கூட உங்கள் நடை இத்தனை வேகமாக இருந்து நான் பார்த்ததில்லை" என்றாள் மும்தாஜ் மஹல்.

அவள் குரலிலிருந்த கேலியை ரசிக்கவே செய்தார். பெருமிதப் புன்னகையுடன், "நீ சொல்வது உண்மைதான், தேவி" என்று சம்மதித்தார்.

"யுத்தங்களில் பெற்ற வெற்றிகளை விட இதுதான் பெருமைக்குரியதாகத் தோன்றுகிறது. போர் வெற்றிகளையும் தோல்விகளையும் மனிதர்கள் எளிதில் மறந்துபோவார்கள். மறக்கத்தான் வேண்டியிருக்கும். ஆனால் கட்டடங்கள் அப்படியா? அது கலையல்லவா? என்றைக்கும் இருக்குமே? நான் எப்போதும் இருக்க ஆசைப்படுகிறேன் தேவீ. அதனால்தான் ஆன்மாவுக்குள் வேகம் கூடியிருக்கிறது. அதுதான் நடையிலும் தெரிந்திருக்கிறது. உனக்குத் தெரியாதா, நான் சக்ரவர்த்தி என்று அழைக்கப்படுவதை விட மும்தாஜ் மஹலின் அன்புக்குரியவன் என்பதிலும் கலைகளின் ஆராதகன் என்பதிலும் பேரானந்தம் காண்பவன் என்று?"

மும்தாஜ் மஹலின் முகத்தில் நாணத்தின் செந்தூரம் பரவியது. கூச்சத்துடன், "விவரம் அறிந்த பிள்ளைகள் இருக்கும் போது இது என்ன பேச்சு?" என்று கடிந்துகொண்டாள். அந்தக் கோபத்திலிருந்த பெருமையை எல்லாரும் கண்டுபிடித்துச் சிரித்ததும் அவள் முகம் மேலும் சிவந்தது. உள்ளூர அந்தப் பெருமிதத்தை உணர்ந்தாள். கூச்சம் விலக்கிச் சிரித்தாள்.

சித்திரச் செதுக்கல்கள் கொண்ட தேக்குமரச் சட்டத்தில் பொருத்திய பெரும் திரையை இரண்டு வீரர்கள் எடுத்துவந்து வைத்துச் சென்றார்கள். சக்ரவர்த்தி ஒப்புதல் செய்த புதிய நகரத்தின் வரைபடம். ஷாஜஹான் எழுந்து அதை நோக்கி நடந்தார். சிறிய இடைவெளியிலேயே நின்றார். கண்களை இடுக்கியும் விரித்தும் நுட்பமான ஓவியத்தைப் பார்ப்பதுபோல சில நொடிகள் அதையே பார்த்துக்கொண்டிருந்தார். அமர்ந்திருந்த எல்லாரும் எழுந்து அவருக்குப் பின்னால் நின்றார்கள். அவருடைய பார்வை அலையும் அதே வரிசையில் அவர்களுடைய விழிகளும் நகர்ந்தன.

திரையில் கட்டடங்கள் சிறிய அளவாகத் தீட்டப்பட்டிருந்தன. செந்நிறமான கட்டடங்கள். பச்சை நிறத்தில் மரங்கள் அடர்ந்த பாதைகள். நீல நிறத்தில் தடாகங்கள். பழுப்பு வண்ணக் கொட்டடிகள். சுட்ட மண்ணின் வண்ணத்தில் குடியிருப்புகள். இடைவழிகள். அடர்காவி நிறத்தில் கோட்டைச் சுவர்கள். மையமாக வெள்ளை நிறத்தில் மசூதி.

"இதுதான் மொகலாய சாம்ராஜ்ஜியத்தின் புதிய தலைநகரமான ஷாஜஹானாபாத்தில் நான் தொழுகைக்காகக் கட்டப் போகும் மசூதி. வெண்பளிங்கால் பௌர்ணமி நிலாவின் பரிசுத்தத்துடன் அமையப் போகும் வணக்க மண்டபம். எல்லாரும் கேட்கச் சொல்லுகிறேன். இந்த மசூதிக்கு ஒரு பெயரைத் தேர்ந்தெடுத்து வைத்திருக்கிறேன். உங்களில் யார் அந்தப் பெயரைச் சொல்கிறார்களோ அவர்களுக்கு எதிர்பாராத பரிசையும் அளிப்பேன்" என்று நிறுத்தினார் ஷாஜஹான். திரும்பி ஒவ்வொரு முகமாக ஏறிட்டார். 'பானிபட் சொல்ல மறுத்தது இதைத்தானா?' என்று உதடுகளுக்குள் வார்த்தைகளைப் புரட்டிக் கொண்டிருந்த ஜஹனாராவின் முகத்தில் நிலைத்த பார்வையைப் புன்னகையுடன் விலக்கினார். எல்லா முகங்களிலும் புதிரின் நிழல் படர்ந்திருந்தது. அவுரங்கசீபின் முகத்தில் மட்டும் உதாசீனமும் அலட்சியமும் தெரிந்தன. ஒரு விநாடி திகைத்தார். பின்பு புன்னகையை அணிந்துகொண்டார்.

"ஆபா" என்று அழைத்தாள் ஜஹனாரா. திரும்பினார்.

"உங்கள் மனதிலிருக்கும் பெயரைச் சொல்லட்டுமா?"

"ஜானி, கேட்கத்தானே காத்திருக்கிறேன். உன் பதிலும் என் உத்தேசமும் பொருத்தமாக இருந்தால் நீ கேட்பதைக் கொடுக்கிறேன்"

"நீங்கள் கொடுப்பதாகச் சொல்வதும் ஏற்கெனவே கொடுக்க நினைத்திருப்பதும் ஒன்றுதானே, ஆபா?"

மகளின் சாதுர்யத்தை மெச்சும் தலையசைப்புக்கு இடையில் 'இவளால் எப்படி யூகிக்க முடிந்தது?' என்ற கேள்வியில் ஷாஜஹானின் புருவம் நெளிந்தது. 'மும்தாஜ் மஹலோ, இல்லை இவளுடைய விசுவாசியான பானிபட்டோ சொல்லியிருப்பார்கள். அந்தப்புர ரகசியங்கள் எப்போதும் ரகசியங்களாகவே இருப்பதில்லை' என்று நினைத்துக்கொண்டார்.

"இரண்டும் ஒன்றுதான் மகளே! புதிய நகரத்தில் உன் கலைத் திறமையும் தென்பட வேண்டுமென்பது என் ஆசை. அதை முன்பே முடிவு செய்திருந்தேன். அதற்கான பரிசும் இதுவும் ஒன்றாகவே இருக்கட்டுமே? நீ சொல்."

ஜஹனாரா விழிகளை மூடினாள். இரு கைகளையும் மேல் நோக்கி ஏந்தினாள். "அவனே என்னைப் படைத்தான்; பின்னும் அவனே எனக்கு நேர்வழி காட்டுகிறான்,"* என்ற வாசகங்களைச் சொல்லிக் கணப்பொழுது நிதானித்தாள். ஓர் இசைத் துணுக்கை

* குர்ஆன்

ஸ்வரம் பிசகாமல் சொல்லும் தொனியில், "மோதி மஸ்ஜித். அதுதானே ஆபா உங்கள் மனதுக்குள்ளிருக்கும் பெயர்," என்றாள்.

"முபாரக், ஜானி முபாரக்" மகளை அணைத்து நெற்றியில் முத்தமிட்டார் ஷாஜஹான். கண்கள் மகிழ்ச்சியில் ததும்பின. மும்தாஜ் மஹலும் அவளைப் பின்னாலிருந்து தழுவி மகளின் சிரத்தை இழுத்து தன்னுடைய சிரத்தோடு சேர்த்துக்கொண்டாள். தாரா மலர்ச்சியுடன் வலது கையை உயர்த்தி சலாம் செய்தான். அவுரங்கசீபும் ரோஷனாராவும் முகட்டில் தொங்கிய சரவிளக்கை மொய்த்துக்கொண்டிருந்த அந்துப்பூச்சிகளைக் கூர்ந்து பார்த்துக்கொண்டிருந்தார்கள். 'இவர்கள் மட்டும் ஏன் இப்படி இருக்கிறார்கள்?' என்று யோசித்தாள் ஜஹனாரா.

"புதிய நகரத்தில் நீ விரும்புவதைப்போல எதை வேண்டுமானாலும் உருவாக்கிக்கொள்ளலாம். உனக்காக ஓர் இடம் அளிக்கப்படும். நீ என்ன ஆசைப்படுகிறாயோ அதை அங்கே கட்டிக்கொள்ளலாம். மதரஸாக்களா, காட்சிக் கூடமா, நாட்டிய மண்டபமா எதுவுமாக இருக்கலாம். அதற்கான நிதியும் கலைஞர்களும் உனக்கு வழங்கப்படும்."

ஜஹனாரா பேரானந்தத்தின் சுழலில் அகப்பட்டிருந்தாள். வார்த்தைகள் இல்லாமல் நின்றிருந்தாள். சக்ரவர்த்தியின் கைகளை ஆதுரமாகப் பற்றிக்கொண்டாள். 'பானிபட் சைத்தான் சொல்லாமல் மறைத்த சன்மானம் இதுதானா? எவ்வளவு பெரிய வெகுமதி. சகோதரர்கள் எவருக்கும் கிடைக்காத அதிர்ஷ்டம். ஆபாவுக்கு என்மேல் எத்தனை அன்பு. இந்த அன்புக்காகவே என்றென்றும் அவர் நிழலாக இருப்பேன். அல்லாஹ், இந்த வரத்தைக் கொடு' உடல் பரவசத்தில் அதிர்ந்தது. மும்தாஜ் மஹல் அவள் தோளைப் பற்றி இறுக்கினாள்.

இரவு விருந்தும் குஷால் கானாவிலேயே ஏற்பாடானது. வழக்கத்துக்கு மாறாக அரச குடும்பத்தைத் தவிர பிரதானிகளும் பிரமுகர்களும் அனுமதிக்கப்பட்டிருந்தார்கள். உணவுப் பதார்த்தங்களின் வாசனையும் மதுவின் மணமும் காற்றில் அலைந்தன.

உணவருந்துவதற்கு இடையில் ஜஹனாரா தன்னுடைய கற்பனையைச் சொன்னாள். பெருநகரத்தைப் பற்றிய கனவு. விசாலமான சதுக்கம். அங்கே வந்து சேரும் நிழல் கவிந்த பாதைகள். பாதையோரங்களில் பூங்காக்கள். தோட்டங்கள். சதுக்கத்தில் நூற்றுக்கணக்கான அங்காடிகள். நிலவொளி ததும்பும் அகன்ற தடாகம். பெயர் – சாந்தினி சௌக்.

"ஜானி, நாம் இல்லாமற் போகும் காலத்தில் என்னை நினைவு வைத்துக்கொள்கிறார்களோ இல்லையோ உன்னை

மறக்காமலிருக்கத் திட்டம் போட்டுவிட்டாய், அப்படித்தானே?" என்று அவளைச் சீண்டினார் ஷாஜஹான்.

"நீங்கள் இல்லாமல் நாங்கள் யாருமில்லையே, ஆபா. என்னை மட்டுமே யார் தனித்து நினைக்கப்போகிறார்கள். நீங்கள் நினைக்கப்படும்போது நானும் நினைக்கப்படுவேனாக இருக்கலாம், நிலவைப் பார்க்கும்போது நட்சத்திரங்களும் தென்படுவதுபோல. இந்தப் பேச்சு இனி வேண்டாம். சக்ரவர்த்திகளிடமிருந்து ஒரு அனுமதியை வேண்டுகிறேன். கிடைக்குமா?"

"என்னவென்று விண்ணப்பிக்காமல் அனுமதி கோருவது எப்படி, பேகம் சாஹிபா?"

"சேத்கானி நடத்துவதற்கான அனுமதி."

அதைக் கேட்டதும் ஷாஜஹான் ஏறிட்டு மும்தாஜ் மஹலைப் பார்த்தார். அவள் நாணத்துடன் தலையைக் கவிழ்த்துக்கொண்டாள்.

சேத்கானி. வேடிக்கைக் காதல் அங்காடி. அதை நடத்த விரும்பும் மகளை வியப்புடன் கவனித்தார். அழகு ஆசீர்வதிக்கும் உருவம். இளமை பூரித்துத் ததும்பும் தோற்றம். சொல்லுக்குள் அடங்க மறுக்கும் பருவம். இனியும் அவள் குழந்தையல்ல. ஒரே தருணத்தில் நெருக்கமும் விலகலும் அவர் மனதில் கிளைத்தன. "உன் விருப்பம்போல ஆகட்டும்" என்றார்.

முதல் ஆமோதிப்புக் குரல் ரோஷனாராவிடமிருந்து வந்தது. சக்ரவர்த்தி அனுமதி வழங்கிய மகிழ்ச்சியை விட முதன்முறையாகச் சகோதரி தனக்கு இணக்கமாகக் குரல் கொடுக்கிறாள் என்ற குதூகலம் ஜஹனாராவுக்கு. 'இனி இவளை என் பக்கம் கொண்டு வந்து விடலாம். பின்பு அவுரங்கசீப்பையும்' என்று கணக்கிட்டாள். அது அவ்வளவு சுலபமல்ல என்பது விருந்து முடிந்து அவரவர் மாளிகைக்குத் திரும்பும்போது விளங்கியது.

"ஜானி, இந்த எண்ணம் உனக்கு எங்கிருந்து வந்தது? பெண்களுக்கு அடக்கமும் நிதானமும் பணிவும் வேண்டும். உன்னை நீயே அவமானத்துக்கு ஆட்படுத்திக் கொள்ளும் இந்தச் சந்தை தேவைதானா? உனக்கு வெட்கமாக இல்லை? நீ இஸ்லாத்துக்கே களங்கம்," என்று ஆக்ரோஷமாகக் குமுறினான். தணல்கள்மேல் நடப்பதுபோல வேகமாக நடந்தான். அவனைத் தொடர்வதா வேண்டாமா என்ற குழப்பத்தில் ரோஷனாராவும் 'வெள்ளைப் பாம்பு' என்று முணுமுணுத்துக் கொண்டு ஜஹனாராவும் இருளின் குளிரில் விறைத்து நின்றார்கள்.

சக்ரவர்த்தி ஷாஜஹானிடம் சேத்கானி நடத்தக் கொடுத்த அனுமதியைத் திரும்பப் பெறும்படி அவுரங்கசீப் தொடர்ந்து வலியுறுத்தினார். அது மார்க்கத்துக்கு எதிரானது; முறைகேடானது; பெண்களை ஒழுக்கம் கெட்டவர்களாக்கும் என்று தர்க்கம் செய்தார். அவர் விவாதிக்கும் முறையில் எங்கே சக்ரவர்த்தி அனுமதியை ரத்துச் செய்து விடுவாரோ என்ற அச்சம் ஜஹனாராவைப் பற்றிக்கொண்டது. அதற்காகவே சக்ரவர்த்தியும் இளவரசரும் கலந்து பேசும் தருணங்களில் வேவு பார்க்க என்னை விரட்டி அனுப்பினாள். அதை நடத்தியே தீருவது என்ற வைராக்கியத்தில் இருந்தாள்.

"பானிபட், அவன் நோக்கம் மார்க்கத்தைப் பாதுகாப்பது அல்ல. எங்கள் சுதந்திரத்தை மறுப்பது. அதற்கு இடம் கொடுத்து விடக் கூடாது," என்று உறுதியாக இருந்தாள்.

"அவுரங்கசீப், நீ அஞ்சுவதுபோல ஒரு வேடிக்கைச் சந்தையினால் பெண்களுக்கு எந்தக் களங்கமும் நேர்ந்துவிடாது. ஒரு குவளை நீரைத் தெளித்தால் சூரியன் அவிந்துவிடுமா? அவர்கள் மகிழ்ச்சியாக இருக்க உருவாக்கிக்கொள்ளும் ஒரு சந்தர்ப்பம் அது. எனக்கு முன்னால் இருந்தவர்களும் அதைத் தடைசெய்ததில்லை. நானும் அனுமதியை திரும்பப்பெறப் போவதில்லை. எனக்கும் அவர்கள் முகங்களில் குதூகலத்தைப் பார்க்கும் ஆசை இருக்கிறது. ரஜபுத்திரர்களின் கலகத்தை அடக்குவதிலேயே சென்ற வருடத்தைக் கழித்திருக்கிறேன். தக்காணப் பீடபூமியில் இருண்ட முகங்களை, யுத்தம் கீறிய மனிதர்களை, வெடிச் சத்தங்களைப் பார்த்தும் கேட்டும் களைத்திருக்கிறேன். என் பிரஜைகளின் மலர்ச்சியான முகங்களை நானுமே தெருக்களில் காண விரும்புகிறேன். உன் மகிழ்ச்சியையும் காண

ஆசைப்படுகிறேன். உன் மகிழ்ச்சிக்காக இரண்டு யோசனை களைச் சொல்கிறேன். கேள். சலீம் சிஷ்டியின் உரூசுக்காக நாம் எல்லாரும் ஃபதேபூர் சிக்ரிக்குப் பயணம் போகலாம். ஷாஜஹானாபாத்தில் கட்டவிருக்கும் மோதி மஸ்ஜித் நிர்மாணத்தில் நீயும் பங்கேற்கலாம்.''

அவுரங்கசீப் வாயடைத்து நின்றார். சக்ரவர்த்தியின் சாமர்த்தியம் அவரை வீழ்த்தியிருந்தது. ஏற்றுக்கொண்டவராகப் பணிவுடன் தலைதாழ்த்தி வணங்கினார். விடைபெற்று நகர்ந்தபோது சக்ரவர்த்தி மீண்டும் சொன்னார்.

“சுல்தான் அவுரங்கசீப், நீ இகழ்ந்து சொன்ன அந்தச் சந்தை ஒருவேளை இல்லாமல் இருந்திருந்தால் நீ பிறந்திருக்க மாட்டாய்.''

சற்று நின்ற அவுரங்கசீப் சக்ரவர்த்தி சொன்னதைப் புரிந்துகொண்ட புன்னகையுடன் வெளியேறினார்.

ஜஹனாராவிடம் சொன்னதும் கைகொட்டித் துள்ளினாள். “ஆபாவுக்கு சபாஷ்,'' என்று உற்சாகக் கூச்சலிட்டாள்.

“பானிபட், ஆபா அப்படிச் சொன்னதன் காரணம் உனக்குத் தெரியும். அதைச் சொல்லேன்,'' என்று குழைந்தாள்.

நான் பலமுறை சொன்னதும் அவள் கேட்டதும்தான் அது. எனினும் ஒவ்வொரு முறையும் புதிதாகக் கேட்பதுபோலவே அவளுடைய பாவனை இருக்கும். அப்போதெல்லாம் ஹிந்துஸ்தானம் காலங்காலமாகக் கேட்டுச் சிலிர்க்கப்போகும் கதையின் தொடக்கம் அது என்று எனக்குத் தெரிந்திருக்கவில்லை.

மீனா பஜாரில் சேத்கானி கூடியிருந்தது. ஒன்பது நாட்கள் தொடர்ந்து நடக்கும் விநோதச் சந்தை. அரசகுலப் பெண்களும் பிரபுக் குடும்பத்துப் பெண்களும் வந்து குவியும் இளமையின் வைபவம். அங்காடிகள் எல்லாம் பெண்களாலேயே நடத்தப் படும். வாடிக்கையாளர்களும் பெண்கள்தாம். விற்பனைப் பண்டங்களும் பெண்களுக்கானவை. ஆடைகள், அணி கலன்கள், ஒப்பனைச் சாதனங்கள், தைலங்கள், வாசனைத் திரவியங்கள் சாம்ராஜ்ஜியத்தின் எல்லாத் திசைகளிலிருந்தும் வெளிதேசங்களிலிருந்தும் வந்து குவிந்திருந்தன. பொருள்கள் வந்த இடங்களிலிருந்து பெண்களும் வந்து குழுமியிருந்தார்கள்.

வீதிகளிலும் அரண்மனைத் தாழ்வாரங்களிலும் அந்தப்புரத்தி லும் ஜனானாவிலும் பெண்களைப் பற்றிய பேச்சாகவே இருந்தது. குர்ரத்தின் பதினான்கு வயதுப் பருவத்துக்கு அந்தப் பேச்சுக்கள்

தீரா ருசியாக இருந்தன. பிரபஞ்சத்தின் மாபெரும் புதிர்களில் ஒன்றை அறிந்துகொள்ளும் வேட்கை அவரைப் பற்றிக்கொண்டது. அழைத்துச் செல்லும்படி என்னைப் பிடுங்கிக்கொண்டிருந்தார். தவிர்த்துப் பார்த்தேன். என்னுடைய சால்ஜாப்புகள் எதுவும் செலாவணியாகவில்லை. 'இளவரசர் என்று யாருக்கும் தெரியாத வகையில் நடந்துகொள்ள வேண்டும்' என்ற நிபந்தனைக்கு உட்பட்டால் அழைத்துச் செல்வதாக ஒப்புக்கொண்டேன். ஒப்புக்கொண்டார்.

குர்ரதுக்கு வயதை மீறிய உரமான தேகம். நடையில் இயல்பை விஞ்சிய திடம். அண்மையில்தான் ஒரு யுத்தத்தை வென்று திரும்பியிருந்தார். அந்தச் செருக்கு அவரையறியாமல் அசைவுகளில் வெளிப்பட்டன. விபரீதமாகிவிடுமோ என்று பயந்தேன். ஆனால் அந்த முகத்தில் மிளிர்ந்த வெகுளித்தன்மை பயத்துக்குக் காரணமில்லை என்றது. தயக்கமில்லாமல் அங்காடி களில் ஏறி இறங்க முடிந்தது. பெண்கள் எங்களுடனும் நாங்கள் பெண்களுடனும் சகஜமாகப் பேச முடிந்தது. சில பெண்கள் குர்ரத்தின் இளம் தாடியை வருடினார்கள். சில குறும்புக்காரிகள் தலைப்பாகையைத் தட்டிவிட்டார்கள். சிலர் கன்னக் கதுப்புகளை இழுத்தார்கள். குர்ரம் கிறக்கத்திலிருந்தார் என்பதற்கு விழிகளின் பளபளப்பும் கன்னச் சிவப்பும் சாட்சி சொல்லின.

பாரசீகப் பட்டுத் துவாலைகளும் முத்துக்களும் அத்தர்களும் விற்கும் அடுத்த கடையில் இருந்த பதினைந்து வயதுப் பெண்ணுக்கு வந்திருப்பது யார் என்று விளங்கியிருந்தது. முகலாய சாம்ராஜ்ஜியத்தின் அடுத்த வாரிசு என்பதை யூகித்திருந்தாள் அர்ஜுமண்ட் பானு பேகம். மெல்லிய திரைக்கு அந்தப் பக்கமும் இந்தப் பக்கமுமாக இருந்து இருவரும் நேர்ப்பார்வை பார்த்துக் கொண்ட கணப்பொழுதில் குர்ரத்தின் மனம் அவளைத் தேடியதையும் அர்ஜுமண்ட் பானு பேகம் அவரை நாடியதையும் புரிந்துகொண்டேன். தர்பார் முஷையிராவில் 'நான் நீயானேன். நீ நான் ஆனாய். நான் உடல். நீ உயிர். நீ வேறு நான் வேறு என்று இனிமேல் எவரும் சொல்ல மாட்டார்'* என்று உருகி உருகி ஒரு கவி பாடிக்கொண்டிருந்ததைப் பார்த்து அடக்க மாட்டாமல் சிரித்திருந்தேன். 'என்ன அசட்டு உளறல்' என்றும் யோசித்தேன். இப்போது அந்த வரிகளை கண்முன்னே பார்த்துக் கொண்டிருக்கிறேன்.

"இங்கே இருப்பதில் மிகவும் மதிப்பான ஒன்றை வாங்க வந்திருக்கிறேன்," என்றார் குர்ரம்.

---

* அமீர் குஸ்ருவின் கஜலில் இடம் பெறும் வரிகள்.

“இருப்பதில் மிக மதிப்பானது நான்தான். ஆனால் உன்னால் என்னை வாங்க முடியாது,” என்றாள் அர்ஜுமண்ட் பானு பேகம்.

“என்னால் வாங்க முடியாத ஒன்று இல்லை. இந்தச் சந்தையையே வாங்கும் அளவுப் பெருந்தொகையை விலையாகக் கொடுக்க என்னால் முடியும்.”

“அந்த விலை என் கண்களுக்குத் தீட்டும் மை வாங்கக்கூடப் போதாது.”

“என் மாளிகையிலிருக்கும் நவரத்தினங்களையும் முத்துக்களையும் பொன்னையும் வெள்ளியையும் விலையாக வைத்தாலுமா?”

“அவையெல்லாம் என் புன்னகையின் முன் மங்கிவிடும். மாற்றுக் குறைந்த திரவியத்துக்கு மதிப்புக் கிடையாதே?”

“இந்த நகரத்தின் செல்வம் அனைத்தையும் கொடுத்தால் விலையாகுமா?”

“அது என் நடைக்குக்கூட ஈடாகாதே?”

“ஹிந்துஸ்தானத்தின் சகல சௌபாக்கியங்களையும் சமர்ப்பித்தால் நிகராகுமா?”

“எப்படி நிகராகும்? அவை என் மேனி வனப்பின் நட்சத்திர ஒளிக்கு முன்னால் மின்மினிகள்போலத்தானே தோன்றும்?”

அர்ஜுமண்ட் பானு பேகத்தின் சௌந்தரிய அகங்காரம் எனக்கே ஆத்திரம் ஊட்டியது. குர்ரத்துக்குச் சொல்ல வேண்டுமா? ஆனால் அவரிடம் ஆத்திரமிருக்கவில்லை. அடைந்துவிடத் துடிக்கும் தவிப்புத்தான் தெரிந்தது. சற்று விலகி வந்து சொன்னார்.

“பானிபட், நான் பார்த்த பெண்களிலும் இனிப் பார்க்கவிருக்கும் பெண்களிலும் பேரழகி இவள்தான். அழகு மட்டுமல்ல. முகத்தில் தெரியும் தன்னம்பிக்கையையும் பேச்சில் தெரியும் அறிவையும் பார்த்தாயா? ஒருவேளைஅழகுதான் தன்னம்பிக்கையையும் அறிவையும் கொடுக்கிறதா? இல்லை மற்ற இரண்டும்தான் அழகைப் பொலியச் செய்கிறதா? எதுவானாலும் இவள்தான் என் மனைவி. அதில் மாற்றமில்லை.”

வாலிபத்தைத் தொட்டிராத சிறுவன் இவ்வளவு பேச முடியுமா என்று திகைத்தேன். பதினான்கு வயதில் போர்க்களத்தில் வெற்றிகாண முடியுமென்றால் இதுவும் முடியும் என்று சமாதானமும் சொல்லிக்கொண்டேன்.

திரும்பச் சென்று அர்ஜுமண்ட் பானு பேகத்தின் முன்னால் நின்றார். “பெண்ணே, என்னையே உனக்குக் காணிக்கையாகச் சமர்ப்பிக்கிறேன். இது பொருத்தமான விலைதானா?” என்று நயந்தார். சாம்ராஜ்ஜியத்தின் இளவரசரையும் களம் வென்ற வீரரையும் பின்தள்ளிவிட்டு அழகை யாசிக்கும் கவிஞராக மாறியிருந்தார் குர்ரம்.

திரை கணப்பொழுது விலகியது. அர்ஜுமண்ட் பானு பேகத்தின் முகம் மின்னி மறைந்தது. மூடிய திரைக்குப் பின்னாலிருந்து சொன்னாள். “இதுவே உங்கள் விலையென்றால் என்னை உங்களுக்கு அளிக்கச் சித்தமாக இருக்கிறேன், இளவரசர் அல் ஆஸாத் அபுல் முஸாஃபர் சாஹிப் உத்தீன் முஹம்மத் குர்ரம்.”

திகைப்புடன் என்னைப் பார்த்தார் குர்ரம். நான் தலைகவிழ்ந்து கொண்டேன். நான் அறியாத ஒன்றுக்கு எப்படிப் பொறுப்பாவேன்?

சக்ரவர்த்தி ஜஹாங்கீரிடம் குர்ரம் தன்னுடைய விருப்பத்தை வெளிப்படுத்தினார். அவர் அதற்குச் செவிசாய்க்க விரும்பவில்லை. இளவரசர்களின் திருமணம் காதல் நிறைவேற்றமல்ல. அதிகார விஸ்தீரணத்துக்கான உபாயம். அரசியல் கணக்குகளின் சமன்பாடு. குர்ரத்தின் திருமணத்தை வைத்தும் சில கணக்குகள் அவரது திட்டத்தில் இருந்தன. பாரசீக மன்னரின் மகளைக் குர்ரத்துக்கு மணமுடித்து வைப்பதாக வாக்குக் கொடுத்திருந்தார். முகலாய இளவரசனுக்கு அதுதான் பிரதான கடமை; வேண்டுமென்றால் அர்ஜுமண்ட் பானு பேகத்தை வைப்பாட்டியாக வைத்துக் கொள்ளலாம். அதற்கும் வயது வர வேண்டும். அதுவரை காத்திருக்கத்தான் வேண்டும்.

“பானிபட், இதைச் சொன்னது சக்ரவர்த்தி ஜஹாங்கீர் என்றா நினைக்கிறாய்? எல்லாம் நூர் மஹலின் கபட தந்திரம். காத்திருப்பேன். அர்ஜுமண்ட் பானு பேகத்துக்காகக் காத்திருப்பேன். அல்லாஹுவின் பெயரால் சொல்கிறேன். அவள்தான் என் மனைவி. அவளுக்காக எதையும் செய்வேன். சக்ரவர்த்தியின் எந்த நிபந்தனைக்கும் உட்படுவேன்” என்று குர்ரம் குமுறினார்.

அதை நிறைவேற்றவும் செய்தார். காத்திருந்தார். பதினெட்டு வயதில் காந்தாரி பேகத்தை வற்புறுத்தலுக்காகத் திருமணமும் செய்தார். சக்ரவர்த்தி சொன்னதுபோல அது அரசியல் ஒப்பந்தம். குர்ரத்தின் வார்த்தைகளில் ஜனானாவில் புதிய அடிமைச் சேர்க்கை. குர்ரத்துக்கும் அர்ஜுமண்ட் பானு பேகத்துக்கும்

நடந்த திருமணத்தில் அவர்கள் அளவுக்கு மகிழ்ந்ததும் நான்தான். அதேசமயம் காந்தாரி பேகத்தின் துரதிர்ஷ்டத்துக்கு யாரும் காணாமல் கண்ணீர் சிந்தியதும் நான்தான்.

மணமுடித்து ஆக்ரா அரண்மனைக்குள் அர்ஜுமண்ட் பானு பேகத்தை அழைத்து வந்து நின்ற குர்ரம் பிரகடனப்படுத்தினார். “இதோ என் வாழ்க்கையின் வெளிச்சம். இனி இந்த அரண்மனை யின் வெளிச்சமும் இவள்தான். என் மும்தாஜ் மஹல்.”

அந்த நாள்வரை கிரகணம் பீடித்த நிலாவாக இருந்த குர்ரத்தின் முகம் பௌர்ணமி நிலாவாகப் பிரகாசிப்பதைப் பார்த்தேன். வேறொன்றையும் கண்டேன். பளிங்குக் கற்சுவர்களும் சலவைக் கல் தரையும் இரு மடங்காகப் பெருக்கிக் காட்டிய சரவிளக்குகள், சுவர் விளக்குகள், சாளர நிலா வெளிச்சம் எல்லாமும் புதிய பெண்ணின் முன்னால் மங்கிப் போனதையும்; நூர் மஹலின் முகம் இருண்டு போனதையும்.

சந்தைக்கான ஆயத்தங்கள் விமரிசையாக நிறைவேறிக் கொண்டிருந்தன. பொருட்கள் வந்து குவிந்திருந்தன. பெண்கள் வரத் தொடங்கியிருந்தார்கள். ராஜ வீதிகளிலும் இடைவழிகளிலும் ஆட்கள் கூடிப் பேசினார்கள். அரண்மனைக் காவலர்களும் படைவீரர்களும் ஓசாக்களிடமும் நாவிதர்களிடமும் ஓடினார்கள். அந்தப்புரப் பெண்கள் மருதாணிப் புதர்களைக் காவல் காத்து நின்றார்கள். ஹிஜ்ராக்கள் அத்தர் வியாபாரிகளை அழைத்துவந்து விலைபேசிக்கொண்டிருந்தார்கள்.

“பானிபட், எல்லாம் உன் பொறுப்பு.” என்று ஜஹனாரா சொல்லியிருந்தாள். அதையே ரோஷனாராவும் எச்சரிக்கையாகச் சொன்னாள். இரண்டு பெண்களும் காட்டும் களங்கமற்ற உற்சாகம் எனக்கு துக்கத்தையே கொடுத்தது. பாவம், இந்தப் பொய்யான மகிழ்ச்சியைத் தவிர வேறு சுகங்கள் இவர்களுக்கு வாய்க்காது என்று யோசித்தபோது அவர்கள் மேல் பரிதாபமே தோன்றியது.

சந்தை தொடங்கி மூன்று நாட்கள் திருவிழாப்போலக் கழிந்தன. மூன்றாம் நாள் இரவு உணவுக்கு எல்லாரும் கூடியிருந்தோம். எல்லாரையும் ஒரே இடத்தில் அமர்த்தி உணவளிக்க ஜஹனாரா விரும்பினாள். ஜனானா நிழலிலும் பாவர்ச்சி கானாக்களின் அனலிலும் சலவைக் கூடத்தின் ஓதத்திலும் ஒடுங்கியிருந்த பெண்களும் நபும்சகங்களும் தங்கள் சிரிப்புக்கும் பேச்சுக்கும் தடையிடப்படாத அந்த வெளியில் சுதந்திரத்தைக் கொண்டாடினார்கள்.

ஜஹனாராவும் நானும் அமர்ந்திருந்த இடத்தைத் தேடி ரோஷனாரா வந்தாள். அவளுக்குப் பின்னால் அவளுடைய பணிப்பெண். அவள் கையில் பெரிய வெள்ளிக் குவளையும் சிறு செப்புக் கலமும் இருந்தன.

"ஜானி, உனக்காகவே சொல்லித் தயாரித்த உனக்குப் பிடித்த ஜுலாப் மோஸ்த்*. இந்தா," என்று குவளையைக் கையில் வைத்திருந்த பொற்கிண்ணத்தில் சரித்தாள். பழங்களின் வாசனையும் ரோஜாவின் மணமும் கலந்த பானம் வெளிச்சத்தில் மின்னிக்கொண்டு கிண்ணத்தில் நிரம்பியது.

"பானிபட், இது உனக்கு," என்றதும் பணிப்பெண் செப்புக் கலத்தை என் முன் நீட்டினாள். ஜீராவில் மிதக்கும் குலாப் ஜாமூன்கள்.

நாங்கள் அவற்றை அருந்தும்வரை வசியப்படுத்தும் மென்னகையுடன் ரோஷனாரா அருகிலேயே நின்றிருந்தாள். ஜஹனாராவின் ஒரு மிடறுக்கும் என்னுடைய ஒரு விழுங்கலுக்கும் நின்றிருந்தாள். பின்பு பணிப்பெண் தொடர நடந்தாள். பந்தலைத் தாண்டி இருளை நோக்கித் தனியாகப் போனாள். இருளில் மரக் கூட்டங்களுக்கு இடையில் வெள்ளை நிழல் அசைவதை இங்கிருந்தே பார்க்க முடிந்தது. சில நொடிகளுக்குப் பிறகு நிழல் விலகிச் செல்வதையும் ரோஷனாரா பதுங்கு நடையில் பந்தலுக்குள் புகுந்து மறைவதையும் பார்த்தேன். ஜஹனாராவிடம் சந்தேகத்தைச் சொல்வதா வேண்டாமா என்று குழம்பி வேண்டாம் என்று கைவிட்டேன்.

காலிக் கிண்ணத்தைப் பீடத்தின் மீது வைத்துவிட்டு எழுந்தாள் ஜஹனாரா. எழுந்த வேகத்தில் இருக்கையில் சரிந்தாள். மீண்டும் எழுந்து நின்றாள். அவள் கால்கள் நீரில் துழாவுவது போலத் தள்ளாடின. பீதியும் கலவரமும் என்னைக் கவ்வின. அவள் அருந்தியது பழச்சாறு அல்ல என்று புரிந்தது.

"பானிபட், இந்தச் சில நாட்களில் ரோஷனாரா எவ்வளவு மாறிவிட்டாள் பார்த்தாயா? உன்னிடம் கூட இனிமையாக நடந்துகொள்கிறாள், இல்லையா?" என்றாள். அவள் நாக்குக் குழறியது. தடுமாறிய அவள் கையைப் பற்றி மாளிகைக்கு அழைத்துப் போனேன். முயலைப்போலத் துள்ளிச் செல்பவள் அம்புதைத்த அன்னம்போலத் தடுமாறுவது யார் கண்ணிலும் பட்டுவிடக் கூடாது என்ற எச்சரிக்கையுடன் அவள் அறை வாசலில் கொண்டு சேர்த்தேன். அதே வாசலில் உயிர் பறிபோகும் வலியுடன் வயிற்றை அழுத்திக்கொண்டு சுருண்டு விழுந்தேன்.

---

* பழச்சாறு

மூன்றாம் நாள் நினைவு மீண்டபோது ஜனானாவின் இருட்டில் கிடப்பதை உணர்ந்தேன். “நீ உண்ட உணவில் விஷம் கலந்திருந்ததாகச் சொன்னார்கள். எங்களுக்குத் தெரியாமல் அன்று என்ன அபூர்வ பதார்த்தத்தை விழுங்கினாய்?” என்று நபும்சகங்களில் ஒருத்தி நீட்டி முழக்கினாள். “வாயை மூடு சைத்தானே,” என்று கத்தினேன்.

வாசலில் நிழலாடியது. ஜஹனாரா. அருகில் வந்து என் கைகளைப் பற்றிக்கொண்டாள். “நான் பயந்து விட்டேன் பானிபட்” அவள் கண்களில் ஈரம் ததும்பியது.

“அப்படியெல்லாம் மரித்துப் போய்விட மாட்டேன், பேகம் சாஹிபா, அல்லாஹுவின் பொக்கிஷத்தில் எனக்கான தினங்கள் இன்னும் இருக்கின்றன. அதனால் என்னைக் கைவிட மாட்டான்.”

அன்று மாலை சந்தைக்குப் போனேன். ஜஹனாரா தடுத்தும் கேளாமல் இழுத்துப் போட்டுக் கொண்டு வேலைகளைச் செய்தேன். மனதின் பிடிவாதத்துக்கு உடல் இணங்க மறுத்தது. களைத்துப்போய் உட்கார்ந்தேன்.

“என்னைத் தோற்கடிக்க உன்னைப் பகடைக் காயாக்கியிருக்கிறார்கள். படைத்தவன் அவர்களைத் தண்டிப்பான்” என்றாள் ஜஹனாரா.

உபாதையை மறந்து சிரித்தேன். சுற்றிலும் பார்த்ததில் ரோஷனாரா பேகம் வராமலிருந்ததைக் கவனித்தேன். அந்த நாட்கள் எதிலும் அவள் வந்து சென்றிருப்பதற்கான அறிகுறி எதுவும் தென்படவில்லை. தேவையில்லாத குற்ற உணர்வால் வராமலிருந்திருக்கிறாள். பாவம், அவள் வெறும் அம்பு. வில்லும் இலக்கும் அவுரங்கசீபின் வசமிருந்தது. அதை அறிவேன். நான் அறிந்திருக்கிறேன் என்பது பேகம் சாஹிபாவுக்கும் தெரியும். அவளுடைய ஜாக்கிரதையான செய்கைகளும் என்மேல் காட்டும் அதீத பரிவும் அதற்குச் சாட்சி.

குதூகலங்களுக்கு ஆயுள் குறைவு. வசந்தத்தையும் கோடையையும் ஸ்ரீநகரில் கொண்டாடிக் கொண்டிருந்த நாள்களில் செய்தி வந்து சேர்ந்தது. தக்காணச் சமவெளியில் மீண்டும் கலகம் வெடித்திருக்கிறது. ஒடுங்கியிருந்த மராட்டியர்கள் கிளர்ந்து எழுந்திருக்கிறார்கள். சக்ரவர்த்தி ஷாஜஹான் ஆக்ராவில் இல்லாத சந்தர்ப்பத்தைப் பயன்படுத்தித் தாக்குதலைத் தொடங்கியிருக்கிறார்கள்.

தகவல் தெரிந்ததும் பரிவாரங்களிடம், "இது எதிர்பார்த்ததுதான். ஆனால் இவ்வளவு விரைவாக அல்ல. தளபதி கான் ஜஹான் லோடி இருக்கிறார். நிலைமையைச் சமாளிப்பார்," என்று ஆறுதலாகச் சொன்னார் ஷாஜஹான். எனினும் சந்தேகம் அவரைக் குடைந்துகொண்டிருந்தது. ஆக்ராவுக்குத் திரும்புமாறு ஆணையிட்டார். பயணம் தொடங்கியதும் வந்த இரண்டாவது தகவல் சந்தேகத்தை உறுதிப்படுத்தியது. அமீர் கான் ஜஹான் லோடி ஏழாயிரம் குதிரைப்படை வீரர்களுடன் தெற்கு நோக்கிச் சென்றுகொண்டிருக்கிறார். படைபலத்துக்காக ஐம்பது யானைகளும் சேர்க்கப்பட்டிருக்கின்றன. தாக்குதல் எதிர்பார்த்ததுதான். ஆனால் துரோகம் எதிர்பாராதது.

"அதையும் நீங்கள் எதிர்பார்த்திருக்க வேண்டும்," என்று மும்தாஜ் மஹல் சொன்னாள். சரிதான். ஆனால் கான் ஜஹான் லோடி தன்னை வஞ்சிக்க மாட்டார் என்று ஷாஜஹான் முழுமையாக நம்பினார்.

போர்த் தந்திரங்களில் தேர்ந்த ஆலோசகர், தனக்காகப் படைதிரட்டுவதில் சமர்த்தர், அதை நடத்துவதில் அசகாயர். பால்யம் முதல் ஒன்றாக உடன் வளர்ந்த தோழர். அதைவிடத் தாய்வழி உறவினர். இவற்றுக்கெல்லாம் மதிப்பளிக்க

விரும்பவில்லையானாலும் அவருடைய தன்மானத்தைக் காப்பாற்றியதற்காகவேனும் விசுவாசமாக இருந்திருக்க வேண்டும் என்று ஷாஜஹான் நினைத்தார்.

காந்தஹாரில் மூண்ட கலவரத்தை அடக்க கான் ஜஹான் லோடியை அனுப்பினார் ஜஹாங்கீர். சொந்த மண்ணுக்காக மூர்க்கமாகப் போராடியவர்களை அடக்கமுடியாமல் லோடி கைபிசைந்துகொண்டு திரும்ப நேர்ந்தது. வெகுண்டு போன பேரரசர் தோல்விக்குக் காரணமான லோடியை சாம்ராஜ்ஜியத்தின் எல்லைக்குள் நுழையவும் அனுமதிக்காமல் விரட்டினார். ஆண்டுக்கணக்காக எல்லைப்புறப் பிரதேசங்களில் அகதியாக அலைந்து திரிந்தவரை அதிகாரத்தைக் கைப்பற்றியதும் திரும்ப அழைத்துவந்து தக்காணப் பிரதேசத்தின் அமீராக ஷாஜஹான் நியமித்தார்.

அந்தக் கடன்பாட்டை மறந்திருக்கிறார் கான் ஜஹான் லோடி. இப்போது பிஜப்பூர் சுல்தானுடன் இணைந்தது போகட்டும். அவருடன் சேர்ந்து கலகக்காரர்களுக்கும் துணையாகப் படைகளைக் கொண்டு செல்கிறார். பகைவர்கள் எல்லாரும் ஒரே வட்டத்துக்குள் வந்திருக்கிறார்கள். அதற்கு உதவியிருக்கிறார் அமீர் கான்ஜஹான் லோடி. இத்தனை காலமும் அவர் தன்னிடம் காட்டியது பொய்யான ஆதரவா? வஞ்சம் தீர்த்துக்கொள்ளத்தான் உறவாடிக்கொண்டிருந்தாரா? மராத்தியர்களை ஒடுக்குவதை விட முதலில் இந்த துரோகியை ஒழிக்க வேண்டும்.

ஆக்ரா திரும்பியதும் குஷால் கானாவில் ஆலோசனைக் கூட்டத்தைக் கூட்டினார் ஷாஜஹான். தாராவை மட்டும் அழைத்திருந்தார். திட்டமிட்டே அவுரங்கசீப்பை அழைக்காமல் விட்டார். தானே படைநடத்தப் போவதாக அறிவித்தார். மும்தாஜ் மஹல் ஆட்சேபித்ததைப் பொருட்படுத்தவில்லை. ஆத்திரத்தின் எரிநட்சத்திரமாக இருந்தார்.

தாராவை அழைத்துச் செல்லும் தீர்மானம் ஜஹனாராவுக்கு மகிழ்ச்சியைக் கொடுத்தது போலவே அவுரங்கசீப்பைத் தவிர்த்தது வருத்தமளித்தது. ஆனால் அவன் அதைப் பொருட்படுத்தியதாகவே இல்லை. களம் புகத் தேர்ந்தெடுக்கப்பட்ட தாரா தயங்கினான். அவனுடைய தயக்கத்தின் காரணம் அவளுக்குப் புரிந்தது. காரணத்தின் பெயர் நாதிரா. அவனுக்காக மும்தாஜ் மஹல் நிச்சயத்திருந்த பெண். அவளுடன் பழகக் கிடைத்த வாய்ப்பு பாதியில் முடங்கிவிடுவதுதான் அவனைத் தயக்கம்கொள்ளச் செய்தது. ஆனால் இளவரசனின் கடமை களத்தில் காத்திருக்கிறதே? காலாட் படையின் ஒரு பிரிவும் குதிரைப்

படையின் ஒரு பிரிவும் தக்காணச் சமவெளிக்குப் புறப்பட்டன. சக்ரவர்த்தியின் பரிவாரம் அடுத்ததாகச் செல்ல ஆயத்தமாகிக் கொண்டிருந்தது.

படைமுகத்துக்கும் சுற்றம்சூழச் செல்லும் வழக்கம் ஷாஜஹானிடமிருந்துதான் தொடங்கியது. அங்கும் மனைவியரும் வைப்பாட்டிகளும் கேளிக்கைகளும் தேவைப்பட்டன. அதைப் பற்றிய ஆட்சேபங்களையும் அபவாதங்களையும் அவர் ஒதுக்கினார். ஆனால் இந்த முறை அவரே சஞ்சலத்தில் இருந்தார். மும்தாஜ் மஹல் கர்ப்பிணியாக இருக்கிறாள். முராத்துக்கு மணம் பேசி இருக்கிறது. புதிய தலைநகர் நிர்மாணம் காத்திருக்கிறது. வங்காளத்தில் அதிருப்திப் பொறிகள் அங்கங்கே தெறித்துக் கொண்டிருக்கின்றன. சக்ரவர்த்தி ஜஹாங்கீரின் தயவால் வேரூன்றிய கிழக்கிந்தியக் கம்பெனி கிளைபரப்ப இடம் தேடிக் கொண்டிருக்கிறது.

"இத்தனை நெருக்கடியில் நீங்கள் படைக்குத் தலைமை ஏற்க வேண்டுமா? முகலாய சாம்ராஜ்ஜியத்தின் பதாகையைப் பார்த்ததுமே பகைவர்கள் நடுங்குவார்களே? நமது தளபதிகள் சென்றால் போதாதா?" தயங்கித்தான் மும்தாஜ் மஹல் சொன்னாள். ஆக்ரோஷமாக அதை மறுத்தார் ஷாஜஹான்.

"தேவி, விவரம் தெரிந்த நீ இதைச் சொல்வது விசித்திரமாக இருக்கிறது. இதுவரை எதிரிகளுடன் போர் புரிந்திருக்கிறேன். இது துரோகிகளுடனான யுத்தம். பிஜப்பூர் சுல்தானுக்கும் லோடிக்கும் நான் யார் என்பதைக் காட்ட வேண்டிய வேளை வந்திருக்கிறது. இதை விட்டால் சாம்ராஜ்ஜியத்தின் அழிவுதான் தொடங்கும். அதை அனுமதித்தால் என் முன்னோர்கள் என்னைப் பழிக்க மாட்டார்களா? அவர்கள் கைப்பற்றிப் பெரிதாக்கிய பேரரசைப் பறிகொடுத்ததாகச் சபிக்க மாட்டார்களா?"

கற்பனையில் விரிந்த போர்க்களத்தில் நின்று வெறியுடன் பேசிக்கொண்டிருந்தார் ஷாஜஹான். சற்றுத் தணிந்ததும் சொன்னார்.

"நீ சொன்னதுபோலப் பதாகையைக் கண்டதும் நடுங்கிப் போகும் பகைவர்கள் அல்ல மராட்டியர்கள். சைத்தானின் படை அவர்களுடையது. போராடுவதற்காகவே ஜென்மமெடுத்த சத்திரியர்கள் என்று பெருமை பேசிக்கொள்ளும் கூட்டம். அவர்களுடையது போரல்ல. தாக்குதல். எங்கிருந்து என்று தெரியாமல் காட்டுவாசிகளைப்போலச் சமர் செய்யும் தந்திரம். அதை அறியவும் முறியடிக்கவும்தான் நானே முன் நிற்க விரும்புகிறேன். மராட்டியர்களைப் பற்றி எனக்குத் தெரிய வந்திருப்பது சரி என்றால் தைமூர் வம்சம் அழிய அவர்களே

காரணமாக இருப்பார்கள். அதை மறந்தால் முகலாய சரித்திரம் என்னை மன்னிக்காது.''

அடுத்த சில தினங்களில் சக்ரவர்த்தியின் படைகளும் பரிவாரங்களும் தக்காணப் பயணத்தைத் தொடங்கின. வழக்கத்தைக் காட்டிலும் பரிவாரம் சிறியது. அரைமன இசைவாக மும்தாஜ் மஹலை வரவேண்டாம் என்று சொன்னாலும் அவள் உடன் வரவே செய்வாள் என்பது ஷாஜஹானுக்குத் தெரியும். அப்படியே நடந்தது.

மும்தாஜ் மஹல் அவளுக்குத் துணையாகப் பணிப்பெண்கள், அரண்மனை மருத்துவரின் கண்காணிப்பில் இரண்டு தாதிகள், ஒரு ஆங்கிலேயச் செவிலி, ஜஹனாரா, அவளுடைய ஜனானா தோழிகள், பானிபட், அவன் தலைமையில் ஹிஜ்ராக்களும் அடிமைகளுமான கூட்டம், கணிகையர், பாவர்ச்சி கானாவுக்கான சமையற்காரர்களும் அவர்களுக்குக் குற்றேவல் செய்யும் ஆட்களும் என்று பரிவாரம். அதற்கான உணவும் உடுப்பும் சுமந்த பாரவண்டிகள். அரச மகளிருக்கான சிவிகைகளும் அம்பாரிகளும். ஐந்நூறு குதிரைகளின் படை, அதன் நான்கு மடங்கு காலாட்படை, யானைகள், தளவாடங்களைச் சுமக்க ஒட்டகங்கள், கோவேறு கழுதைகள், வேட்டை நாய்கள் என்று முகலாயப் பெரும் படை.

எல்லாம் திரண்டு விரைந்தபோது ஒரு பட்டணமே இடம் பெயர்ந்து ஓடுவதுபோலத் தோன்றியது. ஆயிரமாயிரம் கால்கள் எற்றிய புழுதிப் படலம் காற்றில் சுழன்றது. பறவைகள் திசை தடுமாறி அலைந்தன. கடந்த வழிகளில் தென்பட்ட சாமான்ய முகங்கள் அச்சத்திலும் பீதியிலும் இருண்டன.

தாரா ஷுக்கோ காலாட் படையின் ஒரு பிரிவை முன் நடத்தினான். ஷாஜஹான் ஒவ்வொரு நாளும் ஒவ்வொரு பிரிவின் முன்னணியில் இருந்தார். பேரரசர் தங்களுடன் வருகிறார் என்ற உற்சாகத்தில் படை வேகமாக முன்னேறியது. கர்ப்பிணியான மும்தாஜ் மஹலின் பொருட்டுப் பரிவாரங்கள் மெல்லவே பின் தொடர்ந்தன.

கலகக்காரர்களால் மட்டுமல்லாமல் இயற்கையின் பாராமுகத் தாலும் தக்காணம் நிலைகுலைந்திருந்தது. ஆண்டுக்கணக்காக மழை காணாமல் நிலம் வெடித்துப் பிளந்திருந்தது. மரங்கள் பசுமை இழந்து கூடாக நின்றன. வயல்வெளிகளில் கானல் மிதந்தது. பசுக்களும் எருமைகளும் புற்களின் வேர்களைத் தேடி மண்ணை முகர்ந்து நடந்தன. மலைகளிலும் பாறைக் கூட்டங் களிலும் பகல் முழுவதும் தகித்த வெயில் இரவுகளை எரித்தது.

அம்பாரி மேலிருந்து கண்ட காட்சி ஜஹனாராவை அதிரவைத்தது.

உடல் வற்றிய மாடு ஒன்று சாணமிட்டு நகர்வதற்குள் இரண்டு பேர் ஓடி வந்து அதை விரட்டினார்கள். மண்ணில் விழுந்திருந்த சாணத்தைச் சுள்ளியால் கிளறினார்கள். அதிலிருந்து எதையோ பொறுக்கி மேலாடையில் முடிந்துகொண்டிருக்கையில் ஒருவன் கத்திக்கொண்டு இன்னொருவனைத் தாக்கினான். அடிபட்டவன் ஊளையிட்டபடி திருப்பித் தாக்கினான். அவர்கள் மேலாடையில் முடிந்திருந்தவை நிலத்தில் சிதறி விழுந்தன. யானையை ஓட்டி நடந்துவந்த பானிபட் குறுக்கிட்டு அவர்களை விலக்கினான். வெருண்ட பார்வையுடன் அவர்கள் ஓடுவதைப் பார்க்க முடிந்தது ஜஹனாராவால்.

பகலுணவுக்காக நின்றபோது பானிபட் விளக்கம் சொன்னான்.

அவர்கள் அடித்துக்கொண்டது தானியத்துக்காக. நிலம் வறண்டு விளைச்சல் இல்லாமல் போனதிலிருந்து மக்கள் உணவுக்காக அலைகிறார்கள். தின்னத் தகுந்ததாக எது கிடைத்தாலும் அதை விழுங்கி வயிற்றை அடக்கப் பார்க்கிறார்கள். கால்நடைகள் விழுங்கிச் செரிக்காமல் எச்சத்தில் கலந்து வெளியில் விழும் தானியங்களையும் வித்துகளையும் சேகரித்தும் பசியை விரட்டப் பார்க்கிறார்கள். அப்படிச் சேகரிக்கும் வேலையில் மூண்ட கைகலப்பைத்தான் ஜஹனாராவும் பார்த்தாள்.

விழுங்கிக்கொண்டிருந்த கவளம் நாவை விட்டு இறங்க மறுத்தது. கையில் ஏந்திய பொற்கிண்ணம் கனத்தது. அதன் உள்ளேயிருந்த நெய்ச்சோற்றில் முடைநாற்றம் வீசுவதாகத் தோன்றியது. குடல்கள் தீய்ந்து வெளியேறத் திணறுவதாக உணர்ந்த ஜஹனாரா வாயைப் பொத்திக்கொண்டு எழுந்து ஓடினாள். 'பசிதான் எல்லாக் கடவுள்களையும்விடப் பெரிய கடவுள்,' என்ற வாசகம் அசந்தர்ப்பமாக நினைவுக்கு வந்தது.

பர்ஹாம்பூரை வந்தடையும் வழியெல்லாம் பட்டினிச் சிலைகளாகவே மனிதர்கள் தெரிந்தார்கள். பரிவாரத்தை நோக்கிக் கையேந்தி இறைஞ்சினார்கள். உக்கிராணக்காரர்களிடம் அவர்களுக்கு உணவுப் பொருள்களைக் கொடுக்கச் சொன்னாள். 'நமக்கே பற்றாக்குறை' என்று தயங்கியவர்களிடம் ஆணை பிறப்பித்தாள். "பஞ்சத்தில் மடிந்துகொண்டிருப்பவர்களை வென்றா சாம்ராஜ்ஜியத்தை நிலைநாட்டப் போகிறீர்கள்?" என்று சக்ரவர்த்தியிடம் முறையிட்டாள். "எளியவர்களுடன் இரு' என்று காஜா மொய்னுத்தீன் சிஷ்டி கற்பித்திருப்பதைச்

சொல்வாயே, அதை மறந்து போனாயா?" என்று தாராவிடம் சீறினாள். "இறைவன் மனிதர்களை ஏன் தண்டிக்கிறான்?" என்று மும்தாஜ் மஹலிடம் புலம்பினாள்.

தன்னுடைய குரலுக்கு எல்லாரிடமும் மதிப்பு இருப்பது விரைவிலேயே ஜஹனாராவுக்குத் தெரிந்தது. அதில் அவள்மீது அவர்கள் வைத்திருக்கும் அன்பும் தெரிந்தது. அந்த அன்பில் கரைந்து மும்தாஜ் மஹலின் பெருத்த அடிவயிற்றில் முகம் சாய்த்து விசும்பினாள். சக்ரவர்த்தியின் ஆணைப்படி பர்ஹாம்பூருக்குப் பறந்த பிரதிநிதிகள் தானியப் பொதிகளைச் சுமந்த பாரவண்டிகளுடன் திரும்பி வருவதைப் பார்த்தாள். அவள் கண்கள் ததும்பின.

"பேகம் சாஹிபா, இது என்ன கண்ணீர், அழுகையா ஆனந்தமா?" என்று கேலியாகக் கேட்டான் பானிபட். அவளுக்கும் பதில் தெரியவில்லை.

அதிர்ச்சியளிக்கும் செய்திகள் ஒன்றன்பின் ஒன்றாக வந்தன. கான் ஜஹான் லோடி, தக்காணப் பீடபூமியின் கலகக்காரர் ஜுஹார்சிங் புந்தேலாவுடன் சேர்ந்துகொண்டார். அவர்களுடன் மராட்டாப் புரட்சிக்காரர்களும் இணைந்துவிட்டார்கள். விவரம் உறுதிப்பட்டதும் முகலாயப் படை ஸ்தம்பித்தது. பகை முகாம் மூன்று கோசத்* தொலைவில் காத்திருக்கிறது. இது எளிய யுத்தமல்ல என்று சக்ரவர்த்திக்குத் தெளிவானது. தந்திரமாக வெல்லவேண்டிய போர். எனவே வியூகத்தை மாற்றினார். விசுவாசத் தளபதிகள் கான் தர்வான், அப்துல்லா கான், சைய்யித் ஜஹான் பாரா தலைமையில் படைகளை அணிவகுக்கச் செய்தார். குதிரைப்படை முன்னும் காலாட்படை அடுத்தும். இவை இரண்டுக்கும் ஊடே துப்பாக்கிப் படையை நுழைத்தார்.

முதலில் காலாட்படை, அடுத்து துப்பாக்கிப் படை, அவற்றுக்குத் தப்பியவர்களை விரட்டிக் கொல்லவோ சிறைப் பிடிக்கவோ குதிரைப் படை. கான் ஜஹான் லோடியின் வியூகம் இப்படித்தான் இருக்கும் என்பது ஷாஜஹானுக்குத் தெரியும். வியூகத்தை மாற்றினால் அவர் திணறுவார் என்று திட்டமிட்டார். ஆனால் எதிர் முகாமின் வியூகம் வேறாக இருந்தது. எங்கிருந்தோ ஆக்கிரமித்தார்கள். எச்சரிக்கையடையும் முன்பு தாக்கிவிட்டு மறைந்தார்கள்.

இதுதான் அவர்கள் யுத்த தந்திரம் என்றால் தோல்வி சர்வ நிச்சயம். சக்ரவர்த்தி தாராவுடனும் தளபதிகளுடனும்

* கோஸ் – தூரஅளவு. ஒரு கோஸ் – 2 மைல்

ஆலோசித்தார். தீர்மானத்துக்கு வந்தார். தக்காணத்துக்கு வந்து சேர்ந்த கணத்திலிருந்து சோபை இழந்திருந்த தந்தையின் முகம் தெளிவாக இருப்பதை ஜஹனாரா பார்த்தாள். படைமுகாமுக்கு அதிகத் தொலைவில்லாத இடத்தில்தான் பரிவாரமும் தங்கியிருந்தது. இரவு முழுவதும் யானைகளின் பிளிறலும் குதிரைகளின் கனைப்பும் வேட்டை நாய்களின் குரைப்பும் பாரா சிப்பாய்களின் சங்கேதக் கூவல்களும் விடாமல் கேட்டன. அவளால் ஒரு மாத்திரைப்பொழுதுகூட உறங்க முடியவில்லை. இந்த அரவங்களைத் தாண்டி மும்தாஜ் மஹலின் பேற்று முனகல் வேதனையுடன் கேட்டுக்கொண்டே இருந்தது.

'பிறப்பு வேதனையானதுதானா? பதின்மூன்று சிசுக்களைப் பூமிக்குக் கொண்டுவந்த பின்னும் ஆமிக்கு வேதனை பழகவில்லையா? இத்தனை நோவுக்கு ஈடுகொடுக்க அவளுக்கு என்ன தேவை? ஆபாவின் மீதுள்ள அன்பா? அன்பும் வேதனை தரக் கூடியதுதானா? ஆமாம். அவர் அன்பும் வேதனை அளிப்பதுதான். இல்லையென்றால் அவர் ஏன் இவளை இத்தனை முறை மரித்துப் பிறக்கச் செய்தார்? இந்துப் புராணத்தில் வரும் காலவ ரிஷியின் முட்டாள் மனைவியைப்போல ஒவ்வொரு மரணப் பிறப்புக்கும் பிறகு கன்னிமை திரும்புவதாக நினைத்தாளா? பிரிய புருஷனுக்காகப் பெண் தன்னை இழக்க வேண்டுமா? ஆணின் பிரியம் அதற்குத் அருகதை கொண்டதா? நான் யாரிடம் என்னை இழக்கப்போகிறேன்? அப்படி நடக்க முடியாது. அக்பரின் கட்டுப்பாடு அதற்கு இசையாது. ஆபாவால் அந்தக் கட்டை விலக்க முடியாது. விலக்கவும் விரும்ப மாட்டார். எல்லாம் தெரிந்தும் மனம் ஏங்குவது எதனால்? 'தேவீ' என்று ஓயாமல் என்னை அழைக்கும் குரல் யாருடையது? அதைக் கேட்ட கணம் என் சரீரமும் மனமும் ஏன் துள்ளுகின்றன? உடல் உருகுகிறது; மனம் பறக்கிறது. யாருக்கும் தெரியாமல் எனக்குள்ளேயே ஏன் இப்படிப் பரிதவிக்கிறேன்?'

இரவின் ஆழத்தில் மிதந்த விளக்குச் சுடரை வெறித்துக் கொண்டிருந்த ஜஹனாராவின் செவியில் அடுத்த கூடாரத்தி லிருந்து எழுந்த மும்தாஜ் மஹலின் அழைப்பு முதலில் விழவில்லை. மீண்டும் கேட்டதும் குற்ற உணர்வுடன் ஓடினாள். மஞ்சத்தில் எழுந்து அமர்ந்திருந்தாள் மும்தாஜ் மஹல். நோவின் இறுக்கமும் களைப்பும் அவள் குரலைப் பலவீனமாக்கி இருந்தன.

"ஜானி, வெளியில் எதையாவது பார்த்தாயா?"

ஓடிவந்த வேகத்தில் கவனிக்கவில்லை. கூடாரத்தின் திரையை விலக்கி வெளியில் சென்று பார்த்தாள். இருளில் வெண்ணிறப் புகைப் பொதிகள் எழுந்து அடர்ந்திருந்தன.

தீக்கோளங்கள் உருண்டு ஓடின. எரிகற்கள் சீறிப் பாய்ந்தன. நிழலுருவங்களாகக் குதிரைகள் தாவின. காற்றில் தகிப்பையும் கருகிய வாடையையும் முகர்ந்தாள். யானைகளின் பெருத்த காலடி ஓசைகளையும் மனிதர்களின் ஓலங்களையும் கேட்டாள். பயத்துடன் திரும்பினாள்.

களைப்பை மீறிய புன்னகை மும்தாஜ் மஹலின் உதடுகளில் மின்னியது. "தைமூரின் தந்திரம் ஆபாவுக்கு வெற்றியைக் கொடுத்திருக்கிறது," என்றாள். ஜஹனாராவுக்குக் குழப்பமாக இருந்தது. தைமூரின் தந்திரம்?

"ஆமாம். அதைத்தான் குர்ரம் கையாண்டிருக்கிறார். இந்தப் போர் விரைவில் முடிந்துவிடும்."

"புரியவில்லை, ஆமி."

எதிரிப் படையைக் குலைக்க தைமூர் கடைப்பிடித்த பழைய உபாயத்தைத்தான் தளபதிகள் பின்பற்றியிருக்கிறார்கள். தரை முழுக்க வைக்கோற் போர்கள் அடுக்கப்பட்டன. கப்பணங்கள் புதைக்கப்பட்டன. குதிரை வீரர்கள் வளையத்துக்கு வெளியிலிருந்து தீப்பந்தங்களை வீசியெறிந்தார்கள். வைக்கோற் போர் பற்றி எரியத் தொடங்கியதும் வெருண்டு ஓடிய யானைகளும் மனிதர்களும் கூரான கப்பணங்களில் மிதித்து வலியுடன் சுருண்டு விழுந்தார்கள். பார வண்டிகளில் வைக்கோற் போரை எரியவிட்டு ஓட்டினார்கள். மிரண்ட குதிரைகளும் யானைகளும் சொந்த வீரர்களையே மிதித்துக் கொன்றன. வளையத்திலிருந்து தப்பி ஓடியவர்களை முகலாய வீரர்கள் வெட்டிக் கொன்றார்கள். இரவின் முடிவில் எதிரிப்படை சிதறி இல்லாமல் போனது.

காலை வெளிச்சத்தில் வானில் மேகங்களை மறைக்கும் புகையும் வெந்து கரிந்த நிலத்தில் சடலங்களும் கைவிடப்பட்ட ஆயுதங்களும் எஞ்சியிருந்தன.

கான் ஜஹான் லோடி தப்பி ஓடியிருந்தார். "அந்தத் துரோகி பதுங்கியிருக்கும் வரை இந்த வெற்றி முழுமையானது அல்ல," என்றார் சக்ரவர்த்தி. அதன் பொருள் தக்காணத்தை விட்டு இப்போது செல்ல முடியாது.

ஜஹனாரா வெறுமையாக உணர்ந்தாள்.

முகலாய சாம்ராஜ்யத்துக்கு உட்பட்ட தக்காணச் சமவெளியின் தலைநகரமாக பர்ஹாம்பூரை அறிவித்தார் சக்ரவர்த்தி ஷாஜஹான். அதை சாம்ராஜ்யத்தின் இதர பிரதேசங்களிலும் அறிவிக்கச் செய்தார். "ஷாஜஹானாபாத் நிர்மாணம் பூர்த்தியாகும்வரை இந்தச் சபிக்கப்பட்ட நிலத்திலிருந்து எனக்கு விடுதலை இல்லை," என்று என்னிடம் குறைப்பட்டாள் ஜஹனாரா.

"உங்களுக்கு மட்டுமா பேகம் சாஹிபா, எனக்கும்தானே?" என்றேன்.

"உனக்கென்ன, சுதந்திரப் பிறவி."

"காலங்காலமாக அடிமைப்பட்டுக் கிடக்கும் ஒருவனைச் சுதந்திரமான பிறவி என்று சொல்வது கேலியல்லவா? ஹூம். ஒருவகையில் எல்லாரும் அடிமைகள்தான். ஆட்களுக்கோ உணர்ச்சிகளுக்கோ அதிகாரத்துக்கோ அடிமையானவர்கள்தாம். அடிமையாக இருக்கிறோம் என்று தெரிந்து கொண்டால்தான் விடுதலை பற்றி யோசனை வரும். விலை பேசி வாங்கி வந்து அந்தப்புரத்தில் அடைத்துவைத்திருக்கும் அடிமைகளுக்கும் அக்பர் முதல் உங்கள் தந்தையார்வரை பேரரசர்களான பேரரசர்கள் கொண்டு வந்து தள்ளிய வைப்பாட்டிகளுக்கும் அடிமைப்பட்டிருக்கிறோம் என்ற உணர்வு இருக்கிறதா? அந்த உணர்வு வருமானால் அன்று அரண்மனை தீக்கிரையாகி விடாதா?"

"குழப்புகிறாய் பானிபட். அடிமையாக இருப்பது ஆனந்தம் என்கிறாயா?"

"இல்லையே, அளவிலாக் கருணையும் நிகரிலாக் கிருபையும் கொண்டவனான இறைவனைத் தவிர வேறு யாருக்கும் அடிமையாக இருப்பதும் ஆனந்தம் தருவதல்ல."

ஜஹனாரா யோசனையில் ஆழ்ந்தாள். அவளை அப்படியே விட்டுவிட்டு வெளியேறினேன். பிறர் கற்றுக்கொடுத்தது அல்ல; தான் கற்றுக்கொள்வதே தொடர்ந்து வரும். அவள் தன்னிடமிருந்தே கற்றுக்கொள்கிறாள். அது அவளை மகோன்னதமானவளாக மாற்றலாம்.

பர்ஹாம்பூர் அரண்மனை சிறியது. ஆனால் அதற்குள் சகல வசதிகளும் ஏற்படுத்தப்பட்டன. இனி இதுதான் தலைநகரம். அதற்கான அமைப்பும் ஆடம்பரமும் உருவாக்கப்பட்டன. கோலாகலங்கள் தொடங்கின. விரைவில் அமைச்சர்களும் பிரதானிகளும் வந்து சேர்ந்தார்கள். அவுரங்கசீப்பும் ரோஷனாராவும் முராத்தும் வந்துவிட்டார்கள்.

தர்பார் மண்டபம், அந்தப்புரம், ஜனானா, இளவரசர்களுக்கும் இளவரசிகளுக்கும் தனி அறைகள், சக்ரவர்த்தியின் சயன முற்றம், கேளிக்கை மண்டபம் எல்லாம் தயாராக இருந்தன. அக்பர் நிர்மாணித்த மசூதி செப்பனிடப்பட்டது. அரண்மனைக்குள் புதிய அறைகள் இரண்டும் கட்டப்பட்டன. மும்தாஜ் மஹலின் இளைப்பாறலுக்காக. அறைகளை விடவும் பெரியதாகப் பிரத்தியேகக் குளியல் அறை அமைக்கப்பட்டது. கர்ப்பிணிப் பெண்ணின் நீராடலுக்காக.

மும்தாஜ் மஹலின் பதின்மூன்று பிள்ளைப் பேற்றுக்கும் நான் சாட்சியாக இருந்திருக்கிறேன். இந்தக் கர்ப்பக் காலத்தைப்போல அவள் துவண்டுகிடந்ததைப் பார்த்ததில்லை.

வழக்கத்தை விட வெம்மையான நாள் அது. காற்றில் ஈரக் கசிவே இல்லை. பகல் பொழுது நீண்டு நீண்டு சென்றது. சூரியன் மறைந்ததும் மலைகளின் உஷ்ணப் பெருமூச்சு இறங்கி வந்தது. ஹக்கீமும்* தாதிகளும் ஹமாமு**க்கு ஓடுவதைப் பார்த்தேன். அவர்களைப் பின் தொடர்ந்தேன். பேரரசரும் ஜஹனாராவும் பதற்றத்துடன் நின்றிருந்தார்கள். மும்தாஜ் மஹல் தரையில் விழுந்திருந்தாள். செவிலிகளும் தாதிகளும் அவளை எடுத்து மஞ்சத்தில் கிடத்தினார்கள். அவள் முகம் வெளிறி அவளுடையதாக இல்லாமல் தெரிந்தது. கண்கள் நிலைகுத்தியிருந்தன. அருகில் நெருங்கிய சக்ரவர்த்தியையோ ஜஹனாராவையோ அடையாளம் காண முடியவில்லை.

---

* ஹக்கீம் – மருத்துவர்

** ஹமாம் – குளியல் அறை

சுகுமாரன்

மஞ்சத்தை ஹமாமுக்குள் எடுத்துச் சென்றார்கள். சக்ரவர்த்தி தளர்ந்த நடையுடன் வெளியேறினார். ஜஹனாரா என்னை ஒட்டியபடி நின்றாள். அவளுடைய பயம் நடுக்கத்தில் புலப்பட்டது. தாதிகள் உள்ளேயும் வெளியேயும் ஓடி நடந்தார்கள்.

"பானிபட், அப்பா ஒருமுறை இறந்ததாகச் சொன்னபோது நான் இறைவனிடம் கேட்டுக்கொண்டேன். அவர் சாகவில்லை. நீ விஷம் தின்று கிடந்தபோது பிரார்த்தனை செய்தேன். நீ மரிக்கவில்லை. ஆமிக்காக நான் துஆ செய்கிறேன். அவள் நம்மைவிட்டுப் போக மாட்டாள் இல்லையா?"

பதிலுக்குக் காத்திராமல் முணுமுணுப்பது சோக சங்கீதமாகக் கேட்டது. 'இறைவா, நீதான் எனது ரட்சகன். நீயே என்னைப் படைத்தாய். நேர்வழி காட்டினாய். உணவளிக்கிறாய். புகட்டுகிறாய். மரிக்கச் செய்வாய். உயிராக்குவாய். உன்னுடைய கிருபையின் பொருட்டால் நான் கேட்கிறேன். கிருபையாளருக்கெல்லாம் கிருபையாளனே.'*

யாருக்கும் உறக்கம் வராத இரவு அது. சக்ரவர்த்தி அவ்வப் போது ஹமாமின் வாயிலருகே வந்து நின்றார். நிலைகொள்ளாமல் நடந்தார். திரும்பிப் போனார். கூடாரங்களிலிருந்து ஒவ்வொருவராக வந்து விசாரித்து விட்டுப் போனார்கள். தர்பார் ஜோதிடர் அபுல் பாஸியும் ஹிந்து பண்டிதரும் ஆகாயத்தைப் பார்த்தும் கையில் வைத்திருந்த கிரந்தங்களைப் புரட்டியும் வாதிட்டுக்கொண்டிருந்தார்கள்.

நின்ற நிலையிலேயே உறங்கிப்போனதை ஹமாமுக்குள்ளிருந்து வந்த அலறல் கேட்டதும்தான் உணர்ந்தேன். ஜஹனாரா அருகில் இல்லை. உள்ளே இருந்து வந்த தாதி இளவரசி அழைப்பதாகச் சொன்ன பின்னர்தான் அவள் மும்தாஜ் மஹல் அருகில் இருப்பது தெரிந்தது. மாளிகையின் பேரொளி கசங்கிய மஞ்சத்தில் ஒடுங்கிக்கிடந்தது. ஷாஜஹானின் பிரேமை வயிறு வீங்கிய தவளைபோல மூச்சிறைத்துக்கொண்டிருந்தது.

ஜஹனாரா மஞ்சத்தின் அருகில் சிறிய பீடத்தில் உட்கார்ந்திருந்தாள். மும்தாஜ் மஹலின் இடது கரம் மகளின் கையை இறுகப் பற்றியிருந்தது. ஒரு மகள் அன்னையின் பேற்றுக்குக் காவலிருப்பது இதுதான் முதல்முறை. ஜஹனாராவின் தோற்றத்தில் முதிர்ச்சியின் தோரணை. மும்தாஜ் மஹலின் ஒடுக்கத்தில் சிறுமியின் பயம். அல்லாஹ், இது என்ன காட்சி?

ஹக்கீம் திரைக்குப் பின்னால் நின்று தாதியரை ஏவிக்கொண்டிருந்தார். அவர் சொன்னதை அவர்கள்

---

* குர் ஆன்

செய்தார்கள். "சக்ரவர்த்தினியைக் கால்களை அகட்டச் சொல். அகட்டினார்களா? சரி, மூச்சை இழுத்துப் பலமாக முக்கச் சொல். சிசுவின் தலை தெரிகிறதா? இல்லையா, இன்னும் வேகமாக. என்ன தலை தெரியவில்லையா? உடல் குறுக்காகக் கிடக்கிறதா? இறைவனே, இது என்ன சோதனை?"

நோவை மீறி மும்தாஜ் மஹல் கத்தினாள். "எனக்குள்ளிருந்து பாரம் இறங்குவது தெரிகிறதே? என்னை இப்படியே கொல்லப் போகிறீர்களா?"

"ஹக்கீம், உதிரம்தான் பெருக்கெடுத்து வழிகிறது. என்ன செய்ய?" என்றாள் தாதி.

"சிசுவை வெளியே எடுக்காமல் எதுவும் முடியாது. நீங்கள் ஆளுக்கு ஒருபுறமாக சக்ரவர்த்தினியின் கால்களைப் பிடித்து வயிற்றுப் பக்கமாகப் படிய விடுங்கள். ஆயிற்றா? இப்போது சிசு தெரிகிறதா? அதை வெளியே எடுங்கள். என்ன குழந்தை?"

மும்தாஜ் மஹலின் பேரோலத்துக்கு இடையே தாதியின் குரல் "பெண்."

விடிய இரண்டு நாழிகை இருக்கையில் அந்தப் பெரிய குளியலறை எங்கும் உதிரத்தின் வாடையும் உடைந்த கருப்பையின் வீச்சமும் நிரம்பியது. பிறவியின் சுகந்தத்துடன் மும்தாஜ் மஹலின் அருகில் தாதி கிடத்திய உயிரை ஜஹனாரா இமைக்காமல் பார்த்தாள். தளர்ந்து விலகிக்கிடந்த மும்தாஜ் மஹலின் கைகள் மகளை ஆதரவாகத் தொட்டன.

மும்தாஜ் மஹலின் அலறலும் தாதியின் கூக்குரலும் ஒன்றாக ஒலித்தன. ஹக்கீம் 'என்ன?' என்று பதறினார்.

"உதிரப் பெருக்கு நிற்கவில்லை."

"அவரை மல்லாந்து படுக்க வை."

நானும் ஓடி மஞ்சத்தை நெருங்கினேன். தாதியுடன் சேர்ந்து மும்தாஜ் மஹலைக் கிடையாகப் படுக்க வைத்தேன். விரிப்புகளில் குருதி தேங்கி நின்றது. மும்தாஜ் மஹலின் சரீரம் விறைத்து நடுங்கியது. திரைக்குப் பின்னாலிருந்து ஒரு சிறு கிண்ணத்தை நீட்டினார் ஹக்கீம்.

"பானிபட், இதை அவர்களை அருந்தச் செய்."

அபின் கலந்த மாதுளைச் சாறு. அதை ஜஹனாராவின் கையில் கொடுத்துப் புகட்டச் செய்தேன். உதடுகளில் வழிய

அதை உட்கொண்டாள். சில நொடிகளில் மயங்கினாள். பாவம் ஜஹனாரா பிரமை விலகாமல் இருந்தாள்.

கிழக்கில் வெளிச்சம் புலர்ந்தது. மும்தாஜ் மஹல் கண்களைத் திறந்து "ஜானி" என்றாள். ஜஹனாரா அவளைத் தாய்மையுடன் பார்த்தாள். "ஆபா?" என்று முனகினாள். ஷாஜஹான் திரையை விலக்கி மஞ்சத்தின் அருகில் சென்றதும்தான் அவர் இத்தனை நேரமும் அங்கிருந்ததை உணர்ந்தேன்.

"அர்ஜுமண்ட்!" என்ற அழைப்புக்கு மலர்ந்தாள் மும்தாஜ் மஹல்.

"குர்ரம், உங்களை விட்டுப் போகிறேன். இனி என் இடத்தி லிருந்து இவள் உங்களைப் பார்த்துக்கொள்வாள்." அவள் கைகள் ஜஹனாராவின் கைகளுக்குள் ஒடுங்கின. அசைவில்லாமல் இருந்தன. ஆமி, அர்ஜுமண்ட், பாதுஷா பேகம், மகாராணி என்று பீறிட்ட குரல்கள் எதையும் மும்தாஜ் மஹல் கேட்கவில்லை. அன்று ளுகர்* தொழுகைக்குப் பின்னர் தப்தி நதிக்கரையில் அவள் உடல் கபரில் அடக்கப்பட்டது.

---

* மத்தியான்னத் தொழுகை

பாகம் – இரண்டு

என் வாழ்க்கை ஒரு நொறுங்கிய மகுடம். ஆனால் அதன் பாகங்கள் முழுமையாகவே இருக்கின்றன.

புயலும் மழையும் வீசியடித்து சருமமிழந்து வெறும் இழைப்பின்னலாக மிஞ்சிய இலை என் ஆன்மா. இப்போது சொர்க்கத்தின் நீல வெளிச்சம் அதன் வழியாக மின்னுகிறது.

ஒவ்வொரு மசூதியும் ஒரு சிறைதான். அதைப் போலவே ஒவ்வொரு அரண்மனையும். இறைவனின் பாதையில் நடப்பவர்களால் மட்டுமே இந்த உலகத்தை வெல்ல முடியும்.

எதிர்காலத்தில் முளைப்போம் என்பதற்காக விதைக்கப்பட்ட இறந்த காலத்தின் துகள்கள் என்பதல்லாமல் நாம் அனைவரும் யார்? அதிலொரு துகளான நான் என் எண்ணங்களை எழுதுகிறேன்.

என்னுடைய நாட் குறிப்புகளை அழித்துவிட விரும்புகிறேன். இல்லை. இல்லை. எதற்காக அவற்றை அழிக்க வேண்டும். இந்தப் புத்தகம்தான் இந்தச் சிறை வாழ்க்கையில் என் தோழி. என் இதயத்தி லிருந்து கசிந்த ரத்தத்தால்தான் இதையெல்லாம் எழுதியிருக்கிறேன்.

ஆக்ரா கோட்டைக்குள்ளிருந்து மெழுகுவத்தி யின் மங்கலான வெளிச்சத்தில் இந்த வார்த்தைகளை எழுதும்போது நடுங்குகிறது. என்னுடைய ஆழ்ந்த எண்ணங்களை ரகசியமாகவே வைத்திருக்கிறேன். அப்படியில்லாமல் நான் எப்படி வாழ முடியும்? நான் ஒரு பெண் ஆயிற்றே? ஆனால் இங்கே இந்தத் தனிமை இரவில் என் துக்கங்களை மறதியிடம் பாட முடியும். மறதியிடம்தான் என் வாழ்க்கைக் கதையைச் சொல்ல முடியும். என் கதையையும் என் துக்கத்தையும்.

சூரியன் அஸ்தமித்துக்கொண்டிருக்கிறது. காற்று எழுகிறது. பூக்களின் நறுமணத்தைப் பூமி சுவாசிக் கிறது. இங்கே அங்கூரிபாக்கில் ஒவ்வொரு மலரும் ஒரு நினைவைக் கிளர்த்திவிடுகிறது. விருந்து மண்டபத்துக்குப் போகும் வழியிலிருக்கும் பில்லி மலர்கள் பார்வைக்கு விளக்குச் சுடர்களைப் போலத் தெரியும். என் சகோதரர்களின் திருமணத்துக்கு இந்தச் சிவப்புப் பூக்களாலேயே மாலை தொடுக்கச் செய்திருந்தேன். காற்றில் அலைபாயும் சாம்பல் ஊதாநிற மலர்களின் வாசனை எனக்குள் துக்கத்தை நிரப்புகிறது.

திவான் இ ஆமில் இசைக் கருவிகள் நிசப்தமாகின்றன. ஆனால் மாலை ஒரு சோக கானத்தால் கனத்திருக்கிறது. துலேரின் பாட்டில் சிவந்த ரோஜாக்களின் சுகந்தம் கலந்திருப்பதாகத் தோன்றுகிறது. அந்த நாதத்தில் என்னுடைய எண்ணங்கள் மிதந்து கோட்டைச் சுவர்களைத் தாண்டி என்னுடைய கற்பனை உலகத்துக்குச் செல்கின்றன. நான் சத்ரசாலை துலேர் என்றே அழைக்கிறேன். அவனுடைய அணைப்பைக் கணப்பொழுது மகிழ்ச்சியின் போதையாக உணர்கிறேன். அவனுடைய இசை என்னைக் கால்கள் படாத உலகத்துக்கு அழைத்துச் செல்கிறது. அவனுடைய உருவம் என் நினைவில் தெளிவாக இல்லை. ஆனால் அவன் குரல் என் காதுகளில் பாடலாக ஓயாமல் ஒலிக்கிறது.

என்னுடைய தில்லி அரண்மனை ஷாலிமார் தோட்டத்தில் , நெருங்கி வரும் மாலை இருளையும் மரணத்தையும் மறப்பதற்காக மலர்களில் மதுவைத்

தேடும் வண்ணத்துப்பூச்சியைப்போல நான் சிறகடித்து வாழ்ந்தேன். நீலமும் பச்சையும் கலந்த சிறகுகளில் மகரந்தப்பொன் ஒளிர அந்தி நட்சத்திரம் உதித்ததும் இறந்து அணைந்து விடாமலிருக்க விரும்பி ஆகாய ஏணியில் ஏறுவதுபோல் சூரியக்கதிர்கள்மீது எவ்விப் பறக்கும் வண்ணத்துப்பூச்சிகளில் ஒன்றாக இருந்தேன்.

என்னுடைய கனவின் வாசலைச் சென்றடைவதற்குள் என்னுடைய அழகும் உருவமும் இல்லாமலாகி விடுமோ என்று ஒவ்வொரு நாளும் அஞ்சுகிறேன்? மகிழ்ச்சியின் மணவாட்டியான பேகம் சாஹிபாவாக இனி மேலும் இருக்க வேண்டாம். ஆனால் ஓர் இதயத்தின் ராணியாக என் கடைசி நாட்கள்வரை இருக்க வேண்டும். விதி எனக்குக் கொடுத்திருக்கும் கோப்பையைத் தாகத்துடன் அருந்துகிறேன். தாகம் தணிவதே இல்லை.

தர்பாரில் ஆபாவுக்கு வணக்கத்துடன் முகமன் சொன்ன போது முதன்முதலாக ஐரோக்காவுக்குப் பின்னாலிருந்து துலேரைப் பார்த்தேன். அன்று நான் சிறுமி. அவன் பேரரசரின் ஆசனத்தை நெருங்கியதும் என் முகத்தில் ரத்தவோட்டம் நின்று போனதாக உணர்ந்தேன். இது யார் நிஷாத மன்னன் நளன் புனர்ஜென்மமெடுத்து வந்திருக்கிறானா? நானும் தமயந்தியைப் போல அவனை மனதால் வரித்துக்கொள்கிறேனா? அந்த ரஜபுத்ரனிடம் நானாக என்னை அர்ப்பணித்தேன். இதற்கு முன்பு யாரிடமும் நான் தோற்றதில்லை. இதற்குப் பிறகும். முதல் பார்வையிலேயே என் இதயத்தை அவனுக்குச் சமர்ப்பித்தேன். அன்றே என் ஆன்மாவின் அதிபதி ஆனான். இன்றும் அப்படித்தான்.

என் தோட்டத்து மாளிகையில் நான் காத்திருக்கிறேன். காத்திருக்கிறேன். அவன் சீக்கிரம் வரமாட்டானா? இந்துஸ்தானத்தில் எல்லா வாள்களும் எங்களை வீழ்த்தக் கூர் தீட்டப்பட்டுக்கொண்டிருக்கும் நிலையில் அவன் என்னைப் பாதுகாக்க வரமாட்டானா? இன்று நான் அணிவிக்கப்போகும் கங்கணத்தைவிட மேலான ஒன்றை எந்தப் பெண்ணும் அவனுக்கு இதுவரை அளித்திருக்க மாட்டாள்.

விதி எழுப்பிய சுவர்போல எங்களுக்கு இடையிலிருந்த திரைக்கு அப்பாலிருந்து அவனுடைய வாழ்த்தொலி கேட்கிறது. பதில் வாழ்த்துச் சொல்வதற்காக எழுகிறேன். அவனுடைய மொழியிலேயே வருகைக்காக நன்றி தெரிவிக்கிறேன்.

“பாதுஷா பேகம், நீங்கள் எனக்கு நன்றி சொல்வதா?”

அவனுடைய பார்வைக்குச் சூரியனின் பிரகாசமும் சமுத்திரத்தின் ஆழமும் இருக்கின்றன. திரையின் இடைவெளி

வழியே பார்க்கும்போது அவனுடைய வெண்பட்டுத் தலைப்பாகை மாலைச் சூரிய ஒளியில் பொன்னாக மாறியிருக்கிறது. பண்டைப் பெருமைகளால் நிமிர்ந்திருக்கும் சிரம் அவனாக அடைந்த வெற்றிகளால் மேலும் உயர்ந்திருக்கிறது.

"தன்னுடைய இக்கட்டான காலத்தில் மாட்சிமை மிக்க உங்கள் தந்தையார் உதய்பூருக்கு வந்தார். அவர்மீது கொண்ட மதிப்பைக் காட்ட நாங்கள் ஒரு விளக்குத் தூணை ஸ்தாபித்தோம். அதில் இன்றும் விளக்கு எரிகிறது. ஒரு ரஜபுத்திரனாவது எஞ்சியிருக்கும்வரை அந்த விளக்கு அணையாது. என்னுடைய வாள் வீசப்படுமானால் அது உங்களுடைய மானத்தைக் காப்பதற்கே."

நான் இடைவெளியில் உதடுகளைப் பதித்து, "உன் சொந்த மானம்?" என்று முணுமுணுக்கிறேன்.

அவனுடைய அதரங்களிலிருந்து சிரிப்பு மறைகிறது. "இந்த ஹிந்துஸ்தானம் சபிக்கப்பட்ட மண். சத்ரியர்களும் பிராமணர்களும் வெகுகாலத்துக்கு முன்பே இதைச் சீரழித்து விட்டோம். பாதுஷா பேகம் ரஜபுதனத்தின் குருதி உங்கள் நாளங்களிலும் ஓடுகிறது என்பது நினைவிருக்கிறதா? முஹம்மது கோரியிடமிருந்து அஜ்மீரையும் தில்லியையும் காப்பாற்ற அந்த அரசர்களுக்குத் துணையாக மேவாரின் தீரர் சமர்சிங் களமிறங்கினார். ஓரிரவு கூரிருட்டில் முகத்திரை அணிந்த சௌந்தரியவதியைப் பார்த்தார். அவள் திரையை விலக்கிச் சொன்னாள். 'உன்னோடு ஹிந்துஸ்தானமும் அழியும்.' தில்லி வீழ்ந்தது. இதெல்லாம் நூற்றாண்டுகளுக்கு முன்பு. இன்று ஹிந்துஸ்தானத்தின் பெருமையும் மறைந்துவிட்டது. இந்த தேசத்தின் புனித மலைகளையும் நதிகளையும் பகைவர்களிட மிருந்து காப்பாற்றியிருக்க வேண்டிய நாங்கள் அதிகாரத்துக்காக ஒருவருடன் ஒருவர் சண்டையிட்டுக் கொண்டிருக்கிறோம்."

"கன்னோஜ் இளவரசி சம்யுக்தைக்காக உங்கள் மகாராஜா பிருத்விராஜ் யுத்தம் செய்தார். போருக்கு ஆயத்தமான மகாராஜாவிடம் அவள் சொன்னது உனக்கு நினைவிருக்கிறதா? வீர மரணம் அடைவது சிரஞ்சீவியாக வாழ்வதற்காகவே. அமரத்துவத்தைப்பற்றியே சிந்தியுங்கள். எதிரிகளை இரண்டாக வெட்டி வீசுங்கள். மரணத்தின் மறுகரையில் உங்களுடைய சரிபாதியாக வாழக் காத்திருப்பேன். மகாராஜா உயிர்விட்டதும் சம்யுக்தை உடன்கட்டை ஏறத் துணிந்தாள். சிதை நெருப்புக்குள் புகுவதற்கு முன்பு, 'நான் என் அன்பரைச் சூரியமண்டலத்தில்தான் பார்ப்பேன்; இந்த யோகினிபூரில் அல்ல,' என்றும் சொன்னாள்.

பூமியில் இணைய முடியாததை மரணம் ஒன்று சேர்க்கும் என்பது உங்கள் நம்பிக்கையா?"

வருடக்கணக்காகக் கேட்க விரும்பியதை இந்த ஒற்றைக் கேள்வியில் சுருக்கிக் கேட்கிறேன்.

அவன் முகம் பிரகாசமானது. அந்தப் பிரகாசம்தான் பதில் என்று அவன் புன்னகை செய்கிறான்.

"ஆன்மாவைத் தூய்மையாக்குவது அந்தச் சிதை நெருப்பின் ஜுவாலைகள் அல்ல. அது ஒரு புதிரான காரியம். தீ உடலை அழித்து ஆன்மாவைப் பந்தத்திலிருந்து விடுதலை அடையச் செய்கிறது. ஆன்மா இங்கேயோ அல்லது கடவுளைத் தேடிப் போகும் வழியிலோதான் இருந்த இதயத்தைக் கண்டடைகிறது."

அந்த வார்த்தைகள் சந்தோஷத்தின் கிரணங்களை எனக்குள் பாய்ச்சுகின்றன. திரையை நோக்கி மெல்ல ஊர்ந்தேன். முற்றுகையாளனின் காலடியில் விழும் கோட்டைபோல இந்தத் திரை சரிந்துவிடாதா? மகிழ்ச்சியால் நடுங்கினேன். எனது நாணத்தை மறைக்கச் சொற்களைத் தேடினேன். அவன் அதரங்களில் அந்த வசீகரச் சிரிப்புடன் நிற்கிறான்.

எங்கள் தலையில் விதி எழுதியிருப்பதை யார் மாற்றுவார்? நட்சத்திரங்களின் சஞ்சாரத்தை யார் மாற்ற முடியும்?

என் கவனத்தை ஈர்க்கும் குரலில் துலேர் சொல்லிக் கொண்டிருக்கிறான்.

"ஒரு தீர்க்கதரிசி அடர்ந்த வனத்தில் மரத்தடியில் அமர்ந்து தியானம் செய்துகொண்டிருந்தார். அதுவரை அவர் கண்களை மறைத்திருந்த திரை அந்த தியானத்தில் விலகியது. நாம் துன்புறுவதும் போரிடுவதும் மரணமடைவதும் ஒன்றுமில்லாததற்குத்தான். பேகம் சாஹிபா, அவர் ஒன்றை மட்டுமே பார்த்தார். அதற்குப் பின்னால் எதுவுமில்லை என்பதை உணர்ந்தார். எல்லாக் குரல்களும் ஒன்றின் குரல்தான். எல்லா நிறங்களும் ஒன்றின் நிறம்தான். எல்லா வெளிச்சங்களும் ஒன்றின் வெளிச்சம்தான். அப்படிச் சொன்ன அவர்தான் ஹிந்துஸ்தானத்தின் உண்மையான பேரரசர்.

"அதைச் சரியாக உணர்ந்தவர் உங்கள் மூதாதை அக்பர்தான். அவரால் ஏகலிங்க ஆலயத்தைப் புனருத்தாரணம் செய்ய முடிந்தது. அங்கிருந்து எடுத்த பீடங்களில் குர்ஆனை வைக்க முடிந்தது. மிலேச்சர்தான். எங்களுக்கு எதிராக ஆயுதம் எடுத்தவர்தான். ஆனால் அவர்தான் எங்கள் வீட்டுக் கதவுகளை

எங்களுக்காகத் திறந்தவர். ஹிந்துவையும் முஸல்மானையும் ஒரே தட்டில் வைத்தவர். அவரால் வெல்லவே முடியாத எங்கள் மகாராணா பிரதாப் சிங்குடன் இந்த நாட்டின் சுதந்திரமும் சிதறிப் போயிற்று. ஆனால் அக்பரால் ஹிந்துஸ்தானத்தின் புதிய திசை தெரிந்தது. தைமூர் வம்சத்தில் அக்பரின் மகத்துவம் நீடிக்கும் காலமெல்லாம் ராணா பிரதாப் சிங்கின் வம்சத்தவர்களும் அந்த இலட்சியத்துக்குத் துணையாக இருப்போம். யுத்தங்களில் எங்கள் பூர்வீகர்கள் உயர்த்திப் பிடித்திருந்த இந்த வாளின் மீது சபதமிட்டுச் சொல்கிறேன். உங்களுக்காகவும் சக்ரவர்த்திக்காகவும் இளவரசர் தாராவுக்காகவும் என் ஜீவனை அர்ப்பணிப்பேன்."

அவன் வாளை உயர்த்திச் சுழற்றுகிறான். அதன் மின்னல் ஒரு ஒளிவட்டமாக அவன் தலையைச் சுற்றி மின்னுகிறது.

இதற்கு முன்பு வானம் என்னை இத்தனை நெருங்கியிருந்ததில்லை. துல்லிய நீலக்கல்லால் பூமிக்கு வேய்ந்த மேற்கூரைபோல மாறி இருக்கிறது. பூமி விருந்து மண்டபமாகவும் நட்சத்திரங்கள் சரவிளக்குகளாகவும் நீரின் முணுமுணுப்புகள் சிதாரின் மீட்டல்களாகவும் குழலின் நாதமாகவும் மாறுகின்றன. என்னுடைய மகத்தான மகிழ்ச்சியில் பங்கேற்க மொத்த பிரபஞ்சத்தையும் வரவேற்கிறேன்.

தந்தையார் சக்ரவர்த்தி ஷாஜஹானின் நவரத்தின ஆசனத்தின் அருகில் அமர்ந்திருக்கிறேன். எல்லா இளவரசர்களும் திவான் இ ஆமின் பிரதானிகளும் அமர்ந்திருக்கிறார்கள். என் அன்பன் துலேர் ஓசை எழுப்பாத காலடி வைப்புகளுடன் தலைநிமிர்ந்து மெல்ல நடந்து வருகிறான். நிலவு உதித்ததும் நட்சத்திரங்கள் மங்குவதுபோல அவன் வந்து நின்றதும் எல்லா முகங்களும் மங்கின. என் கையிலிருந்த மலர்மாலை துலேரின் கழுத்தில் விழுகிறது. காற்றில் இலைகள் சலசலப்பதுபோல மண்டபத்தில் குரல்கள் எழுகின்றன. அவன் பெயர் உச்சரிக்கப்படுகிறது. நான் அவன் கண்களை மட்டுமே காண்கிறேன். கடலின் ஆழமும் சூரியனின் இதமும் கொண்ட அந்த விழிகளைத்தான் என்னை வழி நடத்த எப்போதும் தேடினேன். சூரியனில்லாத பகலும் கணவனில்லாத பெண்ணும் ஒன்றுதான்.

என் மாளிகை உப்பரிகையில் உட்கார்ந்து கனவு காண்கிறேன். மின்மினிகள் திருமண ஊர்வலத்தில் பிடித்த தீப்பந்தங்களாக நடனமாடுகின்றன. ஆண்கள் அவர்களுடைய மனத் திண்மையால் எப்படிக் கனவுகளை நிஜங்களாக மாற்றிக் கொள்கிறார்கள் என்பதை ஷேக் இபுன் அல் அரபி* விளக்கியிருக்கிறார். இதைப் பற்றி துலேருக்குக் கடிதம் எழுத விரும்புகிறேன். பட்டில்

* சூஃபி கவிஞானி மொஹயீதீன் இப்னு உல்அரபி (1165–1240)

பொதிந்த பட்டை தீட்டப்பட்ட வைரம் சுடர்விடுவதுபோன்ற தேர்ந்தெடுத்த சொற்களில் என்னுடைய ரகசியத்தைச் சொல்ல ஆசைப்படுகிறேன். தாரா, தன்னுடைய சகோதரர்களை வென்று அதிகாரத்துக்கு வந்ததும் அக்பரின் சட்டத்தை நீக்குவான். சகோதரியின் கையை மணாளனின் கையில் ஒப்படைப்பான். அவளுடைய அதிகாரத்தையும் அவனுக்குக் கொடுப்பான்.

நான் எழுதுவேன். ஆனால் இப்போது இரவு சிவந்திருக் கிறது. கடலிலிருந்து எழுந்த சூரியன் அந்தச் சிவப்பைப் பொன்னாக்குகிறது. என் மடியில் கிடந்த மலர்மாலை வாடி உதிர்ந்திருக்கிறது. ஃபெரோஸ்ஷா ஓடைக்கு அப்பால் ஒட்டகங் களை விரட்டிக்கொண்டு ஒரு வணிகக் கூட்டம் போகிறது. பொழுது சாய்வதற்குள் அன்றைய காரியத்தைச் செய்து முடிக்கும் வேகம் அந்தப் போக்கில் தெரிகிறது.

உப்பரிகையில் அமர்ந்து இரவு முழுவதும் யோசித்ததைக் கடிதமாக எழுதி துலேருக்குக் கொடுத்தனுப்பினேன். துலேரின் பதில் கடிதத்தை அரண்மனை நஸீர் கொண்டுவந்து கொடுத்துச் சென்றான். அதை யாரும் காணாத இடத்தில் அமர்ந்து படிக்க விரும்பினேன். தில்லிக்கு வெளியே கானகத்தில் பார்த்த பழங்கால மசூதி நினைவுக்கு வந்தது. புறப்பட்டுச் சென்றேன்.

எதிர்பார்ப்பில் உடல் நடுங்க சிதிலமான படிகளில் ஏறினேன். காட்டுப் பிசின்களின் கடும்நெடி என்னைக் கிறங்கச் செய்தது. சுவரில் உட்கார்ந்திருந்த குண்டுக்கரிச்சான் பறவை துருப்பிடித்த குரலில் வரவேற்றது. வாசலில் ஒரு சன்னியாசி மான்தோலை விரித்து உட்கார்ந்திருந்தார். மசூதியின் நுழைவாயிலில் ஹிந்துத் துறவி. வினோதம். அருகில் சிரட்டையும் தண்டமும் கிடந்தன. ‘மூடனே மானுட உடலில் நித்தியத்துவத்தைத் தேடுவான். உடல் சிக்கமோர் மரத்தின் கிளைகளைப் போல அற்ப ஆயுள் கொண்டது. கடலின் நுரையைப்போலத் தற்காலிகமானது’ என்று உச்சரித்துக்கொண்டிருந்தார். நான் அவரது சிரட்டையில் சில பொன் நாணயங்களைப் போட்டேன். விழியற்ற அந்தக் குருட்டுக் கண்கள் என்னுடைய எதிர்காலத்துக்குள் பார்ப்பதுபோல ஊடுருவின. சிரட்டையை என்னை நோக்கி நீட்டி, “உன்னுடைய பொன்னை நீயே எடுத்துக்கொள். உன் ஆன்மாவை விட மகிழ்ச்சியானதை வெளியில் ஏன் தேடுகிறாய்?” என்றார். நாணயங்களை மண்ணில் எறிந்துவிட்டு நடந்தார்.

கிணற்றின் அருகிலிருந்து கடிதத்தை வாசிக்கிறேன். ஒவ்வொரு சொல்லிலும் அவனுடைய பெருந்தன்மை வெளிப்பட்டாலும் அவற்றில் குழந்தையின் எளிமையும் இருந்தன.

மகாராஜாவே, உனக்கு என் சலாம். உன்னுடைய மகிழ்ச்சியே நான் தந்தது என்கிறாய். உன் பெருந்தன்மை உன்னை மேலும் மகத்துவமானவனாக்குகிறது. என்னுடைய இதயத்தில் ஒளியேற்றுகிறது. என்னை 'தேவி' என்று அழைக்கிறாய். 'நீ சம்யுக்தையானால் நான் பிருத்விராஜனாக மாறிக் கன்னோசியை முற்றுகையிடுவேன்' என்கிறாய். இனியவனே, என்னுடைய உலகம் ரோஜாக்களின் தோட்டமாகிறது. சம்யுக்தை அவளுடைய நாயகனிடம் சொன்னதை நினைத்துப் பார்க்கிறேன். பெண்களான நாங்கள் தடாகங்கள். ஆண்கள் நீங்கள் அன்னப் பறவைகள். எங்கள் மார்பை விட்டு விலகினால் நீங்கள் யார்?

உன்னுடைய கடிதம் என்னை ஆட்கொண்டுவிட்டது. தலை தாழ்த்தி சலாம் செய்கிறேன். உன் ஆசியின் மகுடம் அதன்மேல் சூட்டப்பட்டிருக்கிறதே. அந்த வெகுமானத்துடன் வெளியே வருகிறேன். வெற்றி ஊர்வலத்தில் வருவதாக இருந்தது அந்தத் திரும்புதல். பறவைகள் எனக்காகவே பாடின. நாரைகள் நீண்ட அலகுகளால் என்னை வாழ்த்தின. ஆகாயத்தில் பறந்தவையும் பூமியில் ஊர்ந்தவையும் எனது மகிழ்ச்சியை அறிந்திருந்தன.

சாலையின் இருபுறங்களிலும் உயரமாக வளர்ந்து நீண்ட வரிசையிலிருந்த கள்ளிச்செடிகளுக்கு அப்பால், பவழச் சிவப்பாகப் பூத்திருக்கும் கொன்றை மரங்களுக்கு இடையில் கடலாகப் பரந்துகிடந்த மைதானம். வசந்தத்தின் பசுமைக்கு மத்தியில் சிலந்திவலைபோல ஆகாயத்தின் நீலம். அந்த நீல வெளியில் ஆயிரம் மினாரங்களுள்ள மாளிகை கட்டுவேன்.

இத்தனை மகிழ்ச்சியான நாள் என்றாவது இருந்திருக்கிறதா? ஏழைகளும்கூட மகிழ்ச்சியானவர்களாகவே தெரிகிறார்கள். இதைத் தவிர நாம் வேறு எதைச் சொந்தமாக்கப் போகிறோம்? இதோ, தலையில் குடத்துடன் ஒரு பெண் தண்ணீர் எடுத்து வருகிறாள். அவளுடைய செப்புக்குடம் பாதுஷாவின் ரத்தினங்கள் பதித்த மகுடத்தைவிடப் பளபளப்பாக மின்னுகிறது. அவள் சிரிக்கும்போது தெரியும் பல்வரிசை நான் கழுத்தில் அணிந்திருக்கும் முத்துச்சரத்தைவிடப் பளீரிடுகிறது.

ஷாஜஹானாபாத் மிக அருமையான நகரம். இங்கே மிகப் பெரிய சத்திரத்தைக் கட்டுவேன். பிரம்மாண்டமானது. அழகானது. வசதியானது. அதை விட உயர்த்தியானது ஹிந்துஸ்தானத்தில் இருக்க முடியாது. உள்ளே நுழையும் யாத்திரீகர்கள் உடலும் மனமும் புத்துணர்ச்சி அடைந்து திரும்பிச்செல்ல வேண்டும். என் பெயர் ஒரு காலத்திலும் மறக்கப்படாமல் இருக்க வேண்டும். ஆனால் பொன்னை ஏழைகளுக்கு உதவ மட்டுமே செலவு செய்வேன்.

என் ஒட்டகங்கள் சற்று ஓய்வெடுக்கட்டும் என்று கோட்டைக்கு முன்னால் பரந்திருக்கும் முற்றவெளியில் இறங்கிக் கொண்டேன். கண் முன்னே என் நிலாக் கனவு. அது மெய்ப்பட்ட போது எவ்வளவு பரவசப்பட்டேன் என்பதை என்னாலேயே எழுத முடியாது.

சாந்தினி சௌக் உலகத்திலிருக்கிற எல்லாரும் சந்திக்கும் இடமாக மாறியிருக்கிறது. எல்லாப் பட்டணங்களிலிருந்தும் ஆட்கள் வருகிறார்கள். எல்லா தேச முகங்களும் இங்கே ஒன்றையொன்று பார்த்துக்கொள்கின்றன. சான்ஸிபாரிலிருந்தும் சிரியாவிலிருந்தும் இங்கிலாந்திலிருந்தும் ஹாலந்திலிருந்தும் துருக்கியிலிருந்தும் கொரோசானிலிருந்தும் ஜுபிலிஸ்தானிலிருந்தும் சீனாவிலிருந்தும் காபூலிலிருந்தும் துர்க்கிஸ்தானிலிருந்தும் பாதைகள் இங்கே வந்து திரும்புகின்றன. பழ அங்காடிகளில் மாதுளைகளும் திராட்சைகளும் தர்ப்பூசணிகளும் அடுக்கப்பட்டிருக்கின்றன. மலர் அங்காடிகளிலிருந்து எழும் வாசனைகளால் பூமி ஒரு சுகந்தக் கிண்ணமாக மாறுகிறது. ஆயிரக்கணக்கான குடுவை களில் அடைபட்டிருக்கும் அத்தர்கள். அவை ஒவ்வொரு குப்பியிலும் ஒரு கனவைத் தேக்கிவைத்திருக்கின்றன. எல்லாம் விற்கப்படுகின்றன. எல்லாம் வாங்கப்படுகின்றன. எல்லா இடங்களிலிருந்தும் ஆரவாரமும் ஆர்ப்பரிப்பும் ஒலிக்கின்றன. அவையெல்லாம் ஒரு கவிதையின் வெவ்வேறு வரிகளைப் போலக் கேட்டு ஒன்றாகின்றன. சிறிய மேஜைகளுக்கு மறுபுறம் அமர்ந்து ஜோதிடர்கள் கிரகங்களை அழைத்து மனிதர்களின் சிக்கலுக்கு ஆலோசனை கேட்டுச் சொல்கிறார்கள். இதோ, தலைமுதல் கால்வரை வெள்ளை அங்கியணிந்த பெண் ஒருத்தி தன்னுடைய எதிர்காலத்தைப் பற்றிக் கேட்டுக்கொண்டிருக்கிறாள். பிறகு கூட்டத்தில் கரைந்துபோகிறாள். ஆகாயத்துடன் பேசும் மொழி தெரிந்த இளம் ஜோதிடனே, என் விதியைப்பற்றி உன்னுடைய புத்தகத்தில் என்ன எழுதியிருக்கிறது? ஆனந்த நிமிஷங்கள் எனக்காகக் காத்திருக்கின்றன என்றா? ஆனால் நட்சத்திரக் கண்கள் என்மேல் துக்கத்தைத்தானே சொரிந்து கொண்டிருக்கின்றன?

மன்சப்தார்களும் அமீர்களும் ராஜாக்களும் படை பணியாட்களுடன் தர்பாருக்குப் போகிறார்கள். படை நடக்கும் ஓசை யுத்த சங்கீதமாக ஒலிக்கிறது. வேறு கூட்டம் திவான் இ ஆமுக்குப் போய்க்கொண்டிருக்கிறது. பல்லக்குகளில் பட்டுத் திரைக்குப் பின்னால் உட்கார்ந்திருக்கும் கணிகையர். நடனமங்கையர். விலங்குக் காட்சி சாலைக்குப் போகும் கறுத்த யானைகள். அவற்றின் கழுத்தில் தொங்கும் வெள்ளி மணிகள். காதுகளில் திபெத்தியப் பசுக்களின் வால் ரோமத்தால் செய்த

குஞ்சங்கள். கம்பீரமாக நகரும் அவற்றுக்கு இடையில் குறும்பாக ஓடும் குட்டிகள். தொடர்ந்து புலிகள். வங்காளச் சிறுத்தைகள். பின்னால் கூண்டில் அடைக்கப்பட்ட வேட்டைப் பருந்துகள். தளையிட்டிருந்தாலும் கூண்டில் அடைத்திருந்தாலும் அவை கானகப் பேரரசின் தூதர்கள்; ஆகாயத்தின் தூதர்கள். பிறகு வந்தவை உஸ்பெக்கிஸ்தான் வேட்டை நாய்கள். எல்லாம் அழகுதான். இருந்தாலும் அவற்றுக்கெல்லாம் பின்னால் வந்த மான்கள்தாம் அழகின் கடைசி வார்த்தை. எக்காளங்கள் முழங்க, முரசுகள் அதிர ஊர்வலம் செல்கிறது. காட்சிகள் கண்முன்னால் நகர்கின்றன. ஆனால் நிம்மதியற்ற மனதில் ஒரே ஒரு காட்சி மட்டும். வெற்றி முழக்கங்கள் ஒலிக்க என் துலேர் குதிரையில் வந்து இறங்கும் காட்சி.

அவுரங்கசீப்புடன் போர்க்களத்தில் வாளை வீசிக் கொண்டிருக்கும் அவனை இப்போதே பார்க்க முடியாதா? அவன் கைகள் என்னைத் தழுவாதா?

அநேக நாட்களாக கனவிலேயே வாழ்ந்து வருகிறேன். பழையவற்றை ஒருவர் மீண்டும் நினைத்துப் பார்க்கும்போது புதிய ஒன்றாகவும் புதிய வெளிச்சத்திலுமே பார்க்கிறார்கள். எங்கள் முதல் சந்திப்பைப் பற்றி நினைத்தபோது ஞாபகத்துக்கு வரும் மாளிகை இப்போது இல்லை. நந்தவனம் இல்லை. அங்கிருந்து இனி யமுனை நீரின் பாடல் கேட்காது. என் நந்தவனம் இப்போது வெகுதொலைவில் தயாராகிறது. பாழடைந்த மசூதி இனி இல்லை. புதிய பளிங்குக்கல் மசூதி எழுகிறது. ஆபா என் மீதான அன்பைக் காட்ட எழுப்பும் ஜும்மா மசூதி. அதன் பளிங்கு மினுமினுப்பில் என் ஏழை மசூதி காணாமற் போகிறது.

என்னுடைய அபிமான நாட்டியக்காரி குல்பாய் என்னை மகிழ்ச்சியடையச் செய்வதற்காக இன்று ஒரு புதிய நடனத்தை குஷால்கானாவில் ஆடினாள். அவள் அசைவே நிருத்தம். அவளுடைய சிறிய சலனமும் ஒயிலானது. நடனம் கற்றுக் கொள்வதற்காக அவளைக் குவாலியரிலிருந்து அழைத்து வந்தேன். இப்போது அவள் என் குரு. என் நாட்டிய சகா. இல்லை. அதற்கும் மேலாக என் அந்தரங்க சிநேகிதி. அவளுடைய நடனத்தைப் பார்த்து நான் மயங்காத ஒரு தருணமும் இல்லை. அந்தத் தருணத்தைக் கொண்டாடிப் பரிசு வழங்காத ஒரு தினமும் இல்லை.

இன்றும் நான் அன்பளிப்பாகக் கொடுத்த ஆபரணங்களை அணிந்துதான் குல்பாய் ஆடிக்கொண்டிருக்கிறாள். அன்று

ஒரு உண்மையைக் கண்டுபிடித்தேன். ஆடுபவள் இல்லாமல் நடனமில்லை. தான்சேன் இல்லாமலும் அவருடைய சங்கீதம் இருக்கிறது. அமீர் குஸ்ரு இல்லை. அவர் கஜல்கள் இருக்கின்றன. பயாக் இல்லாமற் போனாலும் அவரது ஓவியங்கள் இருக்கும். ஆனால் குல்பாய் இல்லையென்றால் அவள் ஆடும் நடனமில்லை. அவளில்லாமல் அவளுடைய நடனமும் இல்லை. அவள் வேறு அவள் நடனம் வேறில்லை. இதை உணர்ந்ததும் மிகுந்த ஆதுரத்துடன் அவளைப் பார்க்கிறேன். 'என் முற்றத்தில் பூக்கும் மல்லிகையின் மணம் என் மஞ்சத்தைக் கடந்து போகிறது. மணத்தில் நான் எழுதிய கடிதங்களை என் அன்பே உனக்கு அனுப்பினேன். ஒன்றும் திரும்பி வரவில்லை. ஒன்றுமே திரும்பவில்லை. இருந்தும் முற்றத்தில் மல்லிகை பூத்துக்கொண்டேயிருக்கிறது. மஞ்சத்தின் மீது மணம் மிதந்து போகிறது' கஜலுக்கு ஆடிக்கொண்டிருக்கிறாள். பாட்டின் துயரம் எனக்குள்ளே எதிரொலிக்கிறது. குல்பாயின் முகத்திலும் சோகம் படர்ந்திருந்தது. ஆனால் அது பாட்டின் சோகமோ அபிநயமோ அல்ல. வரவிருக்கும் ஏதோ துன்பத்தின் அறிகுறி. எனக்குப் பதற்றமாக இருக்கிறது. ஏன்? பாடல் முடிந்து அவள் உள்ளே போனதும் நானும் உடன் போகிறேன்.

தாழ்வாரத்தின் இரு புறச் சுவர்களிலும் சிவப்பும் நீலமுமான கண்ணாடிக் கூண்டு விளக்குகள் எரிந்துகொண்டிருக்கின்றன. 'குல்பாய்' என்று அழைக்கிறேன். என்னை நோக்கித் திரும்புகிறாள். அதற்குள் அந்த விபரீதம். திரும்பும்போது தோளிலிருந்து சரிந்த மேலாடையை விளக்கின் சுடர் தாவி ஜுவாலையாகப் பற்றி எரிகிறது. காட்டுத் தீயில் அகப்பட்ட மான்போல அலறிக்கொண்டு ஓடுகிறாள். நான் பின்னே ஓடுகிறேன். இருவரும் மாளிகை முற்றத்துக்கு வந்திருக்கிறோம். என் சுனரியை அவிழ்த்து அவள்மேல் போர்த்தித் தீயை அணைக்கப் பார்க்கிறேன். நறுமணத் தைலம் தெளித்திருந்த அவள் ஆடையில் பற்றிய நெருப்பு என்மீதும் பரவுகிறது. இருவரும் நெருப்புக்குள் அகப்பட்டிருந்தோம். கூக்குரலிடுகிறேன். திவான் இ காஸ் நடந்துகொண்டிருக்கிறது. அலறலைக் கேட்டு யார்யாரோ ஓடி வருகிறார்கள். அவர்களில் துலேரும் இருக்கிறானா? ஆடை பறிகொடுத்து நிற்கும் என்னைத் தொடுவானா? இல்லை, என் மனத்துக்குரியவன் கண்முன் வேறு யாராவது தொடுவார்களா? அதை அவன் பார்த்துக்கொண்டு நிற்பானா? வெட்கத்தின் தகிப்பு தீயை விட உக்கிரமாக என்னைச் சுட்டது. குல்பாய் நிலத்தில் சரிவதை நானும் மண்ணில் விழுந்துகொண்டே பார்த்தேன்.

நீண்ட காலத்துக்குப் பிறகு எழுத அமர்ந்திருக் கிறேன். என் கைகள் மைச்சிறகைப் பிடிக்க முடியாமல் நடுங்குகின்றன. கண்களில் புகை அடர்ந்திருப்பதுபோல மூட்டம். 'அல்லாஹ், உன் கிருபையால் உயிர் மீண்டது. ஆனால் செயலற்ற முடமாகிவிடுவேனா? அப்படி என்னை ஆக்குவதாக இருந்தால் என்னை இல்லாமல் செய்து விடு' என்று இறைஞ்சினேன்.

என் முறையீடு அவன் செவியில் விழாமற் போய்விடவில்லை. அவன் நிகரற்ற கருணையாளன்; அளவற்ற கிருபையாளன். மரணக் குழியிலிருந்து என்னை மீட்டிருக்கிறான். கைவிடவில்லை. எழுந்து நடமாடச் செய்திருக்கிறான். இதோ, இன்று எழுதவும் அனுமதித்திருக்கிறான். அவன் தயை என் மீது சொர்க்கத்திலிருந்து மழையாகப் பொழிகிறது. தீயில் வெந்த என் உடல் அந்த மழையில் மீண்டும் கிளறிவிட்ட மண்போல உயிர் கொள்ளுகிறது.

இரண்டு மாதங்களுக்கும் மேலாகப் படுக்கை யில் நினைவுதப்பிக் கிடந்திருக்கிறேன். இரவுபகல் தெரியாமல் கிடந்திருக்கிறேன். நினைவு மீண்ட போதெல்லாம் வேதனை என்னைத் துடிக்கவைத்தது. கண்களைத் திறந்தால் கொழுந்துவிட்டு எரியும் தீயும் மூடினால் புகைபடர்ந்த இருட்டும். காதில் குல்பாயின் மரண ஓலம் விடாமல் கேட்டுக்கொண் டிருந்தது. புரண்டு படுக்க முடியவில்லை. உடலில் சீழ்க்குமிழிகளாக முளைத்திருந்த கொப்புளங்கள் உடைந்து வலித்தன. வியர்வையின் வாடைகூடக் காணாத சரீரம் துர்வாடைப் பிண்டமாகமாறியிருந்தது. வேதனையின் உச்சத்தில் அலறியபோதெல்லாம் ஹக்கீம் ஏதோ பானத்தைப் புகட்டச் செய்தார். அதன் ருசி முன்பே பழக்கப்பட்டதாக இருந்தது. என்னை உள்ளிழுத்து வேதனையற்ற புள்ளிக்குள் என்னை ஒடுங்கச் செய்தது அந்தப் பானம்.

பெருவலி 117

நினைவுகள் தெளிவடைந்த இரவு. நான் இருப்பது என் மாளிகையில் அல்ல என்று புரிந்தது. நாதிரா என் அருகில் வந்ததும் இடம் புலனானது. தாராவின் அரண்மனையில் இருக்கிறேன். என் அன்பான சகோதரன் என்னைப் பராமரிக்கிறான். அவன் அதிகாரத்துக்கு வந்தால் என் சஞ்சலங்கள் தீர்ந்துவிடும். ஆபா என்னை அறிந்திருப்பதைக் காட்டிலும் தாரா என்னைப் புரிந்து வைத்திருப்பவன். இதை யோசித்தபோது கண்கள் கசிந்தன. 'பேகம் சாஹிபா, அழ வேண்டிய கட்டத்தை எல்லாம் தாண்டி விட்டீர்கள். இனி ஏன் கண்ணீர்?' என்று பன்னீரில் நனைந்த துவாலையால் முகத்தைத் துடைத்துவிட்டாள் நாதிரா. அவள் அழகில் இன்னும் மாற்றுக் கூடியிருப்பதைப் பார்த்தேன். உயிரைச் சுமக்கும் பரவசத்தின் அழகு அது. நாதிரா மஞ்சத்துக்கு அருகில் அமர்ந்து பேசிக்கொண்டிருந்தாள். அவளுடைய சொற்கள் எதுவும் எனக்குள்ளே போகவில்லை. பேச்சுக்கு இடையில் ஆனந்தக் களைப்புடன் பெருமூச்சு விட்டாள். ஆமியைப் பார்த்துக்கொண்டிருப்பதாக ஒரு வினாடி சிலிர்த்தேன். ஆமி இல்லாமல்தான் தாராவின் திருமணம் நடந்தது.

தப்தி நதிக்கரையின் அந்தப் பகல் பொழுது நினைவுக்கு வருகிறது. ஆமி மறைந்து ஆறு மாதங்களுக்குப் பிந்தைய ஒரு நாள் அது. தக்காணத்துச் சூரியன் கியாமத் நாளில் தகிப்பதுபோல எரிந்துகொண்டிருந்தது. மரங்கள் சுவாசிக்க மறந்து நின்றிருந்தன. விலங்குகள் தம் வியர்வையையே நக்கி உறிஞ்சித் தாகம் போக்கிக்கொண்டிருந்தன. பறவைகள் சிறகசைக்கவும் வலுவின்றி உட்கார்ந்திருந்தன. மகா தப்தியின் கரைகளுக்குள் கானலும் நீரும் ஒன்றாக இருந்தன. எப்போதும் ஆர்ப்பரித்துச் சிரித்து ஓடும் தப்தி சபித்துக்கொண்டு ஊர்ந்துகொண்டிருந்தது. யாருக்குச் சாபமிடுகிறது? தப்தியை ஆண் நதி என்கிறார்கள். உலகின் செளந்தரியவதியை அவளுடைய சமாதிக்குள்ளிருந்து எடுத்து ஏன் வெயிலில் வாட விடுகிறீர்கள் பாவிகளே என்று நதி கடிந்துகொள்வதுபோல இருந்தது.

'இல்லை, நீர் மகனே, தன்னுடைய மூச்சைத் தவிர வேறு ஆணின் சுவாசமும் அர்ஜுமண்ட் பானு பேகத்தின் சுற்றுப்புறத்தில் கூடப் படரக் கூடாது என்றுதான் சக்ரவர்த்தி ஷாஜஹான் அவளை எடுத்துச் செல்கிறார். உன்னுடைய ஆணொலியை விட பதினைந்து ஆண்டுகள் கேட்டு மகிழ்ந்த தோழி யமுனையின் முணுமுணுப்பை எப்போதும் கேட்டிருக்க அவள் சடலத்தை அழைத்துச் செல்கிறார். அவளுக்காக அவர் கனவுகளைச் செதுக்கிக் கட்டிய அன்பின் ஆலயம் காத்திருக்கிறது. அவர் காத்திருக்கிறார்.'

ஆமி இல்லாமல் தக்காணத்தில் இருக்க ஆபாவால் முடிய வில்லை. கலவரங்கள் உடனடியாக எழுவதற்கில்லை என்றானதும் ஆக்ரா திரும்பினோம். வடக்கே பாரசீகத்தைக் கட்டுப்பாட்டிற்குக் கொண்டுவந்திருந்தான் அவுரங்கசீப். தக்காணத்தை ஆளவும் சரியானவன். ஆபா அவனைத் தக்காணத்தின் ஆளுநராக்கினார். அவன் தெற்குநோக்கி வந்துகொண்டிருந்தபோது எங்கள் பரிவாரம் வடக்குத் திசையில் பயணம் போனது. வழியில் அவனுடன் கழித்த ஓர் இரவு வியப்பையும் திகைப்பையும் எனக்குக் கொடுத்தது. எளிய தோற்றத்திலிருந்தான். மிகச் சாதாரண மான ஆடையில் ஃபக்கீரைப்போலத்தான் தெரிந்தான். ஆனால் தோற்றத்துக்கு முரணான மிடுக்கு அவன் சரீரத்தில், நடையில், பேச்சில் தெரிந்தது. சக்ரவர்த்தி முன் அவன் காண்பித்த பணிவு உண்மையல்ல, பாவனை என்று விளங்கியது.

ஆக்ரா திரும்பியபின் ஆபா வேறு மனிதராக மாறியிருந்தார். வெகுகாலம் அவரை நெருங்கத் தயங்கியிருந்த முதுமை ஒரே நாளில் விரைந்து வந்து அவரை வீழ்த்தியது. கண்களில் துயரத்தின் சாயை நீங்காமலிருந்தது. முதுகு நினைவுகளைச் சுமந்து வளைந்திருந்தது. கம்பீர நடையில் தளர்ச்சி. சரீர அசைவு களில் தொய்வு.

'ஆபா, நீங்கள் நீங்களாக இல்லாமல் ஆகிக்கொண்டிருக் கிறீர்கள்,' என்றேன். திரும்பிப் பார்த்தார். மீண்டும் விசாலமான ஜன்னலின் வழியே ஆமிக்காக உயர்ந்து கொண்டிருக்கும் பளிங்கு ஞாபகத்தின் மீது அவர் விழிகள் நிலைத்தன. 'ஜானி, அர்ஜுமண்ட் பானு பேகம் இல்லாமல் குர்ரம் இல்லை. உனக்குத் தெரியாதா?' அவர் குரல் மட்டும் என்னை நோக்கி வந்தது.

'நீங்கள் வெறும் குர்ரம் அல்ல. அபு உத் முஸாபர் சாஹிப் உத் தீன் முஹம்மது சாஹிப் உத் குர்ஆன் உத் தானி ஷாஜஹான் பாதுஷா. தைமூர் வம்சத்தின் உரிமையாளர். முகலாய சாம்ராஜ்ஜியத்தின் சக்ரவர்த்தி. நீங்கள் முடங்கினால் இந்த தேசம் நிச்சலமாகிவிடும். அதிகாரம் என்பது அணிகலன் அல்லவே ஆபா? அது பொறுப்பு. ஆமியின் பெயரால் நீங்கள் அதிலிருந்து தப்ப விரும்புகிறீர்கள். சக்ரவர்த்தினி மும்தாஜ் மஹல் இருந்திருந்தாலும் இதையே சொல்லுவார். நான் இல்லாத குறையை உன் ஆபா அறியக் கூடாது. என் இடத்திலிருந்து அவரைக் கவனித்துக்கொள் என்று ஆமி சொன்னதனாலும் அவளுக்குக் கொடுத்த வாக்குறுதியைக் காப்பாற்ற விரும்புவதாலும் இதைச் சொல்கிறேன். பிழையாக இருந்தால் மன்னியுங்கள்.'

சொல்லிவிட்டுத் தலைவணங்கி நின்றேன். ஆபா எழுந்தார். பெருஞ்சிரிப்புடன் என் அருகில் வந்து நின்றார். என்னை இறுக

பெருவலி

அணைத்துக்கொண்டார். 'தேவி' என்று அவர் உதடுகள் முனகின. அது ஒரு தகப்பன் மகளை அரவணைப்பதுபோல இல்லை. அந்த முனகலில் பரிவு இல்லை. வேட்கை இருந்தது. நான் தனி அரண்மனையில் வசிக்கத் தொடங்கிய இத்தனை ஆண்டுகளில் ஆபா என்னை ஸ்பரிசித்தது இல்லை. அதை உணர்ந்தபோதே வேறு ஆணின் தொடுகையையும் தேவி என்ற அழைப்பின் ரகசியத் துடிப்பையும் உடலும் ஆன்மாவும் உணர்வதையும் அறிந்தேன். ஆபாவின் அணைப்பைத் துலேரின் தழுவலாகவும் அழைப்பைக் கொஞ்சலாகவும் நினைத்து ஒரு கணம் தடுமாறினேன். பின்பு அவரது கைகளை விலக்கி வெளியேறினேன்.

அன்று இரவு முழுவதும் ஆபாவைப் பற்றியே யோசித்துக் கொண்டிருந்தேன்; ஆமியைப் பற்றியும். இருவருக்குமிடையிலான பிணைப்பைப் பற்றியும். ஆபாவின் எண்ணற்ற பெண்களைப் பற்றியும். சக்ரவர்த்தி ஷாஜஹான் அறிந்த ஒரே பெண் அல்ல ஆமி. அவள் அல்லாமல் மனைவிகள் இருக்கிறார்கள். அக்பராபாதி மஹல், காந்தாரி மஹல், ஹசீனா பேகம் சாஹிபா, குத்ஸியா பேஹம் சாஹிபா, பத்தேபூரி மஹல், சரிந்தி பேகம் சாஹிபா, மன்பாவதி பாய்ஜி லால் என்று பெயர் சொல்லக் கூடிய என் பெரியன்னையர் , சிற்றன்னையர். அந்தப்புரத்தில் அடைக்கப்பட்டிருக்கும் பெயர் சொல்ல முடியாத பெண்கள். இவர்களிடமெல்லாம் ஆபாவுக்கு இருந்தது என்ன உறவு? எல்லாரும் சொல்வதுபோல அரசியல் காரணங்களுக்காக இவர்களை மணந்துகொண்டார் என்றால் இவர்கள் மனித ஜீவன்கள் இல்லையா? இவர்களிடம் இல்லாத ஏதோவொன்று ஆமியிடம் இருந்ததா? தன்னை நிரப்பிக்கொள்ளும் எதை அவளிடமிருந்து பெற்றார்? அதன் பெயர் என்ன?

எதற்கும் என்னால் பதிலைக் கண்டுபிடிக்க முடியவில்லை. என்னோடு விழித்திருந்த நட்சத்திரங்கள் மறைந்து வானம் செம்பொன்னாகத் தொடங்கிய பின்புதான் இரவு முழுவதும் உறங்கவில்லை என்பது புரிந்தது.

அடுத்து வந்த நாட்களில் ஆபா, சக்ரவர்த்தியாகி இருந்தார். முன்னை விட வேகமாகக் காரியங்களில் மூழ்கினார். ஆமியின் நினைவுச் சின்னத்தின் வேலைகளை விரைவுபடுத்தினார். ஷாஜஹானாபாத்தில் சிவப்புக் கற்களாலான புதிய கோட்டையைக் கட்டும் முனைப்பில் இருந்தார். திவான் இ ஆமிலும் திவான் இ காஸிலும் ஆலோசனைகள் நடத்தினார். குஷால் கானாவில் மீண்டும் சங்கீதக் கருவிகளும் நாட்டியச் சலங்கைகளும் ஒலிக்க ஆரம்பித்தன.

நான் நூர் மஹலின் மல்லிகை மாளிகைக்குக் குடிபெயர்ந்தேன். இனி இதுதான் என் இருப்பிடம். என் சொர்க்கம். ஆபாவின் உத்தரவுப்படித்தான் இங்கே வந்தேன். தர்பார் மண்டபத்துக்கு அருகில் இருக்கும் மாளிகை. வந்து செல்ல அவருக்கும் தர்பார் ஆலோசனைகளில் கலந்துகொள்ள எனக்கும் வசதியானது. நூர் மஹல் லாகூருக்கு நாடு கடத்தப்பட்ட அன்றிலிருந்து கேட்டுக்கொண்டிருந்த தனக்கு அந்த மாளிகையை ஒதுக்காமல் விட்டதில் ரோஷனாரா கோபத்தை என்னிடம் காட்டினாள். சக்ரவர்த்தி அவளிடமும் தன்னிடமும் பாரபட்சமாக நடந்துகொள்வதாகக் குற்றம் சாட்டி அவுரங்கசீப் அனுப்பிய கடிதத்தை எல்லார் முன்னாலும் ஆபாவிடம் படித்துக் காட்டினாள். அதன் விளைவு அவளுக்கே விபரீதமானது. 'இனி உனக்குத் தனி மாளிகை இல்லை. அவுரங்கசீப்பின் மாளிகையில் இருந்து கொள்,' என்று கட்டளை இட்டார். இடையில் குறுக்கிட்ட என்னைக் கையமர்த்தி அடக்கினார். இளவரசிகளானாலும் நானும் அவளும் சக்ரவர்த்தியின் ஆணைக்குப் பணிய வேண்டியவர்கள்தானே?

இதை எழுத வேண்டுமா கூடாதா என்ற தயக்கத்தில் இருந்தேன். நான் எழுதுவதை யாரோ ரகசியமாகப் படிக்கிறார்கள். அதுதான் தயக்கத்துக்குக் காரணம். ஆனால் இதையெல்லாம் எழுதுவது அறியப்படாத அந்த யாரோவுக்கு அல்ல. எனக்காகவே எழுதுகிறேன். என்னை என்னிடமிருந்து மறைக்க விரும்பவில்லை. என்னிடமே பொய் சொல்லிக்கொள்ள என்னால் முடியவில்லை.

தீவிபத்தில் ஏற்பட்ட காயங்கள் ஆறவில்லை. அரண்மனை ஹக்கீமின் மருந்துகள் பலனளிக்கவில்லை. நினைவின் காயங்களும் தீக்காயங்களின் வேதனையும் பல இரவுகளின் உறக்கத்தைப் பறித்துக்கொண்டன. உறக்கம் வரவழைக்க ஹக்கீம் புகட்டிய பானம் மயக்கத்தில் தள்ளியது. ஆனால் அந்த மயக்கம் எனக்குப் பிடித்திருந்தது. மருந்துகளின் வீரியத்தாலும் பானத்தின் கடுமையாலும் நான் மெலிந்துவிட்டதாக நாதிரா வருந்தினாள். எல்லா வலுவையும் திரட்டி எழுந்து ஒருநாள் கண்ணாடி முன்னால் நின்று அதில் தெரிந்த பிரதிபிம்பத்தைப் பார்த்தேன். அஞ்சினேன். அரண்டு கூக்குரலிட்டேன். பணிப்பெண்களும் ஹிஜ்ராக்களும் ஓடி வந்தார்கள். என்னைத் தாங்கி மஞ்சத்தில் கிடத்தினார்கள். அவர்களில் ஒருத்தியை அறிவேன். ஆரிப் சேலா. பாரசீகப் பெண்.

ஆரிப் சேலாவின் விரல்களின் மகத்துவமோ பயன்படுத்திய ஔடதக் களிம்பின் குணமோ என் காயங்கள் மெல்ல ஆறத்

தொடங்கின. அதை என்னால் உணர முடிந்தது. பாம்புச் சட்டை உரிவதுபோல என் பழைய சருமம் செதில் செதிலாக உதிர்ந்து மஞ்சத்தில் கிடப்பதைப் பார்த்தேன். ஒரு முறை பாதி மயக்கத்தில் ஆரிப் சேலா என் கட்டுகளை அவிழ்த்துப் புதிய கட்டுகளைப் போட்டுக்கொண்டிருந்தாள். யாரோ அவளுக்கு உதவி செய்துகொண்டிருந்தார்கள். இரண்டையும் யூகமாகத்தான் உணர்ந்தேன். தெளிவு வந்து பார்த்தேன். அது ஆபா. சக்ரவர்த்தி ஷாஜஹான் தன் மகளுக்குப் பணிவிடை செய்கிறார். சந்தேகத்துடனும் கூச்சத்துடனும் இருந்தேன். ஆனால் ஆபாவின் பார்வையிலும் செய்கையிலும் பெரும் வாத்சல்யம் ததும்புவதை இனங்கண்டேன். யா அல்லாஹ் என்று நிம்மதிப் பெருமூச்சு விட்டேன்.

'பேகம் சாஹிபா, இன்று மட்டுமல்ல; நான் சிகிச்சை தொடங்கிய நாளிலிருந்தே சக்ரவர்த்திதான் என் உதவியாளர்,' என்றாள் ஆரிப் சேலா.

துலேரை விபத்து நிகழ்ந்த அன்று தீச்சுவாலைகளுக்கு அப்பால் பார்த்ததுதான். அதன் பின்புதான் என் உலகமே இருண்டு போயிற்றே? அவன் அவுரங்கசீப்புடன் தக்காணத்தில் யுத்தக் களத்தில் இருந்தான். முன்பே நான் அவனுக்கு அளித்திருந்த கங்கணத்துக்குப் பதிலாக ஒரு கச்சிலி குர்த்தியை அனுப்பியிருந்தான். நீல நிறப்பின்னணியில் பொன் ஜரிகைகளும் அவற்றின் நடுவில் முத்தும் வைரமும் பதித்த வேலைப்பாடுகளும் கொண்ட அழகான ஆடை. அந்தப் பரிசுக்கு நன்றி தெரிவித்துக் கடிதம் எழுத வேண்டியது என் கடமை. எழுதினேன். அதை மாறுவேடத்தில் கொண்டு சேர்க்கத் தூதர்களை நியமித்தேன். யாருக்கும் தெரியாமல் அவுரங்கசீப்பின் படை முகாமில் துலேரிடம் ஒப்படைக்கச் சொன்னேன். பதிலாக அவனுடைய உருவப் படத்தையோ உருவம் பொறித்த தந்தத்தையோ பதிலாகப பெற்றுவரச் சொன்னேன். ஆனால் தூதர்கள் வெறும் கையுடன் வந்தார்கள். போர்க்களத்தில் எழுத எங்கே நேரம்? பதில் அனுப்பப்படும் என்ற வார்த்தைகள் தந்த நம்பிக்கையில் நாட்கள் பல நகர்ந்தன. பதில் வந்தது.

கடிதத்தைப் பிரித்தேன். கையெழுத்தில் தடுமாற்றம் தெரிந்தது. இது அவன் கையெழுத்து அல்ல. ஒருவேளை யாரையாவது எழுத வைத்திருப்பானோ? சந்தேகம் விலகாமல் வாசித்தேன். ஹிமாலயம் புரண்டு விட்டதா? சூரியன் மேற்கில் உதிக்கிறதா? துலேரை இபிலீஸ் பிடித்துக் கொண்டதா? கடிதம் சுருக்கமாக இருந்தது. செய்தி தெளிவாக இருந்தது. 'ஒரு முகலாய இளவரசியின் சேகரத்தில் சோஹான் ரஜபுத்திரனின் படம் பொருத்தமானதாக இருக்காது.'

என்னுடைய ஆனந்தம் எல்லாம் நொடிப் பொழுதில் மரித்தது. 'கொராசானின் கண்ணீர்' கவிதையில் அன்வாரி எழுதியது அசந்தர்ப்பமாக நினைவுக்கு வந்தது. 'ஆன்மாவின் பதற்றத்துடன் என் கடிதம் தொடங்கியது. அந்தரங்கத்தைக் காயப்படுத்தி முடிந்தது.'

துலேர் ஏன் இப்படி எழுதியிருக்கிறான்? நான் எரிந்து கரிக்கட்டையாகப் போய்விட்டேன் என்று யாராவது அவனிடம் சொல்லியிருப்பார்களா? அதை அவன் எப்படி நம்பலாம்? அவனைப் பற்றி ஆயிரம் யோகிகள் என்னிடம் வந்து இப்படிச் சொன்னாலும் நம்ப மாட்டேன். அவுரங்கசீப்போ ரோஷனாராவோ சொல்லியிருக்கலாம். அவர்கள் எனக்கும் தாராவுக்கும் விரோதிகள் என்று தெரியாதா? சோஹான் ரஜபுத்ர இனம்தான் எங்களுக்குப் புகலிடம் என்று நம்பியது இல்லாமற் போகிறதா? எனக்குள்ளேயே நூறு கேள்விகளைக் கேட்டுக்கொண்டேன். ஒன்றுக்கும் பதில் இல்லை. விரல்களைக் கடித்துக்கொண்டேன். இருண்ட மேகங்களை இடி பிளந்தது. நூற்றுக்கணக்கான நகராக்கள் அதிர்ந்து ஒலித்தன. ஆகாயத்தில் ஏதாவது ஈமச் சடங்கா? இல்லை சொர்க்கத்தில் பிறந்த ஏதோ ஒன்று மரணமடைந்ததா? மழைத் தாரைகள் கொட்டின. மின்னல் எல்லாவற்றையும் திறந்து காட்டியது. பின்னர் இருட்டு அவற்றை மூடியது. நான் இருளுக்குள் அகப்பட்டேன். இருட்டுக்குள்ளிருந்து என் இதயம் கிழிபட்ட குரல் எழுகிறது. திசைகளில் மோதுகிறது.

மாலையானதும் அரண்மனை விளக்குகள் ஒளிரத் தொடங்கின. என் படுக்கை அறையில் பொன்னாலும் வெள்ளியாலும் விளிம்புகள் பின்னப்பட்ட திரைச் சீலைகள் கீழிறக்கி விடப்பட்டன. கேளிக்கை மண்டபத்திலிருந்து இசைக் கருவிகளின் முழக்கமும் கரவொலிகளும் கேட்டுக்கொண்டிருந்தன.

எழுந்து நிலைக்கண்ணாடிமுன் நின்றேன். அதில் தெரிந்த என் உருவத்தைச் சிரம் முதல் கால் நகம்வரை நிதானமாகப் பார்த்தேன். தீக்குள் பிரவேசித்த சீதை வெளியில் வந்தபோது முன்னை விடப் பொலிவாக இருந்தாள் என்ற பௌராணிகக் கதையை நினைத்துக்கொண்டேன். நானும் முன்னைவிடப் பொலிவாக இருக்கிறேன். தீயில் பொசுங்கிய கூந்தல் வளர்ந்து மழை மேகமாக விரிந்திருக்கிறது. முகம் களங்கமில்லாத நிலாவாக மின்னுகிறது.

கழுத்தணிகள் மேனியின் நிறத்தை விட மெருகு குறைந்திருக் கின்றன. மார்புகள் விம்மி நிற்கின்றன. நாழிகைக்கடிகைபோல்

பெருவலி 123

இடை சிறுத்திருக்கிறது. இடைக்குக் கீழ் மானின் குளம்படிபோல வும் யானையின் முகபடாம் போலவும் சரீரம் செழுமையாகி இருக்கிறது. ஒரு விநாடி என் உருவத்தை நானே மோகித்தேன். கர்வம் கொண்டேன். துலேர், பாவம். நீதான் எத்தனை துர் அதிர்ஷ்டசாலி!

எல்லாம் இறைவனின் கொடையென்றால் என்னுடைய துயரமும் அவன் கொடுத்ததுதானா? இறைவன் இல்லாமல் வாழமுடியும் என்று காட்டுகிறேன்.

கூண்டில் அகப்பட்ட சிறுத்தையாகச் சிறிது நேரம் அறைக்குள் நடந்தேன். மண்டபத்திலிருந்து விரக கானம் கசிகிறது. புல்லாங்குழலும் ஷெனாயும் விசும்புகின்றன.

ஆவேசமாக எழுந்து உடைகளை மாற்றினேன். துலேர் பரிசளித்த கச்சிலி குர்த்தியை அணிந்துகொண்டேன். ஆபரணங் களை எடுத்து அணிந்தேன். சண்பக அத்தரைஅள்ளித் தெளித்துக் கொண்டேன். கேளிக்கை மண்டபத்தில் பானங்கள் வைத்திருந்த மூலைக்குச் சென்று நின்றேன். திகைத்து நின்ற பணிப்பெண்ணைப் பரிமாறச் சொன்னேன். பெரிய பீப்பாயிலிருந்து பொற்குவளைக்குள் திரவ வில்லாகப் பானம் வழிந்து நிரம்புவதை ரசித்தேன். ஒரே மிடறாக அதை உறிஞ்சினேன். துவர்ப்பும் மதுரமுமான தாரை தொண்டைக்குள்ளிருந்து சிலிர்ப்பைக் கிளறியபடி உடல் முழுக்கப் பரவுவதை அனுபவித்தேன்.

இசைக் கலைஞர் அமர்ந்திருக்கும் இடத்துக்குச் சென்று நின்றேன். என் நிழலைக் கண்டதும் இசை நிலைத்தது. எழ முயன்ற அவர்களைச் சைகைகாட்டி உட்காரவைத்தேன். விரக கானத்தை நிறுத்திவிட்டு வேறு வாசிக்கச் சொன்னேன். வாசித்தார்கள். மலைகளிலிருந்து அருவி விழும் உற்சாகத்துடன் நிலத்திலிருந்து ஊற்றுப் பீறிடும் வேகத்துடன் இசை முழங்கியது. நான் எப்போது ஆடத் தொடங்கினேன்? என்னைச் சுற்றியிருந்த எல்லாம் சுழன்றுகொண்டிருந்தன. சரவிளக்குகள் தரையிலும் கூண்டு விளக்குகள் கூரையிலும் தலைகீழாக எரிகின்றன. என் சரீரம் ஆடுவதை என் ஆன்மா விலகி நின்று வேடிக்கை பார்க்கிறது. கரவொலிகள் எழுகின்றன. உறக்கத்தில் நடப்பவளைப்போல நடந்து மண்டபத்தை விட்டு வெளியே வந்தேன். நடந்து நடந்து நந்தவனத்தின் மையத்தில் பெரோஷ்ஷா ஓடைக்கருகிலிருக்கும் கல்மண்டபத்துக்குள் சென்று விழுந்தேன். கண்ணாடிக் கிண்ணம் விழுந்து சிதறும் ஓசையைக் கேட்டேன்.

தர்பாரில் பெரும் விவாதம் நடந்துகொண்டிருக்கிறது. நானேதான் விவாதப் பொருள். பாதுஷா பேகம் ஜஹனாராதான். துலேரையும் என்னையும் பற்றிய புகார்களை ஆராய்ந்துகொண்டிருக்கிறார்கள். முகலாய சாம்ராஜ்ஜியத்தின் இளவரசி வெறும் ஒரு நாட்டியக்காரியின் புதல்வனுக்குக் கடிதம் எழுதுகிறாள். அவனுக்குப் பரிசளிக்கிறாள். இவை அகௌரவமான செயல்கள். பரம்பரைக்கே அவப் பெயரைக் கொடுக்கும் நடவடிக்கைகள்.

அன்று தர்பாரை நான்தான் நடத்திக்கொண்டிருந்தேன். சக்ரவர்த்தி அந்தப்புரத்தில் இருக்கும் போதும் நகரத்தில் இல்லாதபோதும் தர்பாரைக் கூட்ட எனக்கு அதிகாரமிருந்தது. நான் விபத்திலிருந்து மீண்டு முழுவதுமாகத் தேறி வந்ததை ஆபா ஒரு வாரம் விமரிசையாகக் கொண்டாடினார். நகரம் திருவிழாக் கோலம் கொண்டிருந்தது. எல்லாருக்கும் வாரி வழங்கினார். என் எடைக்கு நிகரான பொன்னை அளந்து மசூதிகளுக்கும் மதரசாக்களுக்கும் ஆலயங்களுக்கும் பகிர்ந்து கொடுத்தார். பாதுஷா பேகம் என்ற பட்டத்தை எனக்குக் கொடுத்தார். என்னுடைய மாதச் செலவுத் தொகையை முன்னிருந்ததை விட இரு மடங்கு உயர்த்தினார். வங்காளத்திலும் கட்ச்சிலும் கப்பல்களின் எண்ணிக்கையை அதிகமாக்கிக்கொள்ள அனுமதித்தார். பிரித்தானியர்களிடமிருந்து சுங்கவரியை உபரியாக வசூலிக்க இசைந்தார். தர்பார் நடத்தும் அதிகாரத்தையும் கொடுத்தார்.

இவையெல்லாம் பிடிக்காதவர்கள்தாம் விவாதம் எழக் காரணம். அவர்கள் யார் என்பதும் தெரிந்திருந்தது. ஆனால் அமைதியாக இருந்தேன். சக்ரவர்த்தி ஷாஜஹானின் செல்லப் புதல்விக்கு அவள் விருப்பம்போல எதையும் செய்துகொள்ளும் உரிமை உண்டு; அதை எதிர்த்து ஒரு வார்த்தை

கூட யாரும் பேசமுடியாது. நூர் மஹலையும் மும்தாஜ் மஹலையும் போல அரசாங்க நடவடிக்கைகளில் ஈடுபடும் ஆற்றல் கொண்டவள் ஜஹனாரா. அது எல்லாரும் ஏற்றுக் கொண்ட உண்மை. அதை இப்போது மறந்திருக்கிறார்கள். நானே முரசறைந்து என் பிரதாபங்களைச் சொல்ல வேண்டுமா? சொன்னால் இந்தக் காரியச் செவிடர்களின் காதில் விழுமா? எனவே மௌனமாகவே இருந்தேன்.

துலேர் ஒரு நாட்டியக்காரியின் மகன் என்பது பொய். அதைப் பரப்பியது என் சகோதரன் என்று சபையில் எப்படி சொல்ல முடியும்? அவன்தான் காத்திருந்து சக்ரவர்த்தி இல்லாத தர்பாரில் இதைச் சொல்ல வைத்திருக்கிறான். 'வெள்ளைப் பாம்பு' என்று சபித்தேன். என் உடல் எரிந்தது. நெருப்பின் வெம்மையை விட அவமானத்தின் சூடு கொடியது. கொந்தளிப்பை மறைத்துக்கொண்டு எழுந்து உள் அறைக்கு விரைந்தேன். ஆடையைக் கிழித்துக்கொண்டு யாசகியைப்போல ஒரு மூலையில் மண்டியிட்டு அமர்ந்து குமுறினேன். துலேர் வீரன். முகலாய சக்ரவர்த்தியின் விசுவாசிகளில் ஒருவன். இசையும் இங்கிதமும் தெரிந்தவன். ஆபாவுக்காகவும் தாராவுக்காகவும் எனக்காகவும் உயிரைவிடச் சித்தமாக இருப்பவன். அதனால்தான் சக்ரவர்த்தி அவனை அவுரங்கசீப்புடன் சேர்த்துவிட்டிருக்கிறார். அது அவருடைய தந்திரம். அதே தந்திரத்தைத்தான் இளவரசனும் காட்டுகிறான். தன்னுடன் இருப்பவனை அவனுக்குத் தெரியாமல் காட்டிக் கொடுக்கும் தந்திரம். தன் நிழலையே விலைபேசி விற்கும் சாதுரியம். அதற்கு இரையானவள் நான்.

துலேர் கணிகையின் மகனாம். அதனால் என்ன? தாரா ஷுக்கோ தில்லி நகரத் தெருக்களில் ஆடிக்கொண்டிருந்த ராணா தில்லைப் பார்த்து ஆசைப்பட்டானே? சக்ரவர்த்தி ஷாஜஹான் எந்த மறுப்பும் சொல்லாமல் அவளைத் திருமணமும் செய்து வைத்தாரே? தெருவாசியான ராணா தில் , பேரரசர் அக்பரின் பெயர்த்தியாக, நாதிரா பேகத்துக்கு இணையானாளே? தெருவில் ஆடிய ஒருத்தி அரண்மனையின் அங்கமாகலாம் என்றால் ரஜபுத்திரனும் ஓர் அரசின் ஆட்சியாளனுமான சத்ரசால் அப்படி ஆவதில் என்ன தடை? இருக்கிறது. இளவரசனால் விரும்பப்பட்டவள் ராணா தில். துலேரோ இளவரசியால் விரும்பப்படுபவன். ஆணின் விருப்பத்துக்குத் தடை இல்லை. பெண்ணின் கனவுக்கு இடமில்லை. இளவரசியாக இருந்தாலும் பாதுஷா பேகமாக இருந்தாலும் அப்படித்தான்.

மூலையிலிருந்து எழுந்து ஜன்னலருகில் நின்றேன். நட்சத்திரங்களை மேகங்கள் மறைத்திருந்தன. எந்த மேகம் முதலில் விலகும் எந்த நட்சத்திரம் மின்னித் தெரியும் என்று

காத்திருந்தேன். மேகங்கள் முன்னைவிட அதிகமாகத் திரண்டு வானை மூடின. இருள் படர்ந்தது.

சக்ரவர்த்தி ஷாஜஹானின் அவசர அழைப்பின் பேரில் சத்ரசால் ஷாஜஹானாபாத்துக்குத் திரும்பியிருக்கிறான். இன்றைய மாலைச் சந்திப்பில் தர்பார் மண்டபத்தில் அவன் இருப்பான். என் விசுவாசமான பானிபட், செய்தியைச் சொன்னதும் மனம் துள்ளியது. ஆனால் உடனே அதை அடக்கினேன். 'நீர்ச் சுனையைக் கண்ட மானைப்போலத் துள்ளாதே மனமே. அது கானலாகவும் இருக்கலாம்'. மாலைச் சந்திப்புக்குச் செல்ல வேண்டாம் என்று எண்ணினேன். துலேரைத் தவிர்க்கத்தான் அப்படிச் செய்தேன் என்று ஆகும். எனக்கு என்ன தயக்கம்? 'ஆமாம், நீ கலந்துகொள்ளவில்லை என்றால் ஊர் சொல்லும் புரளியை நீயும் ஒப்புக்கொள்வதாக ஆகிவிடும்' என்று மனம் சீண்டியது. அதை விட முக்கியமானதாக ஒன்று இருந்தது. ஆபா இப்போதெல்லாம் சீக்கிரம் களைத்து விடுகிறார். இருக்கையில் இருக்கும்போதே உறக்கத்தில் ஆழ்ந்துவிடுகிறார். அவரை அருகில் இருந்து கவனித்துக்கொள்ள என்னைத் தவிர யாருமில்லை. அவர் அருகில் இருந்தே ஆக வேண்டும்.

துலேர் பரிசளித்த குர்த்தியை அணிந்துகொண்டுதான் போனேன். அது பார்வையில் பட்டதும் அவன் முகம் மலர்ந்ததையும் கவனித்தேன். என் முகத்தைக் கடுமையானதாக மாற்றிக்கொண்டேன். 'பேகம் சாஹிபாவின் சித்திரத் திரட்டில் ஒரு சோஹனின் உருவம் எதற்கு?'

ஆபா மிகவும் சிந்தித்துத் தீர்மானத்துக்கு வந்திருக்கிறார் என்பது அவர் பேச்சில் புலப்பட்டது. தாராவுக்கு முடிசூட்டும் எண்ணத்தைச் சொன்னார்.

இன்னும் சில நாட்களில் அதற்கான ஆயத்தங்களைத் தொடங்க ஆணையிட்டார். நம்பிக்கைக்குரிய தளபதிகளிடமும் ஆசப்கானிடமும் ஆலோசனை நடத்தினார். பூந்தி அரசன் சத்ரசாலை தலைநகரில் இருக்கச் சொன்னார். தாராவுக்கு இனி அவனே தோழன். தக்காணத்துச் சிக்கலை முடித்து விட்டு அவுரங்கசீப்பையும் அழைத்துக்கொண்டு விரைவில் திரும்ப வேண்டும். துலேர் தலைவணங்கி உறுதியளித்தான். தாரா ஷுக்கோ மிகுந்த பணிவுடனும் பெரும் மகிழ்வுடனும் அமர்ந்திருந்தான். அவனை விடவும் நான் மகிழ்ந்தேன். கூடவே ஓர் அச்சத்தையும் உள்ளுணர்ந்தேன்.

தர்பார் கலைந்து வெளியேறும்போது துலேரின் கண்கள் என்னைப் பின்தொடர்வதை என்னால் உணர முடிந்தது.

பெருவலி

மாளிகைக்குத் திரும்பிய பின் அவனைப் பற்றியே நினைத்துக்கொண்டிருந்தேன். அவன் என்னைத் தேடி வரலாம்; வரவேண்டும் என்று ஆசைப்பட்டேன். கடிதத்தில் அவன் எழுதிய வாசகங்கள் காதில் ஒலித்தன.

'முகலாய இளவரசியின் சேகரத்தில் சோஹான் ரஜபுத்திரனின் படம் பொருத்தமானதாக இருக்காது.' அந்த முகத்தைப் பார்த்துவிட வேண்டும் என்ற வெறி மூண்டது. 'துலேர், நீ வர வேண்டாம். நானே வருகிறேன். உனக்குத்தான் என் முகத்தைத் தரிசிக்க அச்சம். எனக்கு உன்னைப் பார்க்கப் பயமில்லை.'

என் பணிப்பெண் கோயலிடம் பானம் கொண்டு வரும்படி உத்தரவிட்டேன். அவள் கொண்டுவந்து வைத்த பானத்தை அருந்த ஆரம்பித்தேன். திரவ நெருப்பாக நாவில் தகித்த பானம் பனி நதியாக உள்ளே இறங்கியது. இரவின் திரையில் எழுதிய சித்திரம் முன்னால் நின்றது. வெண்பட்டுத் தலைப்பாகை அணிந்த சித்திரம். அதன் இரு விழிகள் என்னைத் தாபத்துடன் பார்த்தன. அதை விரட்டுவதற்காக மீண்டும் பருகினேன். மீண்டும் மீண்டும் குவளைகள் காலியாயின. என் கால்களில் சிறகு முளைத்தது. உடல் மயிலிறகாக அசைந்தது.

துலேர் விருந்தினர் மாளிகையில் இருக்கிறான். சக்ரவர்த்தியின் விருந்தாளி. எதிர்காலச் சக்ரவர்த்தியின் விருந்தாளி. என்னுடைய விருந்தாளி. அவனை வரவேற்பது மரியாதை அல்லவா? மரியாதை தெரிவிப்பதற்காக அவன் அறையை அடைந்தேன். இதற்குள்ளாகவா நிசி தொடங்கி விட்டது? இரவு விளக்குகளைத் தவிர தீபங்கள் எல்லாம் இருண்டிருந்தன. துலேரின் அறையில் தூங்கா விளக்கின் ஒளி. ஓசை எழாமல் அவன் உறங்கிக்கிடந்த மஞ்சத்தின் அருகில் நின்றேன்.

மறுநாள் காலை துலேர் படையுடன் திரும்பச் செல்வதை உப்பரிகையிலிருந்து பார்த்தேன்.

இது கனவா? எனக்கு நேர்ந்ததா என்று விளங்கவில்லை. புதிராக இருக்கிறது. ஆனால் மனதை மயக்கும் புதிர்.

என் மஞ்சத்தில் படுத்திருக்கிறேன். நான் அருந்தி வீசிய குவளைகளை கோயல் பொறுக்கியெடுத்துச் செல்கிறாள். குமிழ் விளக்குகளை ஒவ்வொன்றாக அணைக்கிறாள். ஜன்னல் திரைகளை தாழ்த்துகிறாள். வெளியிலிருந்த இருள் அறைக்குள் நுழைகிறது. பனிக்காற்று சீறிக்கொண்டு உள்ளே வருகிறது.

உடல் நடுங்கச் செய்யும் இருளில் நான் அனல் விழுந்த பாறை யாகக் கனன்றுகொண்டிருக்கிறேன். என் ஆடைகள் உருகி தேகத்தை விட்டு நழுவுகின்றன. கழுத்தணிகள் அறுபடுகின்றன. மார்புக் குவடுகளில் ஈரம் படர்கிறது. நாபியில் ஒரு அமுதச் சுழல் இறங்குகிறது. காற்சலங்கைகள் கிணுகிணுக்கின்றன. இதமான பாரத்துடன் என் உடம்பின் மீது இன்னொரு உடல் படர்கிறது. கீழ் நோக்கி இறங்கி என் விரல்களை, பாதங்களை, கணுக்கால்களை, தொடைகளை முத்தமிட்டு முத்தமிட்டு மேல் நோக்கி ஊர்ந்த சரீரம் இடையில் சற்று நிதானிக்கிறது. பின்பு தன்னை அறிமுகப்படுத்திக்கொள்ளும் வேட்கையுடன் எனக்குள் பிரவேசிக்கிறது. வறண்ட நிலம் மழையை உறிஞ்சுவதுபோல என் உடல் குமிழியிட்டுப் பொங்குகிறது.

இரவு. என் அறைக்கு வெளியில் யாரோ நடமாடும் காலடியோசையைக் கேட்டேன். அறைக்கு வெளியில் இராப் பறவை சிறகடித்துப் பறந்தது. என் மனம் வலிமையற்று ஒடுங்கியது. ஆனந்தம், துக்கம், பயம் . எதையும் தாங்கும் வலு அதற்கில்லை. நான் மஞ்சத்தில் சுருண்டேன். உறக்கம் என்னை அதன் சிறகுக்குள் பொத்திக்கொண்டது. காலையில் நெஞ்சைப் பிளக்கும் ஓலம் என்னை எழுப்பியது. அரண்மனைக்குள் இரவு நுழைந்துவிட்ட ஒருவனைப் பாரா சிப்பாய்கள் வெட்டிக்கொன்றுவிட்டதாகக் கோயல் சொன்னாள். இரவில் நான் கேட்ட காலடிச் சத்தம் அவனுடையதுதானா?

நௌபத்கானாவைக் கடந்து போகும்போது ஒரு சடலத்தை மயானத்துக்குத் தூக்கிச் செல்வதைப் பார்த்தேன். தரித்திரனான ஏதோ ஹிந்துவின் உடலை எரிக்கக் கொண்டு போகிறார்கள். பணிப்பெண் ஹாஜிராவிடம் யார் என்று விசாரிக்கச் சொன்னேன். விசாரித்தாள். "நேற்று இரவு பாராக்காரர்கள் கொன்று போட்ட ஆளின் பிணம். பாவம். அவன் நல்ல பாடகனாம். பாதுஷா பேகத்திடம் பாடிக் காட்டவந்த அப்பாவியைத் திருடன் என்று நினைத்துக் கொன்றிருக்கிறார்கள். அவன் கையில் விலை மதிப்பான கங்கணம் இருந்ததாம். அதோ அதுதான் அவன் தாய். 'அவன் ஒரு போதும் திருடியதில்லை. பாட்டுக்குக் கிடைப்பதைக் கூட தானம் செய்கிறவன் திருடுவானா?' என்று 'அவள் புலம்புகிறாள்.'

ஹாஜிராவிடம் ஃபர்மான்* எழுத ஆணையிட்டேன். 'அவனுடைய இசை கேட்டு மகிழ்ந்த நான் அளித்த வெகுமதி அந்தக் கங்கணம். அது அவனுடைய தாய்க்குச் சொந்தமானது.'

---

* அவசர ஆணை

ஒரு நிரபராதியின் மரணம் என்னைத் துன்புறுத்தியது.

என் நந்தவனத்தில் எண்ணற்ற ரோஜாக்கள் மலர்ந்திருக் கின்றன. எண்ணற்ற நிறங்களில். அவற்றைப் பரப்பிய கற்படுக்கை யில் கிடக்க வேண்டும் என்று விரும்புகிறேன். அவற்றின் மணத்தில் கரைந்துபோக விரும்புகிறேன். கரைந்து கரைந்து இல்லாமலாகி வெறும் பரிமளமாக எல்லாரையும் தழுவ ஆசைப்படுகிறேன்.

சில தினங்களில் தாரா ஷுக்கோ முகலாய சாம்ராஜ்ஜியத்தின் ஆறாவது சக்ரவர்த்தி ஆகிவிடுவான். பட்டமேற்றதும் அவன் செய்ய விருக்கும் முதல் கடமை மகா அக்பர் பெண்களுக்கு இழைத்திருக்கும் தீவினையை அகற்றுவதுதானாம். ‘ஜானி, நீயும் ரோஷனாராவும் எல்லாப் பெண்களையும் போலத் திருமணம் செய்து மகிழ்ச்சியாக வாழ்வதைப் பார்க்க விரும்புகிறேன்,’ என்றான். எனக்குப் பொருத்தமானவனையும் கண்டு பிடித்திருக்கிறானாம். யார்? நஜ்வத் கான். ‘நான் ஆட்சி செய்யத் தொடங்கினால் அவன்தான் என்னுடைய ஆலோசகன். இன்று இந்த இரண்டைப் பற்றியும் ஆபாவிடம் பேசப் போகிறேன்,’ என்றான்.

தாராவின் சொற்கள் ஒரே சமயத்தில் எனக்கு ஆறுதலையும் வெறுப்பையும் அளித்தன. இந்தப் பொற்கூண்டிலிருந்து விடுதலை பெற்றுத் தருவான். அது எனக்கு மட்டுமல்ல, ரோஷனாரா வுக்கும் கௌராவுக்கும் ஆறுதல். ஆனால் அவன் எனக்காகத் தேர்ந்தெடுத்திருக்கும் ஆள்?

பால்க் அரச வம்சத்தைச் சேர்ந்தவன் நஜ்வத் கான். தீரன். போர்க்களத்திலும் அரசியல் சதுரங்கத்திலும் தேர்ந்தவன். அந்தப்புர வாழ்க்கையில் சக்ரவர்த்தி மூழ்கியிருந்த நாட்களில் திவான் இ ஆம் ஆலோசனைகளில் அவனைப் பார்த்திருக்கிறேன். அவனுடன் ஆலோசனைகள் நடத்தியிருக்கிறேன். ஆனால் அவனை என் துணையாக எப்படி தாரா தேர்ந்தெடுத்தான்? துலேரை ஏன் அவன் நினைக்கவில்லை?

எவ்வளவு மதியீனமாக யோசிக்கிறேன் நான். முகலாயன் எந்தப் பெண்ணை மணந்துகொண்டாலும் விளையும் வாரிசு முகலாய வாரிசு. முகலாயப் பெண் அந்நியனை மணந்து கொண்டால் அது அவனுடைய வம்சத்தையல்லவா உருவாக்கும்? நான் துலேரை மணந்தால் அவனுடைய வாரிசுதானே வரும்? அது முகலாய வம்சத்துக்கு இழிவல்லவா? இதை நான் எப்படி மறந்தேன்? பெண் என்பவள் யார்? ஆணின் வாரிசை உற்பத்தி செய்து கொடுக்கும் உயிர் எந்திரம் மட்டும்தானா? யோசித்தபோது என் அருமைச் சகோதரன்மீது வெறுப்பு மேலிட்டது.

பெண் பிறவி பாவமானதா? பாலைமணலில் தாள முடியாத பாரத்தைச் சுமந்து செல்லும் ஒட்டகம் ஓலமிடுவதைப் போல ஊளையிட வேண்டும். என் அழுகையைக் கேட்டு தில்லிவாசிகள் நடுங்க வேண்டும்.

மனிதன் தன் சுகத்துகாகவே பெண்ணைப் புனிதப்படுத்தி வைக்கிறான். ஆனால் அவளுடைய குருதி நாளங்களில் அக்கினி இருப்பதை அறிந்திருக்கிறானா? ஒரு தாயாவதற்காக இறைவன் படைத்த அவள் தனிமையில் புழுங்கி உருக்குலைந்தால் அவனுக்கு என்ன? அதையும் கற்பு என்று அழைப்பான். அவளை மோகித்தால் அவளுடைய மதிப்பும் மானமும் மாறிப் போகுமா? ஒரு கணப் பொழுது அவள் தன்னைத் தியாகம் செய்கிறாள். தன் சரீரத்தை ஒப்புக் கொடுக்கிறாள். போகப் பொருளாகிறாள். ஹவ்வா மீது பதிக்கப்பட்ட பாவ முத்திரை இன்றும் அவள் உடலில் மிஞ்சியிருக்கிறது.

திவான் இ காஸிலிருந்து தாரா வருவதை எதிர்பார்த்திருந்தேன். என் மாளிகைக்கு வருவதற்குள் அவனைச் சந்திக்க விரும்பினேன். என் அறையில் அவனுடன் பேசுவதைத் தவிர்க்க நினைத்தேன். என் பணிப்பெண்களும் ஹிஜ்ராக்களும் விசுவாசமானவர்கள்தாம். ஆனால் அந்த விசுவாசம் எந்த வினாடியும் மாறிவிடும் சூழ்நிலையில் அரண்மனையும் அந்தப்புரமும் இருக்கிறது.

மாளிகையை ஒட்டிய ரகசிய வழியில் போனேன். என் விதியை எத்தனை விரைவில் அறிந்துகொள்ள முடியுமோ அத்தனை விரைவில் அறிந்துகொள்ளத் துடித்தேன். ஆசையல்ல; என்னை என்னவாக மதிக்கிறார்கள் என்று அறிந்துகொள்ளும் துடிப்புத்தான் என்னை உந்தித் தள்ளியது.

திவான் இ காஸுக்கு அருகில் வந்ததும் பேச்சுக் குரல்கள் கேட்டன. இரண்டு பேர் நிற்பதைப் பார்த்தேன். ஒரு கள்ளிப்புதருக்குப் பின்னால் ஒளிந்து நின்றேன். அரண்ட வெளிச்சமாக இருந்தாலும் இருவரையும் அடையாளம் காண முடிந்தது. நஜ்வத் கானும் அவுரங்கசீப்பின் விசுவாசியான ஜாபரும். இருவரும் படிகள் இறங்கினார்கள். நஜ்வத் கான் ஒரு படியிலும் அவனுக்கு இரண்டு படிகள் கீழே ஜாபரும் முதுகைக் காட்டி நின்றிருந்தார்கள். அடங்கிய குரலில் அவர்கள் பேசியது மேலே இருந்த எனக்குத் துல்லியமாகக் கேட்டது.

தாரா இப்போதே அரியணையில் உட்கார்ந்து விட்டவனைப் போலத்தான் பேசுகிறான். என்னுடைய கைக்கு வாளைப் பிடித்துச் சுழற்றும் வலிமை இருக்கும்வரை அது நடக்காது. மகளை நஜ்வத்

கானுக்கு மணமுடித்துக் கொடுக்க சக்ரவர்த்தி ஷாஜஹானுக்கு விருப்பமில்லையாம். பின், தன்னுடைய வைப்பாட்டிகளில் ஒருத்தியாக ஜனானாவிலேயே வைத்துக்கொள்ளப் போகிறாரா என்ன? ஜாபர், சக்ரவர்த்தி தன்னுடைய தீர்மானத்தை மாற்றிக் கொள்ள வேண்டி வரும். தன்னுடைய அரியாசனத்தை, இல்லை, அதுதான் மயிலாசனமாயிற்றே, அதைக் காப்பாற்ற வலுவான ஆட்களை நாட வேண்டியிருக்கும். எப்படி அவர் அதிகாரத்துக்காக ஜஹாங்கீரிடம் போர் செய்தாரோ அவுரங்கசீப்பும் அவருடன் போர் செய்வான். அந்த நாள் அதிக தூரத்திலில்லை.'

இருவரும் பேசிக் கொண்டே சில படிகள் இறங்கினார்கள். என் உடல் அவமானத்தால் கூசியது. அடக்கிக்கொண்டு மறைவாக அவர்களைப் பின் தொடர்ந்தேன்.

நஜ்வத் கானின் குரல்தான் மீண்டும் கேட்டது. 'முதல் சம்பவத்துக்குச் சாட்சி நூர்ஜஹான். இதற்குச் சாட்சி ஜஹனாரா. பாய் ஜாபர், ஜஹனாராவின் மணாளனாக நான் விரும்பவில்லை. அதற்கு என்னைத் தூண்டியவன் தாரா ஷுக்கோதான். நான் அவளைப் பார்த்திருக்கிறேன். முகத்திரையுடன் பார்த்தாலும் அழகிதான். திரைபோடாத அழகு எப்படி இருக்கும் என்று சத்ரசாலிடம் தான் கேட்க வேண்டும். இல்லை வேறு பலருக்கும் தெரிந்திருக்கலாம். அதைத்தான் தில்லிச் சுவர்கள் எல்லாம் சொல்லிச் சொல்லிச் சிரிக்கின்றனவே?'

கழுதைப் புலியைப்போல நஜ்வத் கான் கெக்கலித்தான். அதைக் குள்ள நரியின் ஊளையுடன் ஜாபர் ஆமோதித்தான். நான் ஸ்தம்பித்து நின்று தொடர்ந்து கேட்டேன்.

'பால்க் அரசின் நற்பெயரைக் காப்பாற்றுவது எப்படி என்று எனக்குத் தெரியும். இந்த முகலாய இளவரசியை மணந்துதான் அதைச் செய்ய வேண்டிய நிர்ப்பந்தம் எனக்கு இல்லை. ஜஹனாராவின் தமனிகளிலும் சிரைகளிலும் காஃபிர்களின் ரத்தமும் கலந்திருக்கிறது. அவளை மணந்துகொண்டு என் வம்சத்துக்குக் களங்கம் ஏற்படுத்த வேண்டியதில்லை. என் குதிரையைக் கட்டுப்படுத்த எனக்கு யாருடைய துணையும் தேவையில்லை.'

ஏறத்தாழப் பிரக்ஞை தப்பும் நிலைக்கு வந்திருந்தேன். குருதியின் கொந்தளிப்பு நாளங்களை வெடிக்கச் செய்யும் நிலையிலிருந்தது.

'ஹுஸூர், யோசித்துப் பாருங்கள், சாஹிபாத் அல் ஸமானி ஜஹனாரா பேகத்தை எதிரிகளிடமிருந்து காப்பாற்ற முன்வந்தால் யார் தடுக்க முடியும்?'

‘அவர் உங்கள் அந்தப்புரத்துக்கு வந்தால் அது சொர்க்கமாகி விடுமே? அவரும் புனிதமாகி விடுவாரே?’

ஜாபர் தந்திரச் சிரிப்புடன் சொன்னதைக் கேட்டு எள்ளலாகச் சொன்னான் நஜ்வத் கான்.

‘அமீர் ஜாபர், ஒரு பெண்ணை எதிரியிடமிருந்து நான் காப்பாற்றுவதாக இருந்தால் அந்த எதிரியும் என்னைப்போல சுத்தப் பிறப்பாகப் பிறந்திருக்க வேண்டும்.’

அதற்குமேல் அவர்கள் பேச்சை என்னால் கேட்க முடிய வில்லை. காதுகள் மரத்திருந்தன. நாக்கு உலர்ந்து போனது. கண்களை இருள் மூடியது. இரு உருவங்களும் மறைந்தன. நடந்து நடந்து பழக்கப்பட்ட அந்தப் பாதையை கால்கள் மறந்தன. வழி தவறி மஹ்தாப் பாக்குக்குள் புகுந்தேன். இரண்டு அடிமைகள் தீப்பந்தத்தின் வெளிச்சத்தில் செடிகளுக்கு இடையில் கிளறிக் கொண்டிருந்தார்கள். என்னை யாரும் பார்க்கவில்லை. என் எண்ணமும் அதுவாக இருந்தது. இந்தத் தோட்டத்தில் எல்லா மலர்களும் வெண்மையானவை. அவை பரப்பிய மணம் என்னை அமைதி அடையச் செய்தது.

‘நஜ்வத் கான், ஈச்சமரம்போலக் கம்பீரமாக நிற்பதாக அகங்கரிக்காதே. உண்மையில் நீ காற்று வீசும் திசையில் சாயும் சிக்கமோர் மரம். எந்தப் பெண்ணின் துயரச் சுமையையும் தாங்கும் வலு உனக்குக் கிடையாது. ஆத்திரத்தில் சொன்னதைத் தவிர என்னைப் பற்றி உனக்கு என்ன தெரியும்?’

ஒருவேளை துலேரும் நஜ்வத் கானைப் போல நினைப்பானோ? அந்த எண்ணம் இரும்புக் கரத்தால் இதயத்தைப் பிழியும் வேதனையைக் கொடுத்தது. சுற்றுமிருந்த சைப்ரஸ் மரங்கள் என்னுடைய பதற்றத்தின் அடையாளமாகத் தென்பட்டன. அவற்றைப் பார்க்கப்பார்க்க என் பதற்றமும் வேதனையும் அதிகரித்தன. வேதனையின் மையத்தில் திகைத்து நின்றேன். அந்த அச்சத்தில் விம்மினேன். விம்மல் வெடித்து அரண்மனைக்குள் எதிரொலித்தது. பணிப்பெண்கள் ஓடி வருவதைப் பார்த்தேன். இரவு மஹ்தாப் பாக்கில் பேகம் சாஹிபா ஜஹனாராவைப் பாம்பு தீண்டியதாக அவர்கள் சொன்னதை நானே கேட்டேன்.

நாக்கின் விஷத்தை விடவா பாம்பின் நஞ்சு கொடியது?

வானில் மேகத்தின் சிறு கீற்றும் இல்லை. திசைகள் புலனாகாமல் வெள்ளியை உருக்கி ஊற்றியதுபோல விரிந்திருக்கிறது. பார்த்தால் விழி கருகிப்போய்விடும் தகிப்புடன் சூரியன் சுழன்று கொண்டிருக்கிறது. மணல் வெளியெங்கும் கானல் அலை புரள்கிறது. உரக்க ஊளையிட்டு வரும் காற்றில் மணல் பறந்து இடம் மாறுகிறது. ஒரு மணற் சுழலில் அகப்பட்டு இருக்கிறேன். சுழன்று உயர்ந்த மணல் தூண்களாக நிற்கின்றன. எழுந்து நடக்க முயலும் முன்பு மணற் தூண்கள் என்னை நெருக்குகின்றன. கூண்டுக்குள் விழுகிறேன். நா வறள்கிறது. வியர்வை பொங்கி உப்புக் கற்களாக மாறி உடலில் தைத்து நிற்கிறது. கூண்டுக்கு வெளியில் தண்ணீர் நிரப்பிய தோற் பைகளுடன் சிறுவர்கள் நிற்கிறார்கள். அவர்களை நோக்கிக் கையசைத்து, தண்ணீருக்காகக் கெஞ்சுகிறேன். அவர்கள் என்னைப் பார்க்க முடியாதபடி மணற் புயல் நடந்துபோகிறது. குரல் எழாமல் அரற்றுகிறேன். வாய் பிளந்து ஒருதுளி நீருக்காக மன்றாடுகிறேன். அற்புதம். சொட்டுச் சொட்டாகக் குளிர்ச்சியான நீர் என் நாவில் விழுகிறது. அதன் ஈரத்தில் தேகம் குளிர்கிறது. பார்வை துலங்குகிறது. ஆன்மாவில் அமுதம் சுரக்கிறது. ஒரு கப்பரையிலிருந்து நீர் வழிகிறது. அதைப் பிடித்திருக்கும் கரத்தைப் பார்க்கிறேன். கரத்தை மூடியிருக்கும் அங்கியைத் தொடக் கையை நீட்டுகிறேன். அது மேகமாகக் கலைகிறது.

என் உறக்கமும் கலைந்தது. கனவுதான். ஆனால் அது எதையோ உணர்த்தும் சமிக்ஞை. என் படுக்கை அறை முழுவதும் கஸ்தூரி மணம் வியாபித்திருந்தது. நாவில் ஒருபோதும் அறிந்திராத புதிய இனிமை ருசித்தது.

வெகுகாலத்துக்குப் பின்பு மல்லிகை மாளிகைக்கு வந்த முல்லா ஷா பதாக்ஷியிடம் கண்ட கனவைச் சொல்லிப் பொருள் சொல்லும்படி வேண்டினேன். தனது உஸ்தாதான அவரை தாரா என்னிடம் அழைத்து வந்தான்.

“மகளே, ஒரு சம்பவத்தைச் சொல்லுகிறேன். அந்த ஸூஃபி ஞானி அஜ்மீர் தடாகத்திலிருந்து தண்ணீர் கொண்டு வருமாறு தனது சீடர்களை அனுப்பினார். அவர்கள் நீரை முகந்து கொண்டிருக்கையில் அரண்மனைக் காவலர்கள் அவர்களை அச்சுறுத்தி விரட்டினார்கள். வெறும் கையுடன் ஞானியிடம் திரும்பி முறையிட்டார்கள். அவர் ஒரு சீடனிடம் மஷ்கிஸாவில் தண்ணீரைக் கொண்டுவருமாறு சொன்னார். அவனும் காவலர்களை எதிர்த்துக்கொண்டு தோற்பையில் நீரை நிரப்பினான். பை நிறைந்ததும் தடாகமே துளி நீர் இல்லாமல் வறண்டு போனது. அரசரும் பிரதானிகளும் திரண்டு ஞானியிடம் வந்தார்கள். அவர்களின் மன்றாட்டுக்கு இரங்கி ஞானி ஒரு கப்பரையில் தண்ணீரை எடுத்துச் சென்று வற்றிய தடாகத்தில் ஊற்றினார். சமுத்திரமாகப் பெருகிய நீர் இன்றும் வற்றாமல் இருக்கிறது.”

நானும் தாராவும் மெய்சிலிர்த்து அமர்ந்திருந்தோம்.

“எந்த நீர் கப்பரையிலிருந்து வழிந்ததோ, எந்தக் கரம் அதைத் தாங்கியிருந்ததோ, எந்த அங்கி கரத்தை மறைத்திருந்ததோ அவையெல்லாம் காஜா மொய்னுத்தீன் சிஷ்டியுடையவை. நான் விளக்கிச் சொல்லாமலே உன் கனவின் பலன் என்னவென்று உனக்கு விளங்கியிருக்கும்.”

என் கண்களில் நீர் வழிந்தது. அனாசாகர் தடாகம் புலனானது. ஆன்மாவுக்குள் மதுரமான சங்கீதம் ஒலித்தது. நூறு நூறு குரல்களுக்குச் செவிசாய்க்கும் பெரும் கருணையின் ஆறுதல் மொழி என்னைத் தழுவியது. ‘கரீப் நவாஸ்’ என்று அவரை அழைக்கிறார்கள். ஆன்மாவில் தரித்திரளான என்னை அவர் புரந்திருக்கிறார். ‘யா காஜா’ என்று இரு கைகளையும் விரித்து வானை நோக்கி ஏந்தினேன்.

இனி வரவிருக்கும் நாட்கள் நல்லவையாக இராது என்பதற்கான அறிகுறிகள் தென்படத் தொடங்குகின்றன. துலேரிடமிருந்து வந்த கடிதம் அதை உறுதிப்படுத்தியது. அவன் தக்காணத்திலிருந்து தன்னுடைய ரஜபுத்ர சேனையுடன் திரும்புகிறான். அவுரங்கசீப்புடன் தோழமையுடன் இருக்க முடியாது என்று ஆக்ராவுக்குத் திரும்புகிறான். நேரில் வந்து எச்சரிக்கை செய்வதற்குள் விபரீதம் ஏதாவது நேர்ந்துவிடக் கூடாது என்று தூதன் மூலம் கடிதத்தைக் கொடுத்து அனுப்பியிருக்கிறான்.

ஒன்றல்ல. இரண்டு கடிதங்கள் ஒன்றாகச் சுருட்டப்பட்டு உலோகப் பேழைக்குள் வைக்கப்பட்டிருந்தன. கூடவே ஒரு சிறு நறுக்கு. அதில் பூந்தி ராஜ்ஜியத்தின் இலச்சினை சாத்தப்பட்டிருந்த்து. நறுக்கில் எழுதியிருந்தது இவ்வாறு: 'பாதுஷா பேகம், முன்னர் நான் உங்களுக்கு அனுப்ப எழுதிய கடிதம் இது. இதற்குப் பதிலாக தாங்கள் பெற்றது மாற்றிவைக்கப்பட்ட கடிதம். அதன் காரணகர்த்தர்கள் யார் என்பது சொல்லாமலே விளங்கும். நான் எழுதிய மூலக் கடிதம் இது. ரகசியமாக இதைக் கைப்பற்றியிருக்கிறேன்.'

எனக்கு அனுப்பிய கடிதத்தைப் பிரித்தேன். வாசித்தேன். 'முகலாய இளவரசியின் சித்திர சேகரத்தில் ஒரு சோஹானின் உருவம் இருப்பது அவனுடைய அதிர்ஷ்டம் – சத்ரசால்.' கைச்சாத்தின் கீழே இலச்சினை இருந்தது.

என்ன ஏமாற்று? எத்தனை நயவஞ்சகம்? அவுரங்கசீப், நான் உன்னை வெறுக்கிறேன். வெள்ளைப் பாம்பு என்று உன்னைச் சொல்வதில் என்ன பிழை? சொந்தச் சகோதரியின் மீது நஞ்சை உமிழ்ந்திருக்கிறாய்? உன் ஐவேளைத் தொழுகை இந்த விஷத்தை முறிக்குமா சகோதரா? உன்னை நான் காட்டிக் கொடுக்கமாட்டேன். ஆனால் எல்லாராலும் வெறுக்கப்படும் கணத்தில் என் வெறுப்பையும் அதில் சேர்ப்பேன். அல்லாஹ் உன்னை மன்னிப்பாராக.

எனக்கான கடிதத்தையும் நறுக்கையும் தனியே எடுத்து வைத்துவிட்டு மற்றதைப் படித்தேன்.

'அவுரங்கசீப் தக்காணத்தில் படை திரட்டுகிறான். சக்ரவர்த்தி ஷாஜஹானின் விசுவாசிகளான சிற்றரசர்களையும் குறுநில மன்னர்களையும் சமஸ்தான அதிபதிகளையும் ஜமீன்தார்களையும் ஜாகீர்தார்களையும் அவனுக்கு ஆதரவானவர்களாக மாற்றிக் கொண்டிருக்கிறான். பாதுஷா சக்ரவர்த்திக்காக உயிரைத் தருவதாகப் பிரதிக்ஞை செய்த அமீர்கள் அவன் ஏவலுக்குக் காத்திருக்கிறார்கள்.'

எந்த உணர்வுமில்லாத வெற்று மனத்துடன் அதை வாசித்து முடித்தேன். நஸீரை அழைத்துக் கடிதத்தைச் சக்ரவர்த்தியின் பார்வைக்கும் இளவரசர் தாராவின் பார்வைக்கும் கொண்டு செல்லும்படி ஆணையிட்டேன்.

கண்முன் தெரிந்த காட்சிகள் நீரில் அலைந்து மறைந்தன. வேறு காட்சிகள் மனப்புலனில் படர்ந்தன. ஊற்றெடுத்துப் பொங்கும் உதிர நதி. கரையில் சடலங்கள். சிதைந்த உடல்கள். துண்டம் துண்டமாகச் சிதறிய உறுப்புகள். ஈட்டி தைத்த

யானைகள். கால் முறிந்து விழுந்த குதிரைகள். பிணந்தின்னிக் கழுகுகளின் கிரீச்சிடல்கள். நரிகளின் போட்டிக் கூச்சல்கள். காட்சிகள் என்னைப் பீதியடையச் செய்கின்றன. புலன்கள் கலங்குகின்றன.

மரணமே, நீ மனித உருவமெடுத்து என் முன்னால் நின்று உயிரற்ற கண்களால் என்னை உற்றுப்பார்க்கிறாய். உன்னுடைய கடுங்குளிர்ச் சுவாசம் என் நெற்றியில் ஊடுருவ என் கடைசி நம்பிக்கையும் உதிர்கிறது. மகிழ்ச்சியற்ற ஹிந்துஸ்தானமே, உன் மண்ணில் சிந்திய ரத்தம் எதுவும் உன்னை ஒன்றுபடுத்த முடியவில்லையே.

சக்ரவர்த்தி ஷாஜஹான் உடல் நலிவுற்றார். தகவல் தெரிந்த அந்த அர்த்த ராத்திரியிலேயே ஷாஜஹானாபாத்துக்குச் சென்றேன். என் இறைவனே, என் பல்லக்கைச் சுமப்பவர்களின் காலடிக்குக் கீழே பூகம்பம் ஏற்பட்டு தைமூர் வம்சத்தின் அஸ்திவாரம் சரிந்துவிடுமோ என்று சஞ்சலம் அடைந்தேன்.

நான் ஆபாவின் படுக்கையருகில் அமர்ந்து குர்ஆனை ஓதினேன். உங்கள் நம்பிக்கைக்குத் துரோகம் செய்ய மாட்டேன் என்று புனித நூலின் மீது ஆணையிட்டு வாக்குறுதியும் கொடுத்தேன். காலனும் அஞ்சக் கலக்கிய மாவீரர், ஹிமாலயம் முதல் தக்காணம்வரை பரந்து கிடக்கும் சாம்ராஜ்ஜியத்தை உருவாக்கிய சாம்ராட். யாரும் காண முடியாதவற்றைக் கனவு கண்டு அவற்றைக் கற்களில் நிர்மாணித்த ராஜ சிற்பி. மகா அக்பரை விட மகத்தான செல்வத்தின் அதிபதி, துரதிர்ஷ்டசாலியான என்னைப் பார்த்தும் அஞ்சுகிறார். என்ன துர்ப்பாக்கியம்.

“ஜானி, என் கைகளுக்கு ஆப்பிள் பழத்தின் வாசனை இருக்கிறதா என்று பார்,” என்று என்னை நோக்கி இரு கரங்களையும் நீட்டினார்.

சில ஆண்டுகளுக்கு முன்பு சந்தித்த ஃபக்கீர் நினைவுக்கு வந்தார். கனியக் காத்திருந்த இரண்டு ஆப்பிள்களை ஆமிக்குக் கொடுத்தார். ஆபா அதை மறக்கவில்லை.

“என்றைக்கு உங்கள் கைகளிலிருந்து இந்த ஆப்பிள்களின் வாசனை இல்லாமற் போகிறதோ அன்று உங்கள் அந்திமக் காலம் நெருங்கிவிட்டதாக நினைத்துக் கொள்ளுங்கள்,” என்ற ஃபக்கீரின் வாசகத்தை அவர் நினைவில் வைத்திருக்கிறார். அப்போது அவர் கேட்ட இன்னொரு கேள்வி எனக்கு நினைவு வந்தது.

“என் புதல்வர்களில் யாராவது எனக்கு எதிராகக் கலகம் செய்து சாம்ராஜ்ஜியத்தைக் கைப்பற்றுவார்களா?”

“ஆம். எல்லாரை விடவும் வெளுத்த நிறமுள்ளவன்,” என்றார் ஃபக்கீர். எல்லாரை விடவும் வெளுத்த நிறம் அவுரங்கசீப்புக்குத்தான். அன்று அவன் வயது பத்து. ஆனால் ஆபா அந்த விநாடி முதல் அவன் மீது பகைமை பாராட்டத் தொடங்கினார்.

அரண்மனைக்கு வரும் எல்லா வழிகளும் மூடப்பட்டன. முப்பதினாயிரம் வீரர்கள் காவலுக்கு நிறுத்தப்பட்டார்கள். எல்லாரும் ரஜபுத்திர வீரர்கள். சக்ரவர்த்திக்கு அவர்கள் மீதுதான் நம்பிக்கை இருந்தது. புலந்த் இக்பால் தாராவுக்கு மட்டும் சகாக்களுடன் பகலில் உள்ளே சென்று வர அனுமதி வழங்கப்பட்டது. ஆபாவின் மரணம் மிக அண்மையில் என்று தெரிந்தது.

சக்ரவர்த்தியின் உடல்நிலை குறித்த தகவல் வெளியே செல்வதை தாரா தடை செய்தான். ஆனால் அதை மீறி புரளிகள் உலவின. சக்ரவர்த்தி மரணமடைந்தார் என்று செய்தி பரவியது. பேரிகை முழக்கம் கேட்ட போர்க் குதிரைகள் காதுகளை நிமிர்த்துவதுபோல வைரிகளின் வாள்கள் உறைகளிலிருந்து வெளியே உயர்ந்தன. திருடர்களும் கொலையாளிகளும் வாய்ப்பை ஆதாயமாக்க முயன்றார்கள். மூன்று இரவுகளும் மூன்று பகல்களும் பதற்றத்தில் கழிந்தன. அங்காடிகள் மூடப்பட்டன.

அரண்மனை ரகசியங்கள் ரகசிய வழிகளில் செல்ல வேண்டிய இடங்களுக்குச் சென்று சேர்ந்தன. ரோஷனாரா சாமர்த்தியமாக ரகசியங்களைக் கசியவிட்டாள். அவுரங்கசீப் அதைவிடச் சாமர்த்தியமாக அவற்றைப் பயன்படுத்திக்கொண்டான். முராத் குஜராத்திலிருந்தும் ஷூஜா வங்காளத்திலிருந்தும் அவனுக்கு ஆதரவாகப் படை நடத்தி வருகிறார்கள். அரண்மனைக்குள் அவ்வளவு காலமும் சாம்பல் பூத்துக் கிடந்த அதிகார ஆசை இப்போது வெட்டவெளியில் கனன்று எரியத் தொடங்கியிருக்கிறது. என் தாய் நொந்துபெற்ற நான்கு புதல்வர்களும் ஒரே முழக்கத்தை உச்சரிக்கிறார்கள். ‘யா தக்த், யா தபூத்.’*

சில நாட்களில் ஆபா படுக்கையிலிருந்து எழுந்தார். தான் உயிரோடு இருப்பதை மக்களுக்குக் காண்பிக்க விரும்பினார். தர்பார் சமேதம் ஆக்ராவுக்குப் புறப்பட்டார். குஜராத்திலிருந்து முராத்தும் படையுடன் ஆக்ராவை நோக்கி வந்துகொண் டிருக்கிறான் என்ற தகவல் சக்ரவர்த்தியை அதிர வைத்தது. முராத் பெரு வீரன். யுத்த களத்தில் வெற்றிகளைக் கொய்தவன். அவனைத் தன் பக்கம் சேர்த்துக் கொண்டதில் அவுரங்கசீப்பின்

---

* ‘அடைந்தால் அரியாசனம், இல்லை என்றால் மரணம்’

தந்திரம் புலனானது. இனி தாராவை வெல்வது எளிது. தாராவின் மீதான வெறுப்பை விதைத்து அதன் பலனை அறுவடை செய்வது சுலபம். அவன்மீது பழி சுமத்தியிருந்தான். 'தாரா இஸ்லாமுக்கு விரோதமானவன். மதமில்லாதவன். காஃபிர்.' தாராவை இகழவும் வீழ்த்தவும் இந்த ஆயுதம் போதாதா?

ஆக்ராவைச் சென்றடைவதற்குள் தில்லி முற்றுகையிடப்பட்ட செய்தி வந்து சேர்ந்தது. சக்ரவர்த்தி தில்லிக்குத் திரும்ப ஆணையிட்டார். அந்தப் பயணம் என்னை நிம்மதியற்றவளாக ஆக்கியது. வழியில் பிலாஸ்பூர். அந்தப் பெயரே நான் திகைப்படையக் காரணம். முப்பது வருடங்களுக்கு முன்பு இங்கேதான் தைமூர் வம்சத்தைச் சேர்ந்தவரும் ஹிந்துஸ்தானத்தில் முகலாய சாம்ராஜ்ஜியத்தின் நான்காம் பேரரசருமான தந்தையார் நூர் உத்தீன் சலீம் ஜஹாங்கீர் மீது இளவரசர் குர்ரம் முதன்முதலாகப் போர் தொடுத்தார்.

நான் என்னுடைய அரண்மனைக்குத் திரும்பிச் செல்லத் துடித்தேன். துலேர் தலைநகரம் வந்து சேர்ந்திருப்பான். சக்ரவர்த்தி அவனைத் தனது படைப்பிரிவுக்குத் தளபதியாக இருக்கும்படி ஆணையிட்டிருக்கிறார். ஆனால் ஆபாவை விட்டுவிட்டுச் செல்லவும் மனமில்லை. அவர் மிகவும் தளர்ந்திருக்கிறார். நோயை விடப் பிள்ளைகளின் அதிகார வெறி அவரை இன்னும் வயோதிகராக்கியிருக்கிறது. ரோஜா நிற அரச உடைக்குள் அவர் ஒரு கூனனாகத் தெரிந்தார். உலகத்தின் அரசன் அனாதை யாசகனாகத் தெரிந்தார்.

"மாட்சிமை பொருந்திய சக்ரவர்த்தியான என் அன்புள்ள ஆபா, அவுரங்கசீப் பலமுள்ளவனாக மாறும் முன்பே அவனைத் தக்காணத்திலிருந்து திரும்ப அழையுங்கள் என்று நானும் தாராவும் எத்தனை முறை உங்களிடம் மன்றாடியிருக்கிறோம்?"

நான் கடுமையாகச் சொல்லிவிட்டேன். அது பிறகுதான் உறைத்தது. ஆபா என்னிடம் நெருங்கி வந்து அமர்ந்தார். என் தலையை வருடினார். "மகளே, அவுரங்கசீப்பை மன்னிக்க வேண்டும் என்றும் அவனை குஜராத்திலிருந்து தக்காணத்துக்கு அனுப்புங்கள் என்றும் என்னிடம் சொன்னது யார்? அவுரங்கசீப்பை நம்ப வேண்டாம் என்று பலமுறை எடுத்துச் சொன்னதும் யார்? அவனிடம் ஏமாந்தது நான் மட்டுமல்ல, ஜானி, நீயும்தானே? தொலைவிலிருந்து பார்த்தால் சர்ப்பம் அழகுதான். ஆனால் அதன் மறைவில் கொடும் விஷம் இருப்பது தெரிகிறதா? தாரா ஷுக்கோ பிறந்த ஆறாவது நாள் அவன் நெற்றியில் துரதிர்ஷ்டத்தின் அடையாளத்தைப் பார்த்தேன்.

அவுரங்கசீப்பின் தலையிலோ வெற்றியின் சின்னம். உலகத்தி லிருக்கும் எல்லா நீரையும் ஊற்றினாலும் துஷ்டனின் இதயத்தைக் கழுவிச் சுத்தமாக்க முடியாது" என்றார்.

நான் அவருடைய கைகளை முத்தமிட்டேன். அவர் சொன்னது உண்மை. நானும் தாராவும் எத்தனையோ முறை அவுரங்கசீப்பின் கடிதங்களைப் படித்து ஏமாந்திருக்கிறோம். அவற்றில் ஒளிந்திருந்த வஞ்சகத்தைப் புரிந்துகொள்ள ஒருபோதும் முடிந்ததில்லை.

என் நாக்கு உலர்ந்து போகிறது. வெள்ளை நிறமும் கருமையான விழிகளும் கொண்ட இளவரசன் அவுரங்கசீப் வேட்டைக்காரனை முன்னால் பார்த்துவிட்ட சிறுத்தையைப்போல என்மேல் பாயத் தயாராக வருவதாகத் தோன்றியது. ஆபாவின் தளர்ந்த கைகளில் என் முகத்தைப் புதைத்துக்கொண்டேன். அந்தக் கரங்களில் ஆப்பிள் வாசனை காணாமற் போயிருந்ததைப் பீதியுடன் உணர்ந்தேன்.

அவுரங்கசீப், முராத்துக்கு அனுப்பிய கடிதத்தின் நகலை துலேர் என்னிடம் கொடுத்து வாசிக்கச் சொன்னான்.

தீர இளவரசரான முராத் பக்ஷுக்கு அறிவிப்பது. பட்டத்துக்குரியவராகச் சொல்லப்படும் இளவரசர் தாரா ஷுக்கோ விஷம் கொடுத்துத் தந்தையாரைக் கொன்று விட்டதாகவும் சாம்ராஜ்ஜியத்தைக் கைப்பற்றிக்கொண்டதாகவும் நான் அறிகிறேன். அதனால் இளவரசர் ஷூஜா விரிவான படைபலத்துடன் ஆட்சியைக் கைப்பற்றவும் தாராவைப் பழி வாங்கவும் புறப்பட்டிருக்கிறார். அதுவே இந்தக் கடிதத்தை உங்களுக்கு எழுத என்னை நிர்ப்பந்திக்கிறது. உங்களைத் தவிர மற்ற இளவரசர்கள் எவருக்கும் சக்ரவர்த்தி ஆகும் தகுதி இல்லை. தாரா மதமில்லாதவர். நாத்திகர். இஸ்லாமை அழிக்க வந்தவர். இளவரசர் ஷூஜா மத விலக்கம் செய்யப்பட்டவர். ஷியா மார்க்கத்தை நம்புகிறவர். நமது சமுதாயத்துக்குப் பகைவர். குர்ஆன்மீது நான் கொண்டிருக்கும் பக்தியே உங்களை முகலாய சாம்ராஜ்ஜியத்தின் சக்ரவர்த்தியாக்க என்னைத் தூண்டுகிறது. நான் நீண்ட காலமாக லெளகீக சுகங்களை வெறுத்து வந்திருக்கிறேன் என்பது எல்லாரும் அறிந்ததே. எஞ்சிய நாட்களைப் புனித மெக்காவில் கழிக்கவேண்டும் என்பது என் விருப்பம். அல்லாஹ்வின் ஆசியால் நீங்கள் பட்டமேற்று அதிகாரத்தைப் பெற்றதும் என் குடும்பத்தவர்களைத் தந்தையாக இருந்து பாதுகாப்பதாக புனித நூல்மீது ஆணையிட்டு வாக்குத் தர வேண்டும். அவ்வாறு நீங்கள் வாக்குறுதியளிக்கும் நிலையில் நான் எனது சகல வலிமையையும் திறனையும் உத்திகளையும் உங்களுக்கு ஆதரவாகப் பயன்படுத்துவேன். உங்களை தில்லி அரியணையில் அமர்த்த சகல முயற்சிகளையும் மேற்கொள்வேன். இதை நான் சபதமாக ஏற்கிறேன். சபதத்தின் சாட்சியாக ஒரு லட்சம் ரூபாய்களை உங்களுக்கு அனுப்புகிறேன். நமக்கிடையில் திடமும் இணக்கமுமான தோழமையை இது ஏற்படுத்தும். நாம் சகோதரர்கள். ஒரே தந்தையின் புதல்வர்கள், பரிசுத்த குர்ஆனின் பாதுகாவலர்கள். உங்கள் வருகையை எதிர்பார்த்து முடிக்கிறேன்.

உங்கள் விசுவாசமான சகோதரன்
அவுரங்கசீப்

அவமானம் தாளாமல் என் தலைதாழ்ந்தது. துக்கம் பீறிட விம்மினேன். என்ன வஞ்சனை? எத்தனை சுயநலம்? மொத்தக் குடும்பத்துக்கே வெட்கக்கேடு. வீரர்களாலும் பெருமனம் கொண்டவர்களாலும் ஆளப்பட்ட இந்த தேசம் இல்லாமல் போகுமா? இந்த மண் எப்போதும் உதிரத்தால் சிவந்தே இருக்குமா? சொந்தச் சகோதரர்கள் சண்டையிட்டுக் கைப்பற்றிய பூமிதானே? அப்படித்தான் இருக்கும். பெயரே குருக்ஷேத்திரம். பின் அதிகார யுத்தம் எப்படி ஓயும்? தில்லிதான் அதிகாரத்தின் பீடமா? அதன் காற்றில் பதவி வெறியின் கிருமிகள் இருந்து கொண்டே இருக்குமா?

மண்டபத்தின் ஜன்னல் திரைகளை ஊடுருவிக்கொண்டு அனல் காற்று உள்ளே புகுந்தது. ஆனால் என் உடல் பயத்தால் நடுங்கிக்கொண்டிருந்தது. நீண்ட நேரம் மௌனமாக இருந்த துலேர் பேசினான்.

“பாதுஷா பேகம், நாங்கள் சாமந்தர்கள். எங்கள் தேசத்தை சாம்ராஜ்ஜியமாக மாற்றினோம். அது சிதறுண்டு விடாமல் காப்பாற்றுபவர்களுக்குத் துணையாக இருந்தோம். சந்திரகுப்த மௌரியரின் காலம் முதல், ஹர்ஷரின் காலம் முதல் இது ஒரு குடைக்குக் கீழே இருக்கப் போராடினோம். அதைக் காப்பாற்றியவர் மகா அக்பர் மட்டுமே. சுல்தான் பாபரைப் போல சாமர்கண்டுக்குத் திரும்பிச் செல்லவோ, சுல்தான் ஹுமாயூனைப்போல பொக்காராவுக்குத் திரும்பவோ அவர் விரும்பவில்லை. தன்னுடைய சாம்ராஜ்ஜியத்தை இந்த மண்ணில் ஸ்தாபிக்க விரும்பினார். பல நாடுகளின் மேன்மைகளையும் இங்கே கொண்டு வர ஆசைப்பட்டார். அவர் எங்களை நம்பினார். எங்களை ஆதரித்தார். எங்கள் ஆதரவில் இருந்தார். அவருக்கு நிகராக இனி எவருமில்லை. அவுரங்கசீப்புக்கு அதிகாரம் கிடைக்குமானால் இந்த தேசம் அப்படி இராது. இந்த மண்ணை இருள் விழுங்கும்.”

சிறிது இடைவெளி விட்டு சினம் மிகுந்த குரலில் “அவுரங்கசீப் எங்களை வெறுக்கிறார்” என்றான்.

“தன்னுடைய கனவுகளை நிறைவேற்றிக்கொள்ள எங்கள் துணையும் வலிமையும் அவருக்குத் தேவை. ஆனால் எங்கள் அச்சமின்மை அவரை அச்சுறுத்துகிறது. எங்கள் தீரத்தைப் பற்றி அவருக்குச் சந்தேகமில்லை. எங்கள்மீது நம்பிக்கைதான் இல்லை. தன்னைத் தவிர யாரையும் அவர் நம்புவதில்லை. புனித குர்ஆனின் முதல் பக்கத்துக்கும் இறுதிப் பக்கத்துக்கும் இடையில் இருக்கும் சொர்க்கம் தனக்கு மட்டுமானது என்று

அகந்தை கொண்டிருக்கிறார். இதே திருமறையைத்தானே சாம்ராட் ஜஹாங்கீரும் சக்ரவர்த்தி ஷாஜஹானும் வாழ்க்கையின் வெளிச்சமாகக் கண்டார்கள். அவர்களுக்கு எங்கள் மீது வெறுப்பில்லையே? அவர்கள் ஆட்சியில் நாங்கள் பாதுகாப்பற்றவர்களாக உணரவில்லையே. உங்களுக்கு முன்பே அளித்த வாக்குறுதிதான் பாதுஷா பேகம், சக்ரவர்த்தி ஷாஜஹானுக்காகவும் பேகம் ஜஹனாராவுக்காகவும் இளவரசர் தாரா ஷுக்கோவின் படையை நடத்துகிறேன். வெற்றியுடனேயே வருவேன், காத்திரு தேவீ.”

துலேர் படியிறங்கிச் செல்வதைப் பார்த்து நின்றேன். ‘எனக்கு அனுமதித்திருக்குமானால் உங்கள் சம்யுக்தையைப் போலவோ நூர் மஹலைப் போலவோ வாளெடுத்து உடன் வருவேன்’ என்று சொல்லத் துடித்தேன். ஏனோ நா எழவில்லை. இத்தனைக் கொந்தளிப்புகளுக்கும் இடையில் அவன் என்னை ஒருமையில் அழைத்த நொடியை உணர்ந்து சிலிர்த்தேன்.

மறுநாள் காலை ஒளியில் நீண்ட விசாலமான படை முன்னேறிச் செல்வதை நாங்கள் பார்த்தோம். தாராவின் யானை ரஜபுத்திரக் குதிரைப்படையின் நடுவே சென்றது. அடுத்து பூந்தி அரசர் சத்ரசாலின் குதிரைப்படை அணிவகுத்தது. அவர்கள் எல்லாரும் சீராக அணிந்திருந்த குங்கும வண்ண உடை காலை வெளிச்சத்தில் மின்னி அக்கினி நதியின் தோற்றத்தைக் கொடுத்தது. முகலாய ராணுவமும் ரஜபுத்திர சேனையும் சாமந்தர்களின் படையும் முன்னேறிச் சென்றன. அணிவகுப்பையும் படைவீரர்களின் வேகத்தையும் கண்டபோது வெற்றி எளிது என்றுதான் தோன்றியது. ஆனால் விதி தாராவுக்கு ஆயத்தமாக்கி வைத்திருந்தது வேறொன்று.

படைநடப்பின் அடையாளமாகப் பீரங்கிகள் அதிர்ந்து முழங்கின. எக்காளங்கள் பிளிறின. மெல்லமெல்ல அந்த ஓசைகளும் காட்சிகளும் செவிக்கும் கண்ணுக்கும் புலப்படாத தொலைவில் சென்று மறைந்தன. சிறிது நேரம் புழுதிப் படலம் மட்டுமே தென்பட்டது. நான் ஆபாவின் மாளிகைக்குச் சென்று அவர் முன்னால் அமர்ந்தேன். மஞ்சத்தில் சரிந்துகிடந்து பித்துப் பிடித்தவர்போல் தொடர்பில்லாமல் பேசுவதைச் சிறிது நேரம் கேட்டேன். குழப்பத்தின் சதுப்புக்குள் அகப்பட்டுத் தத்தளித்துக் கொண்டிருக்கிறார். அவரைச் சமாதானப்படுத்துவது கடினமான செயல். அவர் கவனத்தை ஈர்ப்பதற்காக பாபர் நாமாவின் பக்கங்களைப் புரட்டி வாசிக்கத் தொடங்கினேன்.

சக்ரவர்த்தி பாபரின் புதல்வர்கள் ஹுமாயூன், காம்ரான், மீர்சா அஸ்கரி, ஹிந்தால் ஆகிய நால்வரும் அதிகாரத்துக்காக மோதிக்கொண்டதை வாசித்தபோது அவுரங்கசீப்பை நினைத்துக்கொண்டேன். காம்ரானும் அவுரங்கசீப்பும் ஒரே வெறியின் இரண்டு முகங்களாகவே தெரிந்தார்கள். காம்ரானும் அவுரங்கசீப்பைப் போலவே தன்னை ஃபக்கீராக அறிவித்துக் கொண்டவன். அதை எல்லாரும் நம்பச் செய்தவன். சக்ரவர்த்தி பாபர் தனது வாரிசாக ஹுமாயூனை நியமித்ததும் காம்ரான் கலகத்தைத் தொடங்கினான். ஆனால் அவனுடைய கலகம் தோல்வியில் முடிந்தது. அவுரங்கசீப்பின் யுத்தமும் தோல்வியில் முடியட்டும் என்று மனதுக்குள் விரும்பினேன்.

"காலம் மாறிவிட்டது ஜானி. முன்னைப்போல இது முடியாது. காம்ரானின் கண்களைத் தோண்டி எடுக்க உத்தரவிட்டார் பாபர். முகலாய சந்ததியை அழிக்க வந்தவன் என்று காரணமும் சொன்னார். அதை எல்லாரும் நம்பினார்கள். அவுரங்கசீப்பை அப்படிச் சொல்ல என்னால் முடியவில்லை. மீர்சா அஸ்கரி சிறுவனான அக்பரைக் கடத்தினார். ஹிந்தால் சக்ரவர்த்தி பாபருக்காக உயிரைக் கொடுத்தார். தைமூர் வம்சம் ரத்தத்தில் முளைவிட்டு வளர்ந்தது. அது ரத்தத்திலேயே மூழ்கி அழியட்டும் என்று படைத்தவன் நிச்சயித்திருக்கிறானோ என்னவோ?" என்றார்.

அவுரங்கசீப் போருக்கு காட்டிய முஸ்தீபைவிட ஆபாவை அதிகம் வேதனைக்கு உள்ளாக்கியது தாராவின் விவேகமில்லாத துணிச்சல்தான்.

அது ரம்ஸான் மாதத்தின் தொடக்கம். மிகவும் புனிதமான மாதத்தில் ரத்தம் சிந்துவது விலக்கப்பட்ட ஒன்று என்பதைத் தெரிந்தே அவுரங்கசீப் படை திரட்டி வந்தது ஆபாவுக்குக் கசப்பைக் கொடுத்தது. அவுரங்கசீப்புக்குத் துணையாக வந்து கொண்டிருந்த ஷுஜாவை விரட்டிச் சென்றிருந்தான் தாராவின் புதல்வன் சுலைமான். அவனை வெகுதூரம் இழுத்தடித்திருந்தான் ஷுஜா. அது கபட தந்திரம் என்று தாராவை எச்சரித்தேன். சுலைமான் திரும்பி வரும்வரை பொறுத்திருக்கச் சொன்னேன். அவனுடைய படையும் சேர்ந்தால் பலம் இரட்டிப்பாகும் என்றும் சொன்னேன். தாராவின் யுத்த வெறி அவனைச் செவிடாக்கி யிருந்தது. இத்தனை காலங்களிலும் அவன் என் சொல்லை மதிக்காமலிருந்தது இப்போதுதான்.

என்னை மட்டுமல்ல, துலேரின் அறிவுரையையும் அவன் உதாசீனப்படுத்தியது என்னைச் சோர்வடையச் செய்தது.

மிகுந்த நிதானியான அவனை கலீலுல்லாவின் உபதேசங்கள் நிலைதடுமாறச் செய்திருந்தன. சனிக்கிழமையே தாக்குதலைத் தொடங்குவது என்ற துலேரின் ஆலோசனையை அமீர் கலீலுல்லாவின் அறிவுரை வீழ்த்தியது. தக்காணத்திலிருந்து நீண்டபயணமாக வந்திருக்கும் அவுரங்கசீப்பின் படை களைத்திருக்கும். அதுவே தாக்குதலுக்கு உகந்த தருணம் என்ற துலேரின் தந்திரத்தை கிரக நிலை சாதகமாக இல்லை என்ற காரணம் சொல்லி கலீலுல்லா முறியடித்தான். 'மேகம் துர்ச்சகுனமாக முழங்குகிறது. நாளை ஞாயிறு. கடவுள் ஒளியைப் படைத்த நாள். மறு நாள்வரை காத்திருப்போம்' என்ற அவன் சொற்களை தாரா முழுமையாக நம்பினான். ஆனால் அந்த நாள் அவர்களுக்குத்தான் துணையாக மாறியது. ஞாயிற்றுக்கிழமை அர்த்த ஜாமத்துக்குப் பின் அவுரங்கசீப்பின் கூடாரத்திலிருந்து பீரங்கி மூன்றுமுறை முழங்கியது. அது வழக்கமான போர் அறிவிப்புக்கான முழக்கமல்ல. சங்கேத முழக்கம். தாராவின் படையிலிருக்கும் தனது விசுவாசிகளுக்காக அவுரங்கசீப் தெரிவித்த சமிக்ஞை. ஆனால் கலீலுல்லா அதைப் போருக்கான அழைப்பு என்று தாராவுக்குச் சொல்லியிருக்கிறான். அவனும் அதை ஏற்றுக்கொண்டு பதிலுக்கு பீரங்கிகளை முழக்கச் செய்திருக்கிறான்.

ஆனால் அவுரங்கசீப்பின் ராணுவம் களமிறங்கவில்லை. தாராவின் பீரங்கிப் படை இரவு முழுவதும் தொடர்ச்சியாகக் குண்டுகளைப் பொழிந்தது. தாராவின் வசம் எத்தனை பீரங்கிகள் இருக்கின்றன? அவை எத்தனை தூரத்தில் இருக்கின்றன? இதை அறிந்து கொள்ளத்தான் அவுரங்கசீப் தந்திரமாகச் செயல்பட்டிருக்கிறான். தன்னுடைய படையைப் பாதுகாப்பான எல்லைக்குக் கொண்டு சென்று நிறுத்திய பின்னர் விசுவாசமான 'துரோகிகள்' ஆயத்தமாவதற்காக முன்போல மூன்று முறை பீரங்கி முழக்கமும் எழுப்பியிருக்கிறான்.

'நம்முடைய பீரங்கிகள் எதிரிப்படையின் பெரும்பான்மையை நாசமாக்கிவிட்டன. இதுதான் தக்க தருணம். நாம் முன்னேறலாம். வெற்றி நம் பக்கமே' என்று கலீலுல்லா தெரிவித்ததை தாராவின் நம்பிக்கைக்குரிய தளபதி ருஸ்தும் கான் மறுத்தான்.

'முதலில் அவர்கள் ஆக்கிரமிப்பைத் தொடங்கட்டும். அப்போதுதான் நாம் எதிராகப் போரை நடத்த முடியும். அதுதான் பாதுகாப்பானது' என்றான். வெற்றிக்காகச் சித்தம் கலங்கியிருந்த தாரா குழம்பினான். யார் சொல்லைக் கேட்பது என்று திகைத்தான்.

‘இளவரசே, இது நல்ல தருணம். ருஸ்தும்மைப் போன்ற நபும்சகங்களின் வார்த்தையைக் கேட்டுத் தாமதிப்போமானால் வெற்றித் தேவதையின் முகத்தை மட்டுமல்ல, பிருஷ்டத்தைக்கூடக் காண முடியாது’ என்ற கலீலுல்லாவின் சொற்கள் தாராவை உலுக்கின. அவன் கிளர்ந்து எழுந்து பீரங்கிப் படையைப் பின்னுக்கு அனுப்பி குதிரைப்படையையும் காலாள் சேனையையும் முன் வரிசைக்குக் கொண்டு வந்தான். அந்த நொடியில் அதுவரை அவனுக்காக மின்னிக்கொண்டிருந்த அதிர்ஷ்ட நட்சத்திரம் ஒரு எரிகல்லாகப் புகைந்து விசும்பலுடன் வானிலிருந்து பெயர்ந்து எங்கோ சென்று விழுந்தது.

தாராவின் படை அளவில் பெரியது. ஆனால் போர்த் திறமையில்லாதது. படைப் பயிற்சி இல்லாத சாதாரண ஆட்களை யும் ராணுவத்தில் சேர்த்திருந்தார்கள். கசாப்புக்காரர்கள், நாவிதர்கள், வண்ணார்கள், வேளாண் கூலிகள். அவர்கள் ஆயுதங்களைப் பார்ப்பதே முதன் முறை. அவற்றைப் பிரயோகிக்க அறியாதவர்கள். அவுரங்கசீப்பின் படை ஆக்கிரமிப்பைத் தொடங்கியதும் அவர்கள் வெருண்டு வியூகத்தை விட்டு விலகி ஓடினார்கள். காலியாகக் கிடந்த கூடாரங்களிலிருந்து பணத்தையும் பொருட்களையும் அபகரிக்கப் பாய்ந்தார்கள். சூறையாடலில் ஒருவருக்கொருவர் வெட்டிக்கொண்டு மரித்தார்கள்.

யுத்த முனையிலிருந்து வந்த தகவல்கள் என்னை அச்சுறுத்தின. பயத்துடன் பிரார்த்திப்பதை விட என்னால் வேறு என்ன செய்ய முடியும்? எல்லா வேளைகளும் எனக்குத் தொழுகை வேளைகள் ஆயின.

ஆனால் தாரா எதையும் பொருட்படுத்தவில்லை. வீரனாக களத்தில் முன்னேறித் துணிந்து தாக்கும்படிப் படையைத் தூண்டிக்கொண்டிருந்தான். கவச வாகனங்கள் சிதறுண்டதும் பீரங்கிகள் கர்ஜிக்கத் தொடங்கின. எதிர் ராணுவத்தின் குண்டுகள் சீறிவந்து விழுந்தன. தாராவின் வீரர்கள் நிலைகுலைந்தார்கள். எதிரிகளின் கூட்டான ஆக்கிரமிப்பு அவர்களைத் திகைத்து நிற்கச் செய்தது. தாராவின் படை பெரும்பாலும் சிதறுண்டு ஓடியிருந்தது. சத்ரசாலும் ருஸ்தும் கானும் அவனுடைய உதவிக்கு விரைந்து வந்தார்கள். அவுரங்கசீப்பின் துப்பாக்கிப் படைவீரர்களை ஊடுருவிச் சென்று ஒட்டகங்களையும் காலாட்படையையும் கலைத்தார்கள். அவை இலக்குத் தவறி தமக்குள்ளேயே தாக்கிக் கொண்டன. அவுரங்கசீப் இதை எதிர்பார்க்கவில்லை. உடனேயே சுதாரித்துக் கொண்டு அதிகப் படைகளைக் களமிறக்கினான்.

யுத்தமுனை பகைகொண்டு அதிர்ந்தது. வீரர்கள் ஒருவரையொருவர் தாக்கிக்கொண்டார்கள். வாள்கள் மின்னி மோதின. எக்காளங்கள் கெக்கலித்தன. யானைகளின் பிளிறலும் ஒட்டகங்களின் ஹுங்காரமும் குதிரைகளின் கனைப்பும் நரிகளின் ஊளையும் கலந்து ஒலித்தன. தூணிகளில் அம்புகள் விடாமல் நிரப்பப்பட்டன. நாண்கள் வெறியுடன் நடுங்கி அம்புகளை விசையுடன் எய்தன. இளவரசன் தாரா உயரமான அம்பாரி பிணைத்த யானை மேலிருந்து வீரர்களை உற்சாகப்படுத்திக்கொண்டிருந்தான். அதற்குப் பலன் இருந்தது. எதிரிகள் வெட்டுப்பட்டும் வெடியுண்டும் மிதிபட்டும் சாய்ந்தனர்.

ஆக்ரா நகரம் பதைப்பும் பதற்றமுமாக விழித்தது. போர் தொடங்கிவிட்டது என்று மக்கள் கலவரமடைந்திருப்பதாக ஒற்றர்கள் சொன்னார்கள். உண்மைதான். சமாதானமாக வாழும் எளிய மனிதர்களுக்கு அதிகார மோதலின் காரணங்கள் விளங்கவில்லை. அரண்மனைச் சண்டை தங்களை ஏன் துன்புறுத்துகிறது என்று விளங்கவில்லை. யாரோ செய்யும் யுத்தத்துக்குத் தாங்கள் ஏன் பிணையாக வேண்டும் என்பது விளங்கவில்லை. நானும் அவர்களில் ஒருத்தியாக என்னை பாவித்து யோசித்தேன். எனக்கும் விளங்கவில்லை. என் சகோதரர்களின் ஆட்சி மோகத்துக்கு நான் ஏன் இரையாகிறேன்? ஆண்களின் அதிகார வெறிக்கு பெண்கள் ஏன் பணயம் வைக்கப்படுகிறார்கள்? கேள்விகள் என்னைத் தைத்தபோது துக்கமாக உணர்ந்தேன். சிறகுகள் முறிக்கப்பட்டுப் பொற்கூண்டில் அடைக்கப்பட்ட பறவையாக நினைத்துக்கொண்டேன்.

அன்று மாலை பரங்கி ஒருவன் குதிரைமேல் வேகமாக வந்தான். போர்க்களத்திலிருந்து வந்திருந்தான். அரண்மனை முற்றத்தை அடைந்ததும் அவன் குதிரை மண்ணில் விழுந்து மடிந்தது. தாராவின் ஆயுதக் கிடங்கை அழித்துவிட்டதாகவும் அரசாங்கப்படை தோற்றுக்கொண்டிருப்பதாகவும் கூக்குரலிட்டான். உலகம் இருண்டு விட்டாற்போலத் தோன்றியது. அதை எப்படி நம்புவது? அதற்கும் ஓரிரு நாழிகைக்குப் பின் போர்க்களத்திலிருந்து வந்த தூதன், புலந்த் இக்பாலின்* வெற்றியை சக்ரவர்த்தியிடம் முதலில் தெரிவிக்க வந்ததாகச்

---

* முதன்மையானவன்

சொன்னான். இதையும் எப்படி நம்புவது? வெற்றியும் தோல்வியும் எந்த அர்த்தமுமில்லாத வார்த்தைகளாக அந்த விநாடியில் புலப்பட்டன. கேட்ட எதையும் நம்ப விரும்பவில்லை.

கடந்த சிலநாட்களுக்குள் ஆபாவின் முதுமை கூடியிருந்தது. அவருக்குச் சமாதானம் சொல்ல என்னிடம் சொற்கள் இல்லை. உப்பரிகையில் நின்று பகல் முழுவதும் வெட்ட வெளியைப் பார்த்துக்கொண்டிருந்தேன். சூரியன் பூமியைச் சுட்டெரிக்கிறது. துர்ச் சகுனத்தின் நிழல்போல் புழுதிப்படலம் இரவில் நட்சத்திரங்களை மறைக்கிறது. இருளில் எதையும் பார்க்க முடியவில்லை. ஆனால் கேட்க முடிகிறது. குதிரைப்படைப் பிரிவுகள் ஒன்றின்பின் ஒன்றாக வருவதைக் கேட்க முடிகிறது. ஆனால் அவற்றில் ஒன்றுகூட அரண்மனைக்குள் நுழையும் ஒலியடையாளம் இல்லை. ஏன் ஒருவரும் உள்ளே வரவில்லை? முதல் ஜாமத்தின் முடிவில் காற்று எழுந்து புயலாக மாறும் ஓசையுடன் குதிரைப்படையின் குளம்பொலிகள் நெருங்கி வருவதாகத் தோன்றியது. மெல்லமெல்ல அந்த ஒலிகள் உடைந்து கேட்டன. குதிரைகள் அடிபட்டு நகர்கின்றனவா? படை வீரர்கள் கையில் ஏன் பந்தங்கள் இல்லை? எல்லாக் குதிரைகளும் லாயத்தை நோக்கிச் செல்கின்றன என்று ஊகிக்க முடிந்தது.

தாரா திரும்பி வந்திருக்கிறான். ஆனால் முற்றத்தைத் தாண்டி உள்ளே வரவில்லை. கோட்டைக்குள் இருக்கும்போது எதிரிகள் தன்னைச் சிறைவைத்துவிடலாம் என்று அஞ்சியிருக்க வேண்டும். தளர்ந்து பஞ்சைக் கோலத்திலிருக்கும் தன்னை ஆபாவோ நானோ பார்த்துவிடக் கூடாது என்று அவன் தயங்கியிருக்க வேண்டும். ஆனால் தனது மாளிகைக்குச் செல்வதற்கு முன்பு ஒரு தூதனை அனுப்பினான். தூதன் வரும்போது ஆபாவின் அருகில்தான் இருந்தேன். வந்தவன் முகமன் தெரிவித்து தாராவின் வார்த்தைகளை ஒப்பித்தான். ‘சக்ரவர்த்தி ஷாஜஹானின் ஆருடம் பலித்து விட்டது.’

யுத்தகளத்தில் தன்னை முன்னிலைப்படுத்துமாறு தாராவிடம் ஆபா வற்புறுத்தியிருந்தார். வாளெடுத்துப் போர்செய்வதற்காக அல்ல அது. சக்ரவர்த்தி ஷாஜஹான் செயலிழந்துகிடக்கிறார் என்ற அவுரங்கசீப்பின் பொய்யை முறியடிக்க. சக்ரவர்த்தியே தங்களுடன் இருக்கிறார் என்ற நம்பிக்கை வீரர்களுக்கு உத்வேகம் அளிக்கும் என்பதற்காக. ஆனால் தாரா அதை ஒப்புக்கொள்ள மறுத்தான். விளைவு தோல்வியை வலிந்து அழைத்திருக்கிறது. ஆபாவைத் தேற்ற அவருடைய நம்பிக்கைக்குரிய ஹிஜ்ராவை அனுப்பினேன்.

தூதன் சொன்ன செய்திகள் இவை.

'அவுரங்கசீப்பின் படை சிதறியோடத் தொடங்கியது. அவரே அகப்பட்டுக் கொள்ளும் நிலையும் வந்தது. உடனே தனது அந்தரங்கமான குதிரை வீரர்களைத் தாராவின் படையைத் தடுத்துத் திரும்ப விரட்டினார். யானைமீது அமர்ந்து தான் போருக்கு அஞ்சவில்லை என்றும் வெற்றி பெறுவதே தன் நோக்கம் என்றும் உரக்க அறிவித்தார். அந்தச் சமயத்தில் தாரா மட்டும் இன்னும் சற்று தூரம் படைவீரர்களைத் துரத்திச் சென்றிருந்தால் அவுரங்கசீப்பையும் முராத்தையும் விலங்கு பிணைத்து சக்ரவர்த்தியின் முன் கொண்டு வந்து நிறுத்தி யிருக்க முடியும். ஆனால் அந்தச் சமயத்தில் இளவரசர் ஓய்வை அறிவித்தார்.'

என் முன்னால் புழுதியும் அழுக்கும் புரண்டு, ரத்தத்தில் ஊறியவனாக நின்றவன் தோல்வியின் தூதனாகவே தென்பட்டான். கேட்கத் துணிவில்லாத காரியங்களைக் கேட்பதற்கு எங்களைத் தயார்படுத்த வந்தவனாக இருந்தான். உண்மையில் எதையும் கேட்பதற்கான மனநிலையை நான் முன்பே அடைந்திருந்தேன்.

அவன் தொடர்ந்தான். 'இளவரசர் தாரா இளைப்பாறும் வேளைபார்த்து எதிரிகள் நடத்திய தாக்குதலில் அமீர் ருஸ்தும் கான் வீர மரணம் அடைந்தார்.

நஜ்வத் கானுடன் மோதிய அரசர் சத்ரசால் துப்பாக்கிக் குண்டு துளைத்து உயிரிழந்தார். இவற்றையெல்லாம் என் கண்களால் பார்க்கும் துரதிர்ஷ்டம் எனக்கு வாய்த்தது என் பாவத்தின் வினையாக இருக்கலாம்.'

அவன் விம்மினான். அவன் தொடர்ந்து சொன்ன எதுவும் காதுகளில் விழவில்லை. அவனுடைய வாயும் கையும் உடலும் பேசாப் பதுமையின் அசைவுகளுடன் தெரிந்தன. நானும் அசையாப் பதுமையாக வெகுநேரம் இருந்தேன்.

'ருஸ்தும் கானும் சத்ரசாலும் இறந்துவிட்ட செய்தி அறிந்ததும் கலீலுல்லா கான் மட்டும் இளவரசருக்கு உதவியாக வந்திருந்தால் போரின் முடிவு இதுவாக இராது.'

தூதன் சொல்வது உண்மையல்ல; உண்மையாக இருக்கக் கூடாது என்று சொல்ல எழுந்தேன். எழுந்த அதே வேகத்தில் இருக்கையில் சரிந்தேன். அதற்கு மேல் அவன் சொல்லும் எதையும் கேட்க விரும்பவில்லை. ஆபாவை விட்டு எழுந்து

உப்பரிகைக்கு வந்தேன். கொடிய நகங்களுடன் ஒரு கை என் இதயத்தை நெருக்கியது. மூச்சுத் திணறியது.

யமுனை நதியை நோக்கித் திறந்திருந்த கதவின் அருகே ஸ்தம்பித்து உட்கார்ந்திருந்தேன். கோயல் வந்து நின்றாள். 'பேகம் சாஹிபா.' அவள் அழைப்பில் இடறல் இருந்தது. திரும்பிப் பார்த்தபோது கண்களில் ஈரம் தெரிந்தது. பூந்தி அரசரின் குதிரைப் படை வீரன் ஒருவன் வந்திருப்பதை அழுகைக்கு இடையில் தெரிவித்தாள். அவனை முன்பே ஃபதேபூரில் பார்த்திருப்பதையும் நினைவூட்டினாள். என்னைத் தவிர யாரிடமும் சொல்லக் கூடாத சேதியுடன் வந்திருப்பதாகத் தெரிவித்தாள்.

பாலைவனத்தில் ஊற்றுக் கிளம்பியதுபோல அதுவரை வறண்டுகிடந்த என் மனதுக்குள் உற்சாகம் கொப்புளித்தது. எல்லா விளக்குகளையும் ஏற்றச் சொன்னேன். ஜன்னல் திரைகளை விலக்கச் சொன்னேன். காற்று உள்ளே புகுந்ததும் பல நாட்களுக்குப் பிறகு குளிர்ச்சியால் மேனி சிலிர்த்ததை உணர்ந்தேன்.

முறிந்த கால்களை இழுத்து நொண்டியபடி வந்தவன் கூடத்தின் மையத்தில் முழந்தாளிட்டு வணங்கினான். உடலில் ஆறாத காயங்கள். அவற்றிலிருந்து அப்போதும் உதிரம் கசிந்து கொண்டிருந்தது. கோயலிடம் மருந்து கொண்டுவரச் செய்து அவன் காயங்களில் தடவினேன். பர புருஷன். எனினும் அவனை நெருங்கிய உறவாகவே நினைத்தேன். துலேரின் படை வீரன். அவன் எப்படி எனக்கு அந்நியனாவான்? மிகவும் பாடுபட்டுப் பேசத் தொடங்கினான். ஆனால் அவன் சொன்னதையெல்லாம் எப்படித் திரும்பச் சொல்லுவேன்? நடுங்கும் கரங்களால் தடுமாறும் எழுதுகோலால் பதறும் தாள்களில் இதைக் குறிக்கிறேன்.

'தாராவின் ஆயிரக்கணக்கான படைவீரர்கள் பயந்து பின்வாங்கிக்கொண்டிருந்தபோது சத்ரசால் தனது வீரர்களுடன் நஜ்வத்கானின் குதிரைப்படையை முறியடித்து முராதை நெருங்கினார். மரணத்தைச் சிறை பிடிக்கும் ஆவேசம் அவரிடமிருந்தது. 'அஞ்சி ஓடுபவர்களின் வாழ்க்கை சபிக்கப் பட்டது. நாம் சத்திரிய தர்மத்துக்குக் கட்டுப்பட்டவர்கள். யுத்தமே நமது தர்மம்' என்று எல்லாருக்கும் தன்னம்பிக்கை கொடுத்தார். பீரங்கிக் குண்டால் தாக்கப்பட்ட அவருடைய யானை அவரைத் தள்ளிவிட்டு ஓடியது. 'என் யானை எதிரிகளுக்குப் புறமுதுகு காட்டலாம். ஆனால் அதன் எஜமானன் ஒருபோதும் அப்படிச் செய்யமாட்டான்' என்று பிரகடனம் செய்து சத்ரசால் தனது

குதிரைமீது ஏறினார். அந்த விநாடியில் முராதின் துப்பாக்கியி லிருந்து வெளிவந்த குண்டு அவர் நெற்றியைத் துளைத்தது.'

மௌனமாக அமர்ந்திருந்தேன். வீரனின் எந்தச் சொல்லும் என் கவனத்தில் பதியாமல் போய்விடக் கூடாது என்று இருந்தேன். அவனுடைய குருதியோட்டம் நின்று விடாமலிருக்கவும் நாடி தளராமலிருக்கவும் உள்ளுக்குள் இறைஞ்சிக்கொண்டிருந்தேன். அவன் மரணமடைந்தால் என் அன்பனின் இறுதி நிமிடங்களை யார் மூலம் அறிய முடியும்? அவன் கண்களில் வெளிச்சம் கெடாமலிருந்தது. ஒருவேளை உயிரின் இறுதி வெளிச்சமா?

மண்டியிட்ட நிலையிலேயே தலைப்பாகையில் முடிந்து வைத்திருந்த ஒரு முத்துமாலையை எடுத்தான். அதிலும் சிவப்புக் கறை படிந்திருந்தது. அதை என்முன் நீட்டினான்.

'துப்பாக்கியின் பின்புறத்தால் அடிபட்டு நினைவு தப்பி நிலத்தில் விழுந்தேன். மறுபடியும் உணர்வு வந்தபோது எதிரிகள் விலகிப்போயிருந்தார்கள். என்னைச் சுற்றியும் சடலங்கள் கிடக்கின்றன. அவற்றின் இடையில் என் அரசர் சத்ரசாலின் திருமேனியும் அநாதையாகக் கிடக்கிறது. நான் கண்டு சொன்ன பின்புதான் உடலை அவருடைய கூடாரத்துக்கு எடுத்துச் சென்றார்கள். உடலைத் தூக்கும்போது அதன் கையிலிருந்து விழுந்த இந்த மாலையை யாரும் பார்க்கவில்லை. சக்ரவர்த்தியின் புதல்விக்கு இதை ஒப்படைக்க வேண்டும் என்று தோன்றியது. இல்லை, என் அரசரின் ஆன்மா அப்படித் தோன்றச் செய்திருக்க வேண்டும். சக்ரவர்த்தி ஷாஜஹானின் அருமைக்குரியவரும் நம்பகமானவருமான என் அரசரின் நினைவாக இந்த ஆரத்தை இளவரசி பாதுகாப்பார் என்று ஏனோ தோன்றியது.'

இரு கைகளையும் நீட்டி அந்தப் புனிதப் பரிசை வாங்கினேன். முகச் சல்லாவை விலக்கி அதை அணிந்துகொண்டேன். இரு மார்புகளுக்கிடையில் அந்த முத்துவடம் உயிர் பெற்றது.

'பாதுஷா பேகம், யாருக்கும் தெரியாத ஒரு உண்மைக்கு நான் சாட்சி. என் அரசரை வீழ்த்தியது முராத்தின் துப்பாக்கியல்ல. நஜ்வத்கானின் பகைதான். நஜ்வத்கானின் துப்பாக்கியிலிருந்து தோட்டா சீறி வந்ததை நான் பார்த்தேன். எச்சரிக்க முடியாத தூரத்தில் இருந்தேன். என் அரசரை எச்சரிக்க முடியாத துர்ப்பாக்கியம் எனக்கு நேர்ந்தது.'

மன்னிப்புக் கோரும் பாவனையில் நிலத்தில் விழுந்து அழுதான். உறைந்த விழிகளுடன் அவனைப் பார்த்துக் கொண்டிருந்தேன்.

'பாதுஷா பேகம், நடந்தது யுத்தமல்ல. அதிகாரத்துக்கான போட்டி. தகுதியில்லாதவனுக்கும் தகுதியிருப்பதாக நம்பியவனுக்கும் நடந்த மோதல். அதில் எந்தத் தொடர்பும் இல்லாத என்னைப்போலப் பலர் உயிரைப் பாழாக்கிக்கொண்டிருக்கிறோம். இந்தச் சொற்களைத் தங்கள் முன் சொல்வதற்கு என்னை மன்னிக்க வேண்டும், பாதுஷா பேகம். ரஜபுதனத்து மக்கள் ஒரு முகலாயச் சக்ரவர்த்தியின் பதாகைக்குக் கீழே அணிவகுப்பது இதுதான் கடைசி.'

அவன் எழுந்து முறிந்த கால்களை இழுத்துக்கொண்டு நொண்டி நடந்து வாயிலை நோக்கிப் போனான். அவன் காலூன்றிய இடங்களில் ரத்தச் சுவடுகள் பதிந்தன. துரதிர்ஷ்டம் விட்டுச்சென்ற அடையாளங்கள்.

அரண்மனைத் தாழ்வாரத்தில் ஒரு தூணில் சாய்ந்து யமுனை நதியைப் பார்க்கும் திசையில் உட்கார்ந்திருக்கிறேன்; அதுதான் என் வாழ்க்கையின் ஆதாரம் என்பதுபோல. கூர்நகமுள்ள கைகள் இன்னும் என் இதயத்தைக் குதறுகின்றன. ஆனால் திணறலில்லாமல் மூச்சுவிட முடிகிறது. என் ரத்தத்தில் வேதனையும் வெறுப்பும் பழி வாங்கும் வெறியும் கொதித்துக்கொண்டிருக்கின்றன. இவ்வளவுக் கொந்தளிப்பைச் சுமப்பது என்னால் முடியாத செயல்.

நதியில் செல்லும் தோணியிலிருந்து பாடலொன்று மிதந்து நெருங்குகிறது. ஆண் குரல். அமீர் குஸ்ருவின் கஸல். நூற்றாண்டுகளுக்கு அப்பாலிருந்து மிதந்து வருகின்றன, அந்தக் குரலும் வரிகளும். பலமுறை கேட்டு நாளங்களில் ஊறிய வரிகள். பெரும் சுமையை அனாயாசமாகத் தாங்கிய குரல்.

'டாம்பீகத்தைக் காட்டிலும் தரித்திரம் இனிது. பக்தியைக் காட்டிலும் வீழ்ச்சி இனிது. டாம்பீகத்துக்கு தலைவலிகள் அநேகம். கடைசியாகப் பார்த்தால் யாசகம் இனிது. சோகத்தால் இதயம் நொறுங்கினால் அடிமையாக இருப்பதைக் காட்டிலும் உடைவது இனிது.'

உள்ளே நுழைந்த வரிகள் கண்களைக் கசியச் செய்தன. பாதுஷா பேகமாக இருப்பதை விட ஃபக்கீராவாக இருப்பது இனிமையானதுதான். அரண்மனையில் அடிமையாக இருப்பதைக் காட்டிலும் யாசகியாக அலைவது இனிமையானது தான். ஆனால் அது எனக்கு விதிக்கப்பட்டது அல்ல. நான் யாருமற்றவள். யாருக்கும் வேண்டாதவள். தனிமையின் நிழல். இல்லை. நானே தனிமை.

சுகுமாரன்

மாயம்போல ஒன்றைத் திடீரென்று உணர்ந்தேன். என்னுடைய பருவுடல் உருமாறி எடையற்றுப் போனது. தசையும் உதிரமுமான உடலிலிருந்து விடுபட்டேன். என் உடல் காற்றானது. நீரானது. அனலானது. யமுனை நதி என் பாதங்களுக்குக் கீழே பெருக்கெடுத்து ஓடியது. மெல்ல மெல்ல அதில் கரைந்து நானும் பாய்ந்தேன். அதன் நீரொலி செவிகளுக்குள் கேட்டது. என் குரலும் யமுனையின் முணுமுணுப்பாக ஒலித்தது. இரண்டும் இணைந்து மிருது சங்கீதமாக மாறியது. முன்பு நான் தில்லியில் கேட்ட இசைக் குழாமின் மென் நாதமாக ஒலித்தது. ஒருவர் ஆலாபனை செய்ய அதில் உருகிய பல நூறுபேரைக் கண்ணீர்விடச் செய்த மாசில்லா ஒலியாகப் பெருகியது. யமுனை என்னை இழுத்துக்கொண்டு போகிறது. வெகுதொலைவுக்கு. வாழ்வின் கரைகளிலிருந்து நீண்ட தொலைவுக்கு. அந்தப் பெருக்கெடுப்பில் பூமியில் பட்ட அவமானங்களையும் பாவங்களையும் கழுவித் தூய்மையாக்குகிறது. என் அகக்கண்களில் எல்லாம் பிரகாசமாகத் துலங்கின. நான் இந்த உலகிலேயே இல்லை. மிக தூரத்துக்கு வந்திருக்கிறேன். சண்பகப் பூக்களால் மாலை தொடுத்து முடிக்கிறேன். அதை ஏந்திக்கொண்டு சுவனத்தின் இளவரசர்கள் நடுவே நின்றுகொண்டிருக்கிறேன்.

என் கதையை எனக்கே சொல்ல விரும்பினேன். அந்தக் கதை முடிந்து விட்டது. ஆனால் என் துக்கம் முடியவில்லை. எவரோ முடுக்கிவிட்டது போல எழுதிக்கொண்டிருக்கிறேன். எல்லாவற்றையும் எழுதுகிறேன். சிலவேளைகளில் நீண்ட இடைவெளிகள் விட்டு எழுதுகிறேன். என்னைத் தவிர வேறு எவரிடமோ கதையைச் சொல்லிக்கொண்டிருக்கிறேன். வேறு எவரிடம்? மறதியிடம்தான். மறதி வலிமையானது. ஒருநாள் அது நினைவாக மாறும்.

சாம்காட் போருக்கு மறு நாள் இரவு, தாழ்வாரத்தில் தூணை ஒரு கையால் அணைத்துக்கொண்டு வெற்றுத் தரையில் உறங்கிக்கிடந்த என்னை கோயல் பார்த்தாள். என்னை எழுப்ப விரும்பாமல் கம்பளியைப் போர்த்தி விட்டுச் சென்றிருக்கிறாள். மூன்றாம் ஜாமத்தில் அந்த விசித்திரமான உருமாற்றத்தை உணர்ந்தேன். அந்த உணர்வு எல்லாத் துயரங்களையும் சகித்துக் கொள்ளும் வலிமையை எனக்குக் கொடுத்தது.

முராத் எல்லாவற்றையும் நம்பினான். பக்திமானான அவுரங்கசீப் குர்ஆன்மீது ஆணையிட்டுச் சொன்ன வாக்குறுதியை முழுமையாக நம்பினான். ‘நான் ஒரு ஃபக்கீர். எனக்கு ஆட்சியிலோ அதிகாரத்திலோ ஆசையில்லை. தாராவை விடவும்

அரசாட்சிக்குப் பொருத்தமானவன் நீதான். உன்னை அரியணையில் உட்காரவைப்பதற்காகத்தான் இந்தப் போர்' என்று அவன் சொன்னதை நம்பித் தனது படையை அவுரங்கசீபின் தலைமையில் விட்டான். 'முட்டாள் சகோதரனே, சரியான நொடியில் ஃபக்கீரின் கந்தையைச் சுருட்டிவைக்கவும் அதிகார அங்கியை அணியவும் அவுரங்கசீபுக்குத் தெரியும் என்பது எந்தப் பாமரனுக்கும் பாடமாக இருந்ததே? நீ எப்படி மறந்தாய்?'

முராதைக் குற்றம் சொல்லமுடியாது. அந்த அளவுக்குத் திட்டமிட்டிருந்தான் அவுரங்கசீப். சக்ரவர்த்தியை வெறுத்திருந்த செயிஷ்டகானின் பெரும் உதவியைப் பெற்றிருந்தான். சக்ரவர்த்தி ஷாஜஹானின் ஆழ்ந்த நம்பிக்கைக்குரிய அமீர்களில் ஒருவனாக இருந்த செயிஷ்டகான் எந்த நொடியில் அவுரங்கசீபின் நிழலாக மாறினான்? செயிஷ்டகான் மட்டுமல்ல, ஆபாவின் விசுவாசிகளாக இருந்த பலரும் மாறினார்கள். இல்லை. அவர்களை ஆசை காட்டியோ அச்சுறுத்தியோ அவுரங்கசீப் தனக்கு அடிமைகளாக மாற்றினான். போர்க்களத்திலிருந்து தப்பிய தாராவைப் பிடிக்க உதவுமாறு ஆளுநர்களுக்கும் ராஜப் பிரதிநிதிகளுக்கும் கடிதம் அனுப்பினான். அது கடிதமல்ல. எச்சரிக்கை.

சக்ரவர்த்திக்கும் கடிதமொன்றை அனுப்பினான் அவுரங்கசீப். 'நான் உங்கள் புதல்வன். என்னுடைய நோக்கம் தாரா ஷுக்கோவின் சதியிலிருந்து உங்களைக் காப்பாற்றுவது. அதற்காகத்தான் இந்தப் படையெடுப்பும் யுத்தமும்.'

ஆபாவும் அதே தொனியில் பதிலை அனுப்பினார். அதில் அவுரங்கசீபை வஞ்சிக்கும் தந்திரம் இருந்ததாகப் பட்டது. வெள்ளைப் பாம்பின் தோற்றுவாய் அவர்தானே?

இந்த இக்கட்டுகளிலிருந்து எப்படித் தப்புவது என்று திகைத்திருந்தோம். அவுரங்கசீபின் இனிப்பு வார்த்தைகள் சக்ரவர்த்தியின் விசுவாசிகளான அமீர்களையும் படைத் தலைவர்களையும் எங்களிடமிருந்து விலக்கின. தலைமையில்லாமல் சாதாரணப் பிரஜைகள் எப்படி எங்களுக்கு உதவ முடியும்? இரவு பகலாக யோசித்துக்கொண்டிருந்தோம். தன்னை வந்து சந்திக்கும்படி அவுரங்கசீபுக்கு ஆபா கடிதம் அனுப்பினார்.

நேர்ச் சந்திப்பில் எல்லாவற்றையும் பேசித் தீர்மானிக்கலாம் என்று அவன் தெரிவித்திருந்ததை வைத்தே அப்படி ஒரு கடிதத்தை அனுப்பினார். அவருடைய திட்டம் அவனுக்குப் பிடிபட்டது. சக்ரவர்த்தி தன்னுடைய மெய்க் காப்பாளர்களாக நிறுத்தியிருந்த தார்த்தாரியப் பெண்படையைப் பற்றி அவன் அறிந்திருந்தான். தனித்துச் சென்றால் அந்த வீராங்கனைகளின் ஒரு பிடிக்குத் தான்

பொடியாகி விடுவோம் என்பதை அவன் வெளிப்படுத்தவில்லை. எனினும் ஒவ்வொரு நாளும் வருகிறேன் என்ற தகவலை எட்டச் செய்தான். ஆனால் வரவில்லை. அந்த நாட்களில் வேறு ஏதோ ஒன்றுக்கு ஆயத்தமாகிக்கொண்டிருந்தான்.

ஒரு நாள் அவுரங்கசீப் தன்னுடைய மொத்தப் படையுடனும் தாஜ்மஹலில் முகாமிட்டான். அமீன்கான் தலைமையில் துரோகிகளின் கூட்டம் அவனை வரவேற்க ஓடியது.

எஞ்சியிருந்த விசுவாசத் தளபதிகளில் ஒருவரை அழைத்து கோட்டையைப் பரிசோதனை செய்வித்தார் ஆபா. எல்லா வாயில்களையும் அடைக்கச் செய்தார். பீரங்கிகளைத் தயார் நிலையில் வைக்க உத்தரவிட்டார். ஆனால் அதற்குள் காலம் கடந்துவிட்டிருந்தது. அவுரங்கசீபின் படை கோட்டையை வளைத்திருந்தது. தாராவின் அரண்மனையைக் கைப்பற்றியது. படை வீரர்கள் கோட்டைச் சுவர்களைத் தாண்டி உள்ளே புகுந்தார்கள். நாங்கள் சிறை வைக்கப்பட்டோம். உள்ளேயிருக்கும் யாரும் வெளியே செல்லவோ வெளியிலிருப்பவர்கள் உள்ளே வரவோ முடியாமல் தடுக்கப்பட்டனர். களஞ்சியம் மூடப்பட்டது. பாவர்ச்சிகானா அடுப்புகள் நீரூற்றி அணைக்கப்பட்டன. உணவுப் பொருட்கள் மறுக்கப்பட்டன. குடிக்க நீரும் இல்லாமல் ஆனது. ஓரிரு பொழுதுகள் பொறுத்திருந்த பணியாட்களும் பாராக் காரர்களும் ஜனானா பெண்களும் ஹிஜ்ரா கூட்டமும் எங்களைச் சபிக்கத் தொடங்கினார்கள்.

‘ஜானி, இதற்கு மேலும் பொறுக்க முடியாது. சாபங்களில் கொடியது பசித்த வயிற்றின் சாபம். அதையும் நான் சுமக்க வேண்டுமா? நான் தோற்றுவிட்டேன் என்று அந்த வெள்ளைப் பாம்பிடம் தெரிவித்துவிடு. கோட்டைச் சாவிகளை ஒப்படைப்பதாகச் சொல். அவனை தர்பாருக்கு வரச் சொல்.’

ஆபா மண்டியிட்டு அரற்றினார். பூமியின் அதிபதி ஒரு அநாதை யாசகனைப்போல இறைஞ்சினார்.

பணியாட்கள் சாவிக் கொத்துகளைச் சுமந்து செல்லும் காட்சி இப்போதும் நினைவில் இருக்கிறது. திறவுகோல்கள் ஒன்றோடு ஒன்று மோதி எழுப்பிய ஒலி மரணத்தின் மணியாக முழங்கியது இந்த விநாடியிலும் காதுக்குள் அதிர்கிறது.

தர்பார் சந்திப்புக்காகப் பலமுறை வரச் சொன்னபோதும் செவிசாய்க்காத அவுரங்கசீப் கடைசியாக வந்தபோது அந்த நாள் துரதிர்ஷ்டத்தின் தொடக்க நாளாக மாறியது.

பெரும் படையுடன் கோட்டைக்குள் நுழைந்த அவுரங்கசீப் தர்பாருக்குச் செல்லவில்லை. ஆபாவின் மாளிகைக்குச் சென்றான். அவரது அறை வாயிலில் நின்றான். ஆபாவின் அருகில் இருந்த என்னை வெளியில் வருமாறு சைகை காட்டினான். மறுத்தபோது அவன் முகம் இறுகியதையும் சிவந்ததையும் அச்சத்துடன் கவனித்தேன். கண்களில் கனன்ற நரகத் தீ என்னை உந்தித் தள்ளியது. வாயிலில் வந்து நின்றதும் கேட்ட சிரிப்பை ஏறிட்டேன். ஆடம்பர ஆடையில் அணிகலன்கள் மிளிர நின்ற ரோஷனாராவின் சிரிப்பு. அதில் அகந்தை மின்னியது. நச்சுப் பற்களில் உதாசீனம் பளிச்சிட்டது. முகத்தில் வெற்றிச் செருக்கு துள்ளியது. என் கால்கள் மண்ணில் ஆழ்ந்தன. பார்வையில் இருள் மூடியது. அவுரங்கசீபின் குரல் வெகுதொலைவிலிருந்து கேட்டது.

'என்னை மன்னிக்கவேண்டும் ஆபா, இன்று இந்த விநாடியிலிருந்து முகலாய சாம்ராஜ்ஜியத்தின் ஆட்சிப் பொறுப்பை நான் ஏற்கிறேன். உங்கள் ஆசியைக் கோருகிறேன். இல்லை, நீங்கள் மஞ்சத்தை விட்டு எழ வேண்டாம். இப்போது மட்டுமல்ல. இனி என்றும் நீங்கள் மஞ்சத்திலேயே இருக்கலாம். அதுதான் உங்களுக்குப் பாதுகாப்பானது. இதைச் சிறை என்று நீங்கள் கருதினால் இனி உங்களுக்குப் பொருத்தமான இடம் அதுதான். என்னைக் குற்றம் சாட்ட முற்படாதீர்கள். இவற்றையெல்லாம் நான் கற்றுக்கொண்டது உங்களிடமிருந்துதான். அதற்காக நான் உங்களுக்கு நன்றி சொல்லவும் நீங்கள் என்னைப் பாராட்டவும் கடமைப்பட்டிருக்கிறோம். நீங்கள் உங்கள் தந்தைக்குச் செய்ததையே நான் உங்களுக்குச் செய்திருக்கிறேன்.'

மொத்த வெறுப்பையும் கண்களில் தேக்கியவராக ஆபா அலறினார். 'வெள்ளைப் பாம்பே, என் முன்னால் நிற்காமல் ஒழிந்து போ.'

அவுரங்கசீப் என்னை நோக்கித் திரும்பினான். படமெடுத்த பாம்பு திரும்புவதுபோல் பீதியூட்டுவதாக இருந்தது அவன் செயல். விஷச் சீற்றத்துடன் என்னை ஏறிட்டுப் பார்த்தான். எதுவும் பேசாமல் வேகமாக நடந்து சென்றான். நஞ்சை உமிழ்ந்த நாகம் விரைவதுபோலச் சென்று மறைந்தான். படை பின் தொடர்ந்தது.

மறுநாள் அவுரங்கசீப் எனக்கும் ரோஷனாராவுக்கும் கடிதம் ஒன்றைக் கொடுத்து அனுப்பினான். ஆபாவின் சிறையை விட்டு அவனுடைய அந்தப்புரத்தில் வந்து தங்கும்படி எழுதியிருந்தான். ஆயுள் முழுவதும் சிறையில் இருக்க நேர்ந்தாலும் அதிகார மோகிகளுடனும் நம்பிக்கைத் துரோகிகளுடனும் ஆடம்பரமாக

வாழ நான் விரும்பவில்லை என்று பதில் எழுதினேன். 'முட்டாள், உன் வாழ்க்கையை நீயே வீணடிக்கிறாய்,' என்று ரோஷனாரா என்னைக் கேலி செய்தாள். கடிதம் கொண்டு வந்த நஸீரை அனுப்பி விட்டுத் தனது அறைக்குப் போனாள். சிறிது நேரத்துக்குப் பின்னர் புத்தாடைகள் அணிந்து சர்வாலங்காரத்துடனும் சுகந்தத்துடனும் வெளியில் வந்தாள். என்னைத் தாண்டிச் சென்று ஆபாவின் அறை வாயில் முன் நின்றாள். மஞ்சத்தில் ஒடுங்கிக்கிடந்த வயோதிகரை ஏளனப் புன்னகையுடன் பார்த்தாள். காலடி ஓசை கேட்டு ஆபா திரும்பினார். அவர்கள் இருவரும் ஒருவரை ஒருவர் பார்த்துக் கொண்டது அதுவே கடைசி முறை.

இனி எழுதுபவையெல்லாம் என் நம்பிக்கைக்குரிய உளவாளி ஒற்றறிந்து சொன்னவை. என் கண்களால் பார்ப்பதைக் காட்டிலும் அவன் விவரிப்பதை ஒப்புக்கொள்ளும் அளவுக்கு எனது நம்பிக்கைக்குப் பாத்திரமானவன். அவன் சொன்னவற்றைக் கேட்டபோது குலைந்துபோனேன். அந்த இரவு முழுவதும் உறக்கமின்றி விழித்திருந்தேன். விடிய விடியத் தொழுதுகொண்டிருந்தேன்.

முராத் பக்ஷ் தனது படையுடன் தாராவைத் தேடினான். அவுரங்கசீபின் சொற்படிப் பாதி வழியிலேயே ஆக்ராவுக்குத் திரும்பினான். மதுராவில் படையுடன் இளைப்பாறினான். அந்தப் படையெடுப்பு அவனைப் பொறுத்தவரை உல்லாசப் பயணமாகவே இருந்தது. அவனுக்கு முடிசூட்ட அவுரங்கசீப் தயாராக மாட்டான் என்ற உண்மையை எல்லாரும் உணர்ந்திருந்தார்கள். முராதின் காது கேட்கவே சொன்னார்கள். ஆனால் அது அவனைச் சலனப்படுத்தவில்லை. இரண்டு நம்பிக்கைகள் அவனை நிச்சலனமாக இருக்க உதவின. குர்ஆன்மீது ஆணையிட்டிருக்கிறான் அவுரங்கசீப் என்பது ஒன்று. தனது போர்த்திறமையிலும் படைபலத்திலும் அன்றுவரை குஜராத்தியப் பகுதிகளில் பெற்ற வெற்றிகளிலும் அடைந்த தன்னம்பிக்கை இன்னொன்று. அவை அவனுக்கு எந்தப் படிப்பினையையும் தரவில்லை. போதையில் திளைத்தான். அவுரங்கசீப் அமைத்திருந்த படை முகாமிலும் அதே திளைப்பில் இருந்தான். போதை யிலும் களிப்பிலும் ஆழ்ந்திருந்தான்.

அவுரங்கசீபின் கூடாரத்தில் நடைபெறும் ஆலோசனைகள் தன்னுடைய முடிசூட்டு விழாவுக்கானவை என்று முராத் எண்ணினான். ஒவ்வொரு யானைக்கும் புதிய முகப்படாம்கள்.

குதிரைகளுக்குப் புதிய சேணங்கள். நதிக்கரையில் புதிய கூடாரங்கள் நிமிர்கின்றன. புதிய ஆண்களும் பெண்களும் வந்து குழுமுகிறார்கள். பொன்தாம்பாளங்களில் புத்தாடைகளும் வெள்ளிப்பேழைகளில் ஆபரணங்களும் வரிசையாக வருகின்றன. சமையற் கூடாரங்களில் விதவிதமான உணவுகள் தயாராகின்றன. இரவு பகலாகப் பாடகிகள் பாடிக்கொண்டிருக்கிறார்கள். நர்த்தகிகள் ஆடிக்கொண்டிருக்கிறார்கள்.

ஆனால் முராத் தன்னுடைய விசாலமான கூடாரத்தில் உட்கார்ந்து மது அருந்திக்கொண்டிருக்கிறான். அவனுடைய நிழலான காஜா ஷாபாஸ் சொல்லும் அறிவுரைகள் எல்லாம் காற்றோடு போகின்றன. அவுரங்கசீப் தந்திரமாக வேறு ஏதோ திட்டமிட்டிருக்கிறான் என்ற ஷாபாசின் எச்சரிக்கைக்கு முராத் செவி சாய்க்கவில்லை. அவன் மீது இன்னும் விசுவாசம் கொண்டிருந்த தளபதிகளான இப்ரஹீம் கானின் வார்த்தையையும் முராத் கேட்க விரும்பவில்லை.

மனிதர்களை ஒருமுறை அச்சுறுத்துவதும் ஆச்சரியப்படுத்துவது மான விஷயம் பின்னர் அவர்களுடைய விதியாக மாறிவிடுமோ? அவுரங்கசீப் எங்களின் விதியாக உருமாறியிருக்கிறான். இரைக் காகப் பதுங்கியிருக்கும் சிறுத்தையைப்போலக் காத்திருக்கிறான். அவன் இரையை வேட்டையாடுவது பசிக்காக அல்ல. கேளிக்கைக் காக. அதிகாரத்துக்காக. தனது வலிமையை உலகத்துக்குக் காட்டுவதற்காக. அதில் முதல் இரை தானே என்பதை முராத் புரிந்துகொள்ளவே இல்லை. போதையிலும் சக்ரவர்த்தியாகும் கற்பனையிலும் மூழ்கியிருந்தான்.

முடிசூட்டு விழாவுக்காக ஆயத்தமாகியிருந்த கூடாரத்தில் அவுரங்கசீப்பின் பரிவாரம் முராதை வரவேற்றது. அவுரங்கசீப் அவனை அழைத்துச் சென்று இருக்கையில் அமரவைத்தான். இசை முழங்கியது. நடனமணிகள் ஆடினார்கள். பூக்களின் வாசனையும் தூபக் கூடுகளிலிருந்து பரவிய சந்தனப் புகையும் ஹுக்காக்களிலிருந்து எழுந்த புகையிலை வாடையும் காற்றில் மிதந்தன. அவுரங்கசீபின் விசுவாசிகளும் முராதின் விசுவாசிகள் என்று நம்பப்பட்டவர்களும் கூடாரத்துக்குள் கூடியிருந்தார்கள். விதூஷகனை வரவேற்பதுபோலத் தன்னைப் பரிகாசத்துடன் வரவேற்கிறார்கள் என்பதையே உணராத நிலையில் இருந்தான் முராத்.

விருந்து தொடங்கியது. வகைவகையான உணவுகள். விதவிதமான மது ரகங்கள். விருந்தினர்களின் மதுக் கோப்பைகள் ஒருமுறைகூட காலியாக இருக்கவில்லை. இரண்டு நாழிகைக்குப் பின்பு அவுரங்கசீப் முராத்திடம் சொன்னான். 'சகோதரா,

கொஞ்சம் ஓய்வெடுத்துக்கொள். முடிசூட்டு வேளையில் நானே வந்து அழைக்கிறேன்.'

ஷாபாஸுடன் இளைப்பாறலுக்காக அமைத்த கூடாரத்தின் அறைக்குள் முராத் நுழைந்தான். பேரழகி ஒருத்தி அவனுக்காகக் காத்திருந்தாள். ஷாபாஸ் அவளிடம் இதமாகப் பேசி அனுப்பினான். 'ஹுஸூர், நாம் ஏதோ ஆபத்தில் தள்ளப்படுகிறோம்' என்று அந்த அப்பாவி ஹிஜ்ரா பயத்துடன் சொன்னது அவன் புலனுக்கு எட்டவில்லை.

'ஹிஜ்ரா காஜா ஷாபாஸின் பயம் உண்மையானது என்பதை இளவரசர் புரிந்துகொள்ளும் முன்பு எல்லாம் முடிந்துவிட்டன, பேகம் சாஹிபா,' என்று ஒற்றன் சொல்லி நிறுத்தினான். இடைவேளைக்குப் பின்பு அவன் சொன்னவற்றை எழுத என்னால் முடியவில்லை. அந்தக் கொடூரத்தைச் சொல்லும் துணிவை வரவழைத்துக் கொள்ளத்தான் அவனும் நிறுத்தினான் என்று இப்போது விளங்குகிறது. அவன் விவரித்த காட்சியை என் கைகள் எழுதவில்லை. விதி என்ற இபிலீசின் கரங்கள்தாம் எழுதுகின்றன.

முராத் மிதமிஞ்சிய மயக்கத்தில் மஞ்சத்தில் கிடந்தான். ஷாபாஸ் அவன் காலடியில் உட்கார்ந்து கால்களைப் பிடித்து விட்டுக்கொண்டிருந்தான். உள்ளே வந்த அவுரங்கசீபை அவன் கவனிக்கவில்லை. சட்டென்று திரும்பியபோது வெள்ளை அங்கியிலும் தலையில் குல்லா இல்லாமலும் தாடியை வருடிக் கொண்டு நின்ற அவுரங்கசீபைக் கண்டதும் எழுந்தான். அவனை சைகையால் வெளியே செல்லும்படி உத்தரவிட்டான் அவுரங்கசீப். வாயிலில் நின்ற நான்கு வீரர்கள் ஷாபாஸை வாய்பொத்தித் தூக்கிச் சென்றார்கள்.

விழித்து எழுந்தபோது முராத் தன்னுடைய கைகளும் கால்களும் கனத்த சங்கிலிகளால் தளைப்பட்டிருப்பதைப் பார்த்தான். ஆத்திரத்துடனும் வெறியுடனும் அவன் தேடிய ஆயுதங்கள் எப்போதோ அகற்றப்பட்டிருந்தன. இனி எதுவும் செய்வதற்கில்லை. தெரிந்தே பொறிக்குள் அகப்பட்டிருக்கிறோம். வெளியேற முடியாத தந்திரப்பொறி. முராதின் கண்களில் நீர் வழிந்தது. உடல் தளர்ந்தது. எந்த எதிர்ப்பையும் காட்டாமல் தலைகுனிந்தான். அமைதியாக முணுமுணுத்தான். 'அவுரங்கசீப், குர்ஆன்மீது ஆணையிட்டு நீ கொடுத்த வாக்குறுதி இதுதானா?' அவுரங்கசீபின் கையசைவுக்குப் பணிந்த படைவீரர்கள் முராதை நெருங்கினார்கள்.

அன்று இரவு இரண்டு யானைகள் அந்த நதிக்கரையிலிருந்து புறப்பட்டன. ஒன்று ஆக்ராவை நோக்கியும் மற்றது தில்லிக்குச்

செல்லும் வழியிலும். தில்லிக்குச் செல்லும் யானையின் அம்பாரியில் துரதிர்ஷ்டசாலியான முராத் கட்டி வைக்கப்பட்டிருந்தான். அது நகரத் தொடங்கியபோது கூடாரத்துக்கு உள்ளிருந்தும் வெளியிலிருந்தும் படைவீரர்கள் முழங்கினார்கள். 'செந்தே பாதுஷா ஆலங்கீர் மொஹி உத் தீன் முஹம்மத் அவுரங்கசீப்,' என்ற வாழ்த்து காற்றைப் பிளந்தது. முராதின் காதிலும் மோதியது. 'லுல்லாஹ் ஜாலா' என்று தொண்டை புடைக்கக் கூவியவர்களில் தன்னுடைய விசுவாசிகளும் இருப்பதை முராத் அருவருப்புடன் பார்த்தான்.

ஃபகீர் தோற்றத்திலிருக்கும் அவுரங்கசீபின் நாளங்களில் செங்கிஸ்கானின் குருதிதான் பாய்கிறது. அதிகாரத்தைக் கைப்பற்றும் போட்டியில் அவன் கொந்தளிக்கும்போதெல்லாம் பரிசுத்த குர்ஆனின் எழுத்துக்கள் அந்த ரத்தத்தில் மூழ்கிப் போகின்றன. அழிகின்றன.

அவமதிக்கப்பட்டவனும் வஞ்சிக்கப்பட்டவனுமான முராத் தில்லி வீதிகளில் காட்சிப் பொருளாக மாறினான். அவன் இருந்த யானையைப் பின் தொடர்ந்து வாளேந்திய அடிமைகள் சென்றார்கள். தப்ப முயற்சி செய்தால் தலையை வெட்டி வீழ்த்த அந்த வாள்கள் காத்திருந்தன. உயிரோடு இருந்தால் அவனைப் பிடித்து வைத்துக்கொள்ள சிறைக் கொட்டடி காத்திருந்தது. முராத் விதியிடம் தன்னை முழுவதுமாக ஒப்புக் கொடுத்தான். விலங்குகள் நீக்கப்படாமலேயே சிறைக்குள் அடைக்கப்பட்டான்.

'பேகம் சாஹிபா, இதற்குமேல் சொல்ல என்னாலும் முடியவில்லை. தீமையை உளவறிந்து என் ஆத்மாவே விஷமேறிப் போய்விட்டதாக அஞ்சுகிறேன். சிறையில் அடைபட்ட இளவரசர் முராதுக்கு பபீர் சர்பத் சாறு புகட்டப்பட்டது. அப்பாவி ஹிஜ்ரா காஜா ஷாபாஸின் உடல் நான்கு துண்டங்களாக்கப்பட்டது.'

அவன் சொல்லி முடித்த பின்னர் மண்டியிட்டுத் தொழுதான். மூலையிலிருந்து இருளின் குரலாக ஆபாவின் சொற்கள் கேட்டன. 'நான் பெற்ற எந்தப் புதல்வனும் நிழல் கொடுக்கும் மரமாக இல்லையே, யா அல்லாஹ்.'

ஒற்றன் வெளியேறிச் சென்ற பின்னும் அவன் சொன்னவை அந்தக் கூடத்தில் திரும்பத் திரும்பக் கேட்டுக்கொண்டிருந்தன. அந்த இரவு ஆபாவும் நானும் உறங்கவில்லை. அந்த இரவு முடியாமல் நீண்டுகொண்டிருந்தது.

நான் தாராவைப் பற்றி எழுதுகிறேன். எழுதிக்கொண்டிருக்கும் காகிதத்தில் என் முகத்தைப் பதிக்கிறேன். என் கண்ணீர் அந்த

மையுடன் கலக்கட்டும். என் கண்ணீர் நிறமில்லாதது அல்ல; நிராசையின் கரு நிறம் கொண்டது.

தாரா களத்திலிருந்து தப்பி லாகூருக்குச் சென்றான். அவனுடைய நம்பிக்கையும் அவனுக்கு இருந்த மரியாதையும் மீண்டும் படை திரட்ட உதவின. அவுரங்கசீபை விரும்பாத சிற்றரசர்கள் சிலரும் துணை நிற்பதாக உறுதியளித்தார்கள். என்னுடைய சகோதரர்களில் பிறருடைய மனதைக் கவரும் திறமை தாராவைப் போல வேறு யாருக்கும் இல்லை. அவனுடைய புன்னகைக்கும் கண்களும் சங்கீதம்போல ஒலிக்கும் பேச்சும் ஆதரவைப் பெற்றுக் கொடுத்தன. ஆனால் அவுரங்கசீபின் கடிதம் சாம்ராஜ்ஜியத்தின் எல்லாத் திசைகளுக்கும் அண்டை நாடுகளுக்கும் போய் அச்சுறுத்தியது. ஆதரவாக நிற்போம் என்று முன்வந்த எல்லாரும் பதுங்கிக்கொண்டார்கள்.

தாரா திகைத்தான். எனினும் பணியத் தயாராக இல்லை. இனி பணிவுக்கு இடமில்லை. அவுரங்கசீபின் கையில் அகப்பட்டால் மரணம் நிச்சயம். அந்த மரணத்தை அவனுடன் மோதியே அடைவது என்று அவன் நினைத்திருக்க வேண்டும். இல்லை, படைத்தவனின் தயை தன்மீது இருக்குமென்ற நம்பிக்கையில் மீண்டும் படை திரட்டினான். கூர்ஜரத்தை நோக்கி முன்னேறினான்.

சக்ரவர்த்தி ஷாஜஹான் தன்னுடைய செங்கோலின் நிழலில் வெற்றிகரமாக விஸ்தரித்த சாம்ராஜ்ஜியத்தின் அடித்தளத்தை அசைத்த சம்பவங்களை எழுதி என் எழுதுகோல் களைத்துப் போகிறது. ஆபா தனக்குப் பின்னும் இந்தப் பேரரசு நிலைக்கும் என்று நம்பினார். புதல்வர்கள் அதை நிலைநிறுத்த வேண்டும் என்று ஆசைப்பட்டார். ஆனால் புதல்வர்களின் எண்ணம் அதுவாக இல்லை. 'யா தக்த், யா தாபூத்' என்று மோதிக் கொண்டார்கள். சிம்மாசனம் அல்லது சமாதி என்று நான்கு பேரும் முழங்கினார்கள். பாவம், ஷுஜா, அவனுக்குச் சமாதியும் வாய்க்கவில்லை. அவுரங்கசீபிடம் தோற்று ஐராவதிநதிப் படுகைக்குத் தப்பிச் சென்றான். அவனுடைய சடலம் அங்கே அடர்வனத்தில் உலவிய காட்டு விலங்குகளுக்கு இரையானது. ஆபாவின் ஆட்சிக்கு முதலில் அறைகூவல் விட்டவனும் அதன் அமைதியைக் குலைத்தவனும் ஷுஜாதான். எவ்வளவு இனிமையானவன். எத்தனை உற்சாகமானவன். ஆனால் அதிகாரம் அவனை அவனாக இல்லாமல் ஆக்கியது. அதிகாரத்தின் குணம், ஒருவேளை அதுதானா?

சக்ரவர்த்தி ஷாஜஹானுக்காகப் போர்களில் துணை நின்ற கூர்ஜர மன்னர் ஜஸ்வந்த சிங் தனது படையை தாராவுடன்

அனுப்ப ஒப்புக்கொண்டார். தாரா புத்துயிர் பெற்றான். படையுடன் ஆக்ராவுக்குத் திரும்பித் தயாரானான்.

புறப்படவிருந்த நாளில் ஜஸ்வந்த் சிங் படையைத் திரும்ப அழைத்துக்கொண்டார். ஆபாமீது கொண்டிருந்த விசுவாசத்தை விட தனது ஆட்சியையும் உயிரையும் காப்பாற்றிக்கொள்வது அவருக்குப் பிரதானமாக இருந்தது. நியாயம்தான். அவுரங்கசீபின் வலை யாரைச் சுருட்டிப் பிடிக்காமல் விட்டது? தாராவின் இரண்டாவது யுத்தமும் தோல்வியில் முடிந்த்து. அவனுடைய துணைவர்களாக எஞ்சிய எல்லாரையும் இழந்தான்.

கடைசியாக அவன் நம்பிய தளபதி திலேர் கான் களத்தில் தாராவுக்கு ஆதரவாக வாளை வீசுவதற்குப் பதிலாக சொந்தப் படையையே வெட்டிக் குவித்தான். மிஞ்சிய படை சிதறி ஓடியது.

மனிதனின் விதி கறுப்பு இழைகளால் நெய்யப்பட்டிருந்தால், ஜம்ஜம்*மின் நீராலோ கௌச**ரின் நீராலோ கழுவினாலும் வெள்ளையாக்க முடியுமா?

---

* ஜம்ஜம் – மெக்காவிலுள்ள புனிதக் கிணறு

** கௌசர் – சொர்க்கத்திலிருக்கும் தடாகம்

என் அருமைச் சகோதரன் தாராவை மேலும் நெருங்கி வந்துகொண்டிருந்தது கடைசி இருள். தன்னுடைய சொந்த மண்ணாக நினைத்த கூர்ஜரம் அவன்முன் வாயில்களை இறுக அடைத்துக்கொண்டது. தோல்வியின் சுமையுடன் அனலும் புழுதியும் படர்ந்த மண்ணில் அடைக்கலம் தேடியபோது அவனை விரட்டியது. மூடிய கதவுகள் அவனுடைய எல்லா நம்பிக்கைகளையும் முடமாக்கின. பெண்களின் கூடாரங்களிலிருந்து விம்மிய அழுகைகளும் கருணை காட்டச் சொல்லி இறைவனிடம் அவர்கள் செய்யும் ஓயாத பிரார்த்தனைகளும் வெயிலை மேலும் வெம்மையாக்கின. இரவுகளை இன்னும் இருட்டாக்கின. மீண்டும் தன்னிடமே அழைத்துக் கொள்ளும் மனிதப் பிறப்புகளை இறைவன் ஏன் இப்படித் துன்புறுத்துகிறான்? நான் யோசித்துக் கொண்டிருந்தேன்.

பட்டத்து இளவரசனான தாராவை அவனுடைய பழைய தோழர்கள் கைவிட்டார்கள். இரண்டாவது தோல்விக்குப் பின்பு படையின் பெரும்பான்மை அவனைக் கைவிட்டுப் போனது. பூமியால் புறக்கணிக்கப் பட்டவனாக நிராதரவாக நின்றான். அவனை அவுரங்கசீபின் சைன்னியம் பின்தொடர்ந்து எங்கும் காலூன்ற விடாமல் விரட்டியது. மனைவிகள் நாதிரா பேகம், உதிப்பூரி பேகம், ராணா தில். மகள் ஜானி பேகம். மகன் சபீர் ஷுக்கோ. இன்னும் அவனை அண்டியிருக்கும் சில ஆயிரம் சிப்பாய்கள். இத்தனை பேரையும் அழைத்துக் கொண்டு அவனால் எவ்வளவு தூரம் ஓட முடியும்? களைத்துப்போன தாரா தன் அதிர்ஷ்டத்தைத் தேடி வடக்கு நோக்கித் திரும்பினான். பாரசீகத்தை இலக்கு வைத்துப் பயணத்தைத் தொடர்ந்தான். காதங்கள் கடந்து காதங்களாக எங்கும் நிற்காமல் போனார்கள். ஆனால் விதி அவன் வழியில் கடைசி

நிறுத்தத்தை ஏற்படுத்திக் காத்திருந்தது. தன்னுடைய மடியின் இருண்ட ஆழத்துக்குள் வாரிக்கொள்ளக் காத்திருந்தது.

பாரசீகத்தின் எல்லையிலிருந்த ஜூண் அவனுடைய சேரிடம். அந்த நாட்டின் அதிபர் மாலிக் ஜிவான், தாராவுக்கு உயிர்க் கடன்பட்டிருந்தார். சக்ரவர்த்தி ஷாஜஹானால் முடிந்து கபரில் அடங்கியிருக்க வேண்டிய மாலிக்கின் உயிரை மீட்டுக் கொடுத்தவன் தாரா. இக்கட்டான இந்த நிலையில் அவரை நாடியது ஆதரவுக்காக. மாலிக்கின் மனம் நன்றியுணர்வால் அல்ல, பீதியால் நிரம்பியிருந்தது. விளைவு? தாராவின் வருகையை அவுரங்கசீபுக்கு எட்டச் செய்தார். எதிர்த்த படை வீரர்களையும் தாராவையும் குடும்பத்தையும் சிறைப்படுத்தினார். ஜூண் நகரம் தாரா மேற்கொண்ட பயணத்தின் கடைசி நிறுத்தமாக ஆனது. அவனுக்கு மட்டுமல்ல; அந்தக் குடும்பத்துக்கும் அவனை நேசித்தவர்களுக்கும்.

நாதிராவை எங்கள் அரண்மனையின் வெளிச்சமாகக் கொண்டாடினோம். ஆமி தேர்ந்தெடுத்தவள் என்பதால் அவள் அருமையானவளாக இருந்தாள். ஒரு மணிப்புறாவைப் போல குதூகலமாகப் பறந்தவள் சிறைக்குப் பயந்தாள். பீதியில் நடுங்கினாள். நிராசையில் குமைந்தாள். தாரா இல்லாமல் வாழ முடியாது என்று அவளுக்குத் தெரிந்திருந்தது. அவனில்லாமற் போனால் தன்னுடைய விதி என்னவாக இருக்கும் என்று புரிந்து கொண்டிருந்தாள். சக்ரவர்த்தி அவுரங்கசீபின் அந்தப்புரத்து வைப்பாட்டிகளில் ஒருத்தியாக இருக்க நேரும்.

'என் கணவரின் ரத்தத்துக்காகவும் புதல்வர்களின் ரத்தத்துக்காகவும் தாகித்துக் கிடக்கும் உதிரப் பிசாசு. அதற்கு என் அன்பளிப்பு இது.'

ஆத்திரத்தில் குமுறினாள். குமுறல் வெடித்து அழுதாள். அழுகையின் இடையில் யாரும் பார்க்காத நொடியில் விரலில் கிடந்த வைர மோதிரத்தை விழுங்கினாள். அந்தக் கணம் காலம் தாராவுக்கு நீட்டிய கொடும் நச்சுக் கோப்பை. கைகள் நடுங்க என் அருமைச் சகோதரன் அந்தக் கசப்பை விழுங்கினான்.

மரண வீட்டுக்குள் அழுகையும் புலம்பலும் ஓலமும் ஒலித்துக் கொண்டிருந்த அதே வேளையில் வெளியில் ஆயுதங்களின் சத்தமும் ஆவேசக் கத்தல்களும் கேட்டன. அவுரங்கசீபின் படைவீரர்கள் வாயில் அருகே முற்றுகையிட்டிருந்தார்கள். 'கைதிகளுக்கு விலங்கு பூட்டுங்கள்' என்று கூச்சலிட்டார்கள். அந்தக் கூச்சல் ஜூண் நகரத்தின் கோட்டைச் சுவர்களைத் தாண்டி வந்தது. மனைவிகள், மக்கள் கண்முன்னால் பகைவர்களை

வீழ்த்திவிட்டு மடியலாம் என்று வாளை உருவும் முன்பே தாராவின் கைகளிலும் கால்களிலும் விலங்குகள் பூட்டப்பட்டன. அவனையும் மற்றவர்களையும் ஏற்றிச் செல்வதற்காக அம்பாரி பொருத்திய நான்கு யானைகள் நின்றிருந்தன. உருவிய வாள்களுடனும் நீட்டிய ஈட்டிகளுடனும் பாராக்காரர்கள் நின்றிருந்தார்கள்.

தாராவின் இரு மனைவிகள் ஒன்றில், மகனும் மகளும் ஒன்றில். அவனுடைய பணிப்பெண்கள் ஒன்றில், தாரா வேறு ஒன்றிலாக அம்பாரிகளில் ஏற்றப்பட்டார்கள். அம்பாரிக் கூண்டுக்குள் காவலுக்கு உருவிய வாளுடன் முரட்டுக் கொலைகாரர்கள் அம்பாரியின் முன்னால் மத்தகத்தின் மீது உட்கார்ந்திருந்தார்கள். நான்கு கூண்டுகளில் எதில் தாரா இருந்தான் என்பது ரகசியமாக இருந்தது. புறப்படும்போது இருந்ததைக் காட்டிலும் போகப்போகப் படை வீரர்களின் எண்ணிக்கை அதிகரித்தது. நாற்பது நாட்களுக்குப் பின் தில்லியை அடைந்தபோது எண்ணிக்கை அதிகமாயிற்று. போர்க்களத்தில் இருந்ததை விட மிக அதிகம்.

தாராவை விலங்குகளுடன் யானை மேல் உட்காரவைத்து தில்லித் தெருக்களில் கொண்டு சென்றார்கள். புலந்த் இக்பால் தாரா என்று அவனுக்குச் சலாம் செய்த பிரஜைகள் கண்ணீருடன் அவனை வேடிக்கை பார்த்தார்கள். கூட்டத்திலிருந்து ஒரு ஃபக்கீர் ஓலமிட்டு அழுதுகொண்டே சொன்னான்: 'ஹுஜூர், நீங்கள் எஜமானாக இருந்தபோது எனக்குப் பிச்சையிட்டீர்கள். இன்று எதுவுமில்லாதவராகி விட்டீர்களே?' தாரா கலங்கினான். போர்த்தியிருந்த அழுக்குச் சால்வையை ஃபக்கீரை நோக்கி வீசினான். அது கீழே விழும் முன்பு குதிரை வீரன் ஒருவன் அதை எட்டிப் பிடித்தான். சுருட்டி எறிந்தான். கைதிக்குத் தானமோ அன்பளிப்போ கொடுக்க உரிமையில்லை என்றான்.

விசாரணைக்குப் பிறகு அவுரங்கசீப் தீர்ப்பை எழுதினான். தாரா உருவ வழிபாட்டை ஆதரிப்பவன். இஸ்லாமின் எதிரி. இந்தக் குற்றங்களுக்காகச் சிரச்சேதம் செய்யப்படுகிறான்.

கடவுளை அடையும் வழி ஒன்றல்ல; எத்தனை மனித ஆத்மாக்கள் இருக்கின்றனவோ அத்தனை வழிகளும் இருக்கின்றன. தாரா தன்னுடைய கடவுளைப் பல வழிகளில் தேடினான். அவனுடைய மரண வேதனை மனிதர்களால் கடக்க முடியாத நிரந்தர விதிகள் இருக்கின்றன என்பதை எடுத்துக் காட்டியிருக்குமா? படைத்தவனுக்கும் படைக்கப்பட்டவனுக்கும் இடையிலான உறவை எந்த மொழியாலும் வெளிக்காட்ட முடியாது என்பதை உணர்த்தியிருக்குமா? தாரா, என்

சகோதரனே, பூமி இருக்கும் காலம்வரை அல்லாஹ்வின் கருணை உன்னோடு இருப்பதாக.

மறுநாள் அவுரங்கசீப் ஆபாவுக்கும் எனக்கும் பரிசைக் கொடுத்தனுப்பியிருப்பதாகச் சேதி வந்தது. அந்த வெள்ளை நாகத்தால் கொடுக்க முடியும்? பரிசு விஷத்தைத் தவிர வேறு என்னவாக இருக்க முடியும்? தாமிரத் தாம்பாளத்தில் வைத்து அவன் அனுப்பிய பரிசைப் பார்த்ததும் சக்ரவர்த்தி அலறினார். திரும்பிப் பார்த்த நான் அலறவும் முடியாமல் அதிர்ந்து நடுங்கி நின்றேன்.

அந்தத் தாம்பாளத்தில் இருந்தது எங்கள் அன்புக்குரிய தாராவின் வெட்டப்பட்ட உதிரம் வழியும் சிரம்.

அவுரங்கசீப் இரண்டாம் முறையாகவும் முடிசூட்டு விழாவை நடத்திக்கொண்டான். முதல்முறை நடந்தது படைவீரர்களையும் தளபதிகளையும் தன் பக்கம் சேர்த்துக்கொள்ள. இரண்டாவது முடிசூட்டு விழா தன் அதிகாரத்தை உலகத்துக்கு அறிவிக்க. எதிர்ப்பவர்கள் யாராவது இருந்தால் வாய் பொத்திக் கொள்ளுங்கள் என்று எச்சரிக்க.

தாராவின் அடிமைகளும் காதல் பெண்களும் கணிகையரும் ஹிஜ்ராக்களும் வேறு வழியின்றி அவுரங்கசீபின் அந்தப்புரத்தில் அடைக்கல மானார்கள். தாராவின் இரண்டாவது மனைவி உதய்பூரி பேகம் அவனுடைய ஆணைக்குப் பணிந்தாள். அவனுடைய காமத்தொழுவத்தில் தளைப்பட ஒப்புக்கொண்டாள்.

'என்னால் வேறு என்ன செய்யமுடியும் பேகம் சாஹிபா? ஜியார்ஜியாவிலிருந்து அடிமைகளில் ஒருத்தியாக விலைக்கு வாங்கி வந்த அனாதை நான். என் உயிரைக் காப்பாற்றிக்கொள்ள இதைவிட்டால் வழியில்லை. நாதிரா பேகத்தைப்போல உயிரை மாய்த்துக்கொள்ள எனக்கு விருப்பமில்லை. இளவரசர் தாராவின் மனைவிகளில் ஒருத்தி என்ற பெயர். ஆனால் ஆரம்பத்திலிருந்த மோகம் கலைந்த பின்பு ஜனானாவின் உதிரிக் கூட்டத்தில் ஒருத்தியாகத்தான் அவரும் என்னை வைத்திருந்தார். என்ன, உணவுக்கும் உடைக்கும் யாசிக்கத் தேவையில்லாத வசதியான அடிமை. இளவரசருக்கு பிற பெண்களின் சரீரம் அலுக்கும்போது வந்து மேய்வதற்கான புல்வெளியாகத்தான் என் உடல் இருந்தது. அந்த மேய்ச்சல் நிலத்தை இப்போது ஆலம்கீர் அவுரங்கசீப் ஆர்ஜிதம் செய்திருக்கிறார். இதிலும் என்ன புதிய மதிப்பு வந்துவிடப் போகிறது? எல்லாம் பழையது போலத்தான். எங்கள் வேதப்

புத்தகத்தில் ஒரு வசனம் இருக்கிறது. மனுஷர்கள் மண்ணிலிருந்து பிறக்கிறார்கள். மண்ணுக்கே திரும்பிப் போகிறார்கள். நான் வெறும் மண்ணாகத் திரும்பக் கூடாது, பேகம் சாஹிபா. ஒரு பிச்சைக்கார யத்தீமாக நான் மடிந்துபோக விரும்பவில்லை.'

இத்தனை வருடங்களில் உதய்பூரி பேகம் அபூர்வமாகத்தான் என்னிடம் பேசியிருக்கிறாள். அவளுக்குப் பேசத் தெரியுமா என்று சந்தேகப்படும் முறையில்தான் அவளுடைய பேச்சு இருந்திருக்கிறது. தன்னுடைய மனதை முதல்முதலாக அவள் என் முன்னால் கொட்டிக் கவிழ்த்த அந்த நொடியில் அவளை இறுக அணைத்துக்கொண்டேன். என் அணைப்பிலிருந்து விடுபட்டு நடந்தாள். என்றென்றைக்குமாக மறைந்தாள்.

அவுரங்கசீபின் கட்டளைக்குப் பணிந்து உதய்பூரி பேகம் உயிரைத் தக்கவைத்துக்கொண்டாள். உயிரைத் துச்சமாக்கி அவனைத் தோற்கடித்தாள் ராணா தில். சக்ரவர்த்தியின் அந்தப்புரத்துக்கு வந்து சேரவேண்டும் என்று தூது வந்த நஸீரை 'ஏன் வரவேண்டும்?' என்று விசாரித்து வருமாறு திருப்பி அனுப்பினாள். சக்ரவர்த்தி அவளை மணந்துகொள்ள விரும்புகிறார் என்று பதில் வந்தது. 'என்னை மணந்துகொள்ளும்படி அவரைத் தூண்டியது என்ன?' என்று மறுகேள்வி கேட்டாள். அவளுடைய அடர்ந்த கூந்தல். 'அவரை வசீகரித்தது இதுதானே, கொண்டு எடுத்துப் போ' என்று கூந்தலை வெட்டி அவுரங்கசீபுக்குக் கொடுத்து அனுப்பினாள். அந்த மூடனுக்கு அது புரியவில்லை. மீண்டும் தூது அனுப்பினான். அவளுடைய அழகு மகத்தானது. அதற்காகவே அவளை மனைவியாக்கிக் கொள்ள விரும்புகிறான். அவுரங்கசீபாக அவனை ஏற்க வேண்டாம். இளவரசர் தாராவாக நினைத்துக்கொண்டால் போதும். அவுரங்கசீபின் இந்த எண்ணம் ராணா தில்லைக் கொந்தளிக்கச் செய்தது. 'தாழ்ந்த குலத்தில் பிறந்தவள்தான். தெருவில் ஆடிப் பிழைத்தவள்தான். ஆனால் என் பெண்மையைக் காதலால் மகத்துவப்படுத்தியவர் தாரா ஷுக்கோ. என் மனதை மதித்தவர். அவர் இடத்தில் வேறு யாரையும் நினைக்க மாட்டேன்,' என்று சீறினாள். அவள் சொற்கள் அவுரங்கசீபைச் சீண்டிவிட்டிருக்க வேண்டும். மீண்டும் கடிதங்களைக் கொடுத்து அனுப்பினான். அவற்றை வாசிக்கமாலேயே அடுப்பில் எறிந்தாள். இங்கிதமாக எடுத்துச் சொல்ல ஹிஜ்ராக்கள் சிலரை அனுப்பினான். ராணா தில்லின் சீற்றப் பார்வை அவர்களை நெருங்க விடாமல் விரட்டியது. கடைசியாகத் தன்னுடைய அந்தரங்கம் தெரிந்த ஹிஜ்ரா கோஜா ஃபுல்லை* அனுப்பிவைத்தான். பெண்ணை வீழ்த்தும்

* அவுரங்கசீபின் அந்தரங்க ஆலோசகராக இருந்த இதிபார் கானின் இன்னொரு பெயர்

உபாயங்கள் சகலமும் கோஜாவுக்கு அத்துப்படி. ஆனால் அவற்றில் ஒன்றுகூட ராணா தில்லிடம் பலனளிக்கவில்லை. ‘உன் அழகான முகத்தை ஆலம்கீர் அவுரங்கசீபால் மறக்க முடியவில்லை,’ என்று தொடங்கும் கோஜாவின் பேச்சு, ‘அவர் உன்னை அரசிகளுக்கு அரசியாக்குவார். ஏனென்றால் உன்னுடைய அழகு அவரை அவ்வளவு ஆட்டி வைக்கிறது,’ என்று நைச்சியமாக முடியும். ராணா தில் குறுவாளால் முகத்தைக் குத்திக் கிழித்துக்கொண்டாள். குருதி வழியும் முகத்தை ஒரு துவாலையில் ஒற்றியெடுத்து அந்த வஸ்திரத்தை கோஜாவிடம் நீட்டினாள். ‘இந்த அழகைத்தானே உன் ஆலம்கீர் விரும்புகிறார். இதற்காகத்தானே என்னை ஓயாமல் துன்புறுத்துகிறார் இந்தா, இதைக் கொண்டுபோய்க் கொடு. பார்த்து மகிழட்டும்,’ என்றாள்.

அந்தக் காட்சியைக் கோயல் விவரித்தபோது கொடுங் கனவிலிருந்து பீதியுடன் விழித்தவளைப்போல இருந்தாள். ‘அதை நீங்கள் பாராமலிருந்ததே நல்லது,’ என்றாள். பார்க்க வேண்டிய கட்டாயம் ஏற்பட்டிருந்தாலும் நான் அதைச் செய்திருக்க மாட்டேன். சலனமற்ற தடாகத்தில் தெரியும் நிலவின் பிம்பம் ராணா தில். என்னால் எப்படி அவளைக் கலங்கிய நிலவாகப் பார்க்க முடியும்?

தர்பார் ஹக்கீமிடம் அவளுக்குச் சிகிச்சை அளிக்குமாறு கேட்டுக்கொண்டேன். முதலில் தயங்கினார். அவுரங்கசீபின் நடவடிக்கையை நினைத்துப் பயந்தார். என் கட்டளை என்று உரத்துச் சொன்ன பின் பணிந்தார். அவுரங்கசீபின் அதிகாரத்தில் யாருக்கும் கட்டளை இடும் உரிமை எனக்கு இல்லை என்பதை மறந்திருந்தேன். ஆனால் ஹக்கீமை அனுமதித்ததன் மூலம் எனக்கு அந்த அதிகாரம் இருப்பதை அவுரங்கசீப் ஒப்புக் கொள்ளுகிறான் என்பது புரிந்தது. ஆனால் ராணா தில் சிகிச்சைக்கு உட்பட மறுத்தாள். முகத்திலிருந்த காயங்கள் சீழ் பிடித்து ரணமாயின. தசைகள் அழுகி விழத் தொடங்கின. கூந்தல் உதிர்ந்தது. பற்கள் விழுந்தன. உண்ணாமல் கிடந்தாள். மருந்துகளை உட்கொள்ள மறுத்தாள்.

‘பேகம் சாஹிபா, நீங்கள் சொன்னால் ஒருவேளை அவர் கேட்கலாம்,’ என்றாள் கோயல்.

முதலில் நான் இசையவில்லை. தாராவின் கனவுச் சிற்பத்தை சிதைந்த கற்கூடாகப் பார்க்க மனம் ஒப்பவில்லை. விழிகள் கூசிப் போகும் அளவுக்குச் சிதில மனிதர்களைப் பார்த்துவிட்டேன். கபந்தங்களாக, அறுபட்ட சிரங்களாக, குறை உடல்களாக, சடலங்களாக மனிதர்களைப் பார்க்க மனம் அஞ்சுகிறது. ஆனால் கோயல் வற்புறுத்தினாள். ராணா தில் வெறும் சரீரமா?

ஆன்மா அல்லவா? ஆன்மாவின் ஒப்பனைதானே உடல். அதைப் பாராமலிருப்பது சரியல்லவே என்று எனக்குள் ஓயாமல் ஒலித்த குரலும் தூண்டியது. ராணா தில்லைப் பார்க்கப் புறப்பட்டேன். ஆனால் அதற்கு அவள் வாய்ப்பு அளிக்கவில்லை.

எந்த அலங்காரமும் இல்லாத சவப்பேழையில் அவளுடைய உடலை ஹிஜ்ராக்கள் எடுத்துச் செல்வதை உப்பரிகையில் நின்று பார்த்தேன். ஒரு யத்தீமின் கபரடக்கம்தான் அவளுக்கு வாய்த்தது. இரக்கப்படுவதைத் தவிர சிறைக் கைதியான என்னால் என்ன செய்ய முடியும்? ராணா தில்லும் கைதிதான். ஆனால் அவளால் அவுரங்கசீபைத் தோற்கடிக்க முடிந்தது. அவனுடைய அதிகாரத்தை அவமதிக்க முடிந்தது. இச்சையை ஏளனம் செய்ய முடிந்தது. அகந்தையை முறியடிக்க முடிந்தது.

வாசலில் யாரோ நிற்பதைப் பார்த்தேன். திரைச் சீலையை பற்றிக் கொண்டு எட்டிப் பார்க்க முற்படும் உருவம். தயக்கத்துடன் தென்பட்ட உடல் அசைவுகள். அந்த அசைவில் யார் என்று புலப்பட்டது. தாராவின் புதல்வி ஜானி. ஜான்சேப் பானு பேகம். ஆமி மேலான பாசத்தையும் என் மீதான வாஞ்சையையும் காட்ட என் அன்புச் சகோதரன் தாரா இட்ட பெயர்.

ஓடிச் சென்று குழந்தையை அள்ளிக்கொண்டேன். என் மழலைப் பருவத்தை மீண்டும் கட்டிக்கொண்டதுபோல உணர்ந்தேன். அவளுடைய பிஞ்சு மேனி நடுங்கிக்கொண்டிருந்தது. எடுத்து வந்து மஞ்சத்தில் அமரவைத்து அருகில் உட்கார்ந்தேன். இறுக அணைத்ததும் அவளிடமிருந்து பெரும் விசும்பல் எழுந்தது. விசும்பல் வெடித்து அழுகையாகப் பீறிட்டது. 'அம்மீ ஜானி' என்று அலறிக்கொண்டே என்னை இறுகப் பற்றிக்கொண்டாள்.

"என்ன ஆயிற்று?" என்ற கேள்விக்கும் அழுகைதான் பதிலாக வந்தது.

வாசலில் நின்றிருந்த கோயலை அப்போதுதான் கவனித்தேன். அவள்தான் பதிலைச் சொன்னாள்.

"அவளை அழைத்துவந்தது நான்தான் பேகம் சாஹிபா. நந்தவனத்தில் தனியாக அழுதுகொண்டிருந்தாள். அந்தப்புரம் கொண்டு சென்று விட்டேன். ஆனால் பேகம் ரோஷனாரா திரும்ப இழுத்து வந்து வெளியில் தள்ளிவிட்டார். பொறுக்க முடியாமல் இங்கே கூட்டி வந்துவிட்டேன்"

நான் நன்றியுடன் அவளை ஏறிட்டேன். ஜானியையும் பார்த்தேன். நாதிராவின் முகம். தாராவின் கண்கள். ஆனால்

தக்காணத்துப் பஞ்சப் பிரதேசத்தில் பார்த்த குழந்தைகளைவிட மெலிந்து ஒட்டியிருந்தது உடல். கைகளிலும் கால்களிலும் காயத்தின் வடுக்கள். சருமத்தின் நிறத்தை மூடிய அழுக்கு. மண்ணில் விட்டால் பாதத்தில் புழுதி படியும் என்று நாதிரா தூக்கிச் சுமந்த சிசுவா இது? என் அடி வயிற்றுக்குள் வெப்பம் மூண்டது.

கோயலிடம் குழந்தையை ஒப்படைத்து நீராட்டி உணவளித்து எடுத்து வரச் சொன்னேன். அவள் நகர்ந்ததும் குமுறிக்கொண்டு ஆபாவின் மஞ்சத்தை நாடிப் போனேன். அவரும் இதையெல்லாம் பார்த்துக்கொண்டிருந்தார் என்பதைத் தேங்கி நின்ற அவருடைய கண்ணீர் காட்டியது.

நிரபராதிகளான யாரையும் தண்டிப்பது பாவம் என்று திருமறை சொல்லுகிறது. அதை வழிகாட்டியாக நம்பும் அவுரங்கசீப் அந்த வாசகத்தை வசதியாக மறந்தான். மூத்த சகோதரர்களின் ஆண் வாரிசுகள் உயிருடன் இருக்கும்வரை தனது அதிகாரத்துக்கு ஆபத்து என்று ஒருவரைக்கூட மிச்சம் வைக்காமல் எல்லாரையும் கைது செய்தான். குவாலியர் கோட்டைக்குக் கொண்டுபோய்ச் சிறையில் அடைத்தான். பீபல் சர்ப்பத்தைப் புகட்டிச் சிலரைக் கொன்றான். இந்தக் குழந்தையையும் அப்படிக் கொன்றிருக்கலாம். அபூர்வமான வெண்முத்தைப் பன்றி முகர்ந்து பார்க்க வீசியதுபோல இந்தக் குழந்தையை ரோஷனாராவிடம் ஒப்படைத்திருக்க வேண்டாம்.

“ஜானி, அங்கே பார்” என்று ஆபாவின் குரல் இத்தனை நாட்களில் முதல்முறையாகத் தெளிவுடனும் உற்சாகத்துடனும் ஒலித்தது. சாய்ந்து உட்கார முயன்றுகொண்டே “அங்கே பார்” என்று மீண்டும் சொன்னார். அவரது வலது கை நடுக்கத் துடன் உள் அறை வாயிலைச் சுட்டிக் காட்டியது. அவர் காட்டிய திசையில் பார்த்தேன். சொர்க்கத்திலிருந்து மலக்கு* ஒன்று பூமிக்கு வந்ததுபோல ஜான்சேப் பானு பேகம் நின்றிருந்தாள்.

ஆபாவின் குரலும் என் குரலும் ஒன்றாக ஒலித்தன, ‘அல்ஹம்துலில்லாஹ்.’

---

* தேவதை

சடலத்தின் மீது போர்த்திய சல்லாத் துணியைப் போல ஆக்ரா நகரத்தின் மேல் வெப்பக் காற்று கவிகிறது. நான் ஏனோ காஷ்மீரத்தின் குளிர்மையை உணர்கிறேன். என் மனதுக்கு உகந்த யாரோ வரவிருக்கிறார்கள் என்பதன் அறிகுறி என்று தோன்றியது. ஆனால் இந்த மாளிகைச் சிறைக்கு யார் வருவார்கள்?

என்னிடம் அன்பு காட்டியவர்கள் எல்லாம் என்னைத் தனிமையின் இருளில் தள்ளி விட்டுப் போய்விட்டார்கள். என் அன்புக்குரிய ஆமி, காதலுக்குரிய துலேர். பாசத்துக்குரிய தாரா ஷுக்கோ. எல்லாரும் என்னைக் கைவிட்டுப் போனார்கள். என்னை மிகவும் நேசித்த ஆபா இன்று அவருடைய இருண்ட உலகத்தில் முடங்கிக் கிடக்கிறார். ஆமியின் நினைவுச் சின்னமாக அவர் கட்டி எழுப்பிய பளிங்குக் கனவைப் பார்த்துக்கொண்டிருப்பதிலேயே அவரது நாட்கள் நிறைவடைந்து விடுகின்றன. மரணம் நெருங்கி வரும் காலடி ஓசையை உற்றுக் கேட்டுக்கொண்டிருக்கிறார். அது நெருங்கி வந்து விடுமோ என்று அஞ்சுகிறார். அந்த அச்சத்தில் துர்க்கனவு கண்டு அலறுகிறார். செய்த குற்றங்களை நினைத்துப் புலம்புகிறார். எதிரிகளை நடுங்கச் செய்த சக்ரவர்த்தி ஷாஜஹான் தன்னைப் பார்த்தே பீதி அடைகிறார். அவர் பயந்து அரற்றும் வேளைகளில் அவருடைய தலையை மடியில் கிடத்தி வருடிக் கொடுக்கிறேன். என்னைத் தண்டித்து விட்டதாகக் கண்ணீர் சிந்துகிறார்.

‘அமைதியாக இருங்கள் ஆபா, அல்லாஹ்வின் கிருபையால் நீங்கள் இன்னும் நெடுங்காலம் வாழ்வீர்கள். எனக்குச் செய்து பார்க்க முடியாமற்

போன எல்லாவற்றையும் இதோ இந்த ஜானிக்குச் செய்து நிறைவு காண்பீர்கள்.'

அது வெற்றுச் சொற்களின் ஆறுதல் என்று எனக்கே தெரிந்திருந்தது. அதை சொல்லும்போது என் கண்கள் கசிவதை எப்போதும் என்னுடனேயே இருக்கும் ஜானி பேகம் பார்த்து விடாமல் மறைத்துக்கொள்ள வேண்டியிருக்கிறது.

என் யூகம் தவறவில்லை. முல்லா ஷா பதாக்ஷி வந்திருக்கிறார். உலைக்களத்துக்குள் இளங்காற்றை வீசியது அவருடைய வருகை. வந்தவர் முதலில் ஆபாவின் மஞ்சத்தை நோக்கிச் சென்றார். அருகில் நிழலாடியதை ஆபா கவனிக்கவில்லை. அவரது பார்வை சாளரத்தைக் கடந்து வெண்மொட்டாகத் தெரியும் தாஜ்மஹலின் மீது பதிந்திருந்தது. முல்லாவின் முகமனோ வந்தனமோ அவரைச் சலனப்படுத்தவில்லை. முல்லா ஆபாவைவிட்டு விலகி என் அருகில் வந்தார்.

"மன்னிக்க வேண்டும் உஸ்தாத், ஆபா இப்போதெல்லாம் இந்த உலகில் இருப்பதில்லை. அவர் பார்வையில் எதுவும் தெரிவதில்லை. தாஜ்மஹலைத் தவிர அவர் பார்ப்பது எதுவுமில்லை."

மென்மையாகச் சிரித்தார் முல்லா. "அன்புதான் உலகத்தின் பேரொளி. ஆனால் இன்று ஹிந்துஸ்தானத்தில் அது மேகங்களுக்குள் மறைந்திருக்கும் சூரியனைப்போல மங்கியிருக்கிறது. மேகங்கள் நிரந்தரமானவை அல்ல. நிச்சயம் விலகும். அளவிலாக் கருணையும் இணையிலாக் கிருபையும் கொண்டவன் விலக்குவான்," என்றார்.

அவர் விடைபெற்றுச் சென்ற பின்பும் அந்த வார்த்தைகள் எனக்குள் புரண்டு கொண்டிருந்தன. பல நாட்கள் அது எனக்குள் அந்தக் குரல் ஓயாமல் ரீங்கரித்துக்கொண்டிருந்தது. குரலில் கசிந்த காருண்யமும் சொற்களில் பொதிந்திருந்த ஆறுதலும் காட்சிகளாக விரிந்தன.

பெரும் கானகம் முன்னில் தெரிந்தது. மலைச் சிகரங்கள் தெரிந்தன. அவற்றில் சரிவுகளில் ஜன்னத்தின் காவலாளிகளைப் போல தேவதாரு மரங்கள் நிற்கின்றன. வனமெங்கும் வெவ்வெறு வண்ண மலர்கள் பூத்திருக்கின்றன. அந்த வனத்தில் எந்த மனிதர்களின் உதிரமும் ஒரு துளிகூடச் சிந்தப்படவில்லை. அந்தக் குங்குமப் பூத் தோட்டங்கள் வழியே, ரோஜாப் பரப்புகள் வழியே நடந்து தளிர்த்து நிற்கும் விருட்சங்களின் நிழலில் கால்

பதித்து அந்த மலைச் சிகரங்களை அடைகிறேன். மலைகள் ஏதோ ரகசியத்தை எனக்காக வைத்துக்கொண்டிருக்கின்றன. அரூபமான குரல் அதைச் சொல்லத் தொடங்குகிறது. அது ஒருபோதும் நான் கேட்டிராத குரல். ஆனால் அதை என்னால் இனம் காண முடிந்தது. சிஷ்டிப் பெருந்தகையின் ஆதுரமான குரல். அது என் செவியை அடையும் முன் ஓர் அலறல் கேட்டது.

"பேகம் சாஹிபா, சக்ரவர்த்தியைப் பாருங்கள்" கோயலின் தீனப் புலம்பல்.

ஆபா மஞ்சத்தில் மண்டியிட்டு அமர்ந்திருந்தார். அவர் முகம் மேற்குத் திசை நோக்கியிருந்த்து. இரு கைகளையும் வானைப் பார்த்து ஏந்தியிருந்தார். முதலில் உதடுகள் அசைவதையும் பின்னர் அவற்றிலிருந்து எழும் ஒலியையும் கவனித்தேன். சிறைவைக்கப்பட்ட எட்டு ஆண்டுகளில் கேட்டிராத தெளிவுடன் இடறல் இல்லாமல் குரல் ஒலித்த்து. கலிமா சொல்லிக் கொண்டிருக்கிறார் ஆபா. அவர் காலடியில் மண்டியிட்டு அமர்ந்தேன்.

லா இலாஹா இல் அல்லாஹ். முஹம்மது ரசூலுல்லாஹ்.

சொல்லி முடித்து பெரும்பாரத்தை இறக்கி வைத்தவர்போல மஞ்சத்தில் புரண்டு படுத்தார். சில வினாடிகளுக்குப் பிறகு எழுந்து தாஜ்மஹல் இருக்கும் திசையைப் பார்த்தார். பார்த்துக் கொண்டே இருந்தார். அபு உத் முஸாபர் சாஹிப் உத் தீன் முஹம்மது சாஹிப் உத் குர்ஆன் உத் தானி ஷாஜஹான் பாதுஷா காஜி என்ற பேரரசர் ஷாஜஹான் என்ற என் ஆபாவின் விழிகள் மரணத்திலும் திறந்தே இருந்தன.

ஆபாவின் அறையில் எல்லாரும் இருந்தோம். நான், ஜானி பேகம், பெரிய அன்னையரான அக்பராதி பேகம், ஃபதேபூரி பேகம் எல்லாரும் இருந்தோம். கோயலும் ஆபாவின் வைப்பாட்டிகளும் அடிமை ஹிஜ்ராக்களும் இருந்தார்கள். தகவல் தெரிவித்தும் ஆலம்கீர் அவுரங்கசீப் வரவில்லை. 'என்னை மன்னிக்கத் தவறிய தகப்பனை இந்தப் புதல்வனும் மன்னிக்க விரும்பவில்லை' என்று சொல்லி அனுப்பினான். என் சினத்துக்கு எரிக்கும் சக்தி இருந்திருந்தால் அவனை எரித்துச் சாம்பலாக்கும்வரை அது அணையாது. ஆனால் என் நெருப்பு கண்ணாடி விளக்குக்குள் துடிதுடிக்கும் சுடர் மட்டும்தானே?

இரவின் இருளுடன் சக்ரவர்த்தி ஷாஜஹானின் மரணச் செய்தியும் பரவியது. கோட்டை வாசலில் திரண்ட கூட்டத்தை

உள்ளே அனுமதிக்கவில்லை. கதவுகள் இழுத்து அடைக்கப்பட்டன. இருவர் மட்டுமே அனுமதிக்கப் பட்டார்கள். இமாம் சைய்யத் முஹம்மது குவானாஜியும் ஆக்ரா காஜியும்.

ஆபாவின் கபரடக்கச் சடங்குகள் போல தைமூரின் பரம்பரையைச் சேர்ந்த எந்த அரசருக்கும் நடந்திருக்காது. திசைகளை வென்ற வீரர், மொகலாய சாம்ராஜ்ஜியத்தை நிலைநிறுத்திய ராஜதந்திரி, அள்ளக் குறையாத பொக்கிஷத்தை உருவாக்கியவர், புதிய நகரங்களை நிர்மாணித்த சிற்பி, காதலுக்காக உருகிய வசீகரர், மாபெரும் ஹிந்துஸ்தானத்தைக் கனவு கண்ட பேரரசரின் உடலை முரட்டுப் பருத்தித் துணியால் பொதிந்தார்கள். அலங்காரம் எதுவுமில்லாத பேழையில் உடலைக் கிடத்தினார்கள். ஒவ்வொரு பூவுக்கும் ஒரு நந்தவனத்தை உண்டுபண்ணிய பெரும் தோட்டக் கலைஞரை உள்ளடக்கிய பேழைமேல் ஒரு மல்லிகை இதழ் கூட இல்லை. யானைமீது அமர்ந்தும் தேரில் ஏறியும் ராஜ பாட்டையில் வலம் வந்த மன்னர் கோட்டையின் புற வாசல் வழியாக வெளியேறினால் போதும் என்று கட்டளை இடப்பட்டது.

"இந்த இரவிலா?" என்று வெகுண்டேன். முகலாய சாம்ராஜ்ஜியத்தின் பேரொளியாக விளங்கிய ஆபாவை யாருமற்ற அநாதையாக அந்தகாரத்தில் எடுத்துச் செல்வதா என்று குமுறினேன். தங்கள் மரியாதைக்குரிய சக்ரவர்த்தியை இறுதிமுறையாகப் பார்க்கும் உரிமையைக் குடிமக்களுக்கு மறுப்பதா என்று கொந்தளித்தேன். அவுரங்கசீபின் விசுவாச அடிமையான கோஜா புல் என்ற நபும்சகத்தின் செவியில் என் ஆத்திரச் சொற்கள் எதுவும் நுழையவே இல்லை.

"கபரடக்கத்தை இரவிலேயே முடிக்கும்படி ஆலம்கீர் அவுரங்கசீபின் கட்டளை. அதை நிறைவேற்றுவது என் வேலை" என்ற இரக்கமற்ற பதில் அந்த சைத்தானிடமிருந்து வந்தது.

நான் சோர்ந்து போனேன். என் உடல் தளர்ந்தது. நெருப்புக் குழிக்குள் தள்ளப்பட்டதுபோல அங்கங்கள் வெந்தன. பார்வை இருண்டது. 'ஆபா' என்று விம்ம முயன்றும் குரல் இறுகி ஊமையானது. ஆக்ரா கோட்டையின் பின் வாசற் கதவு திறக்கப்படும் ஓசை மண் பிளக்கும் ஒலியாகத் தொலைவிலிருந்து கேட்டது. விரைந்து ஓடி ஜெரோக்கா வழியாகப் பார்த்தேன். நான்கு பல்லக்குத் தூக்கிகள் சுமக்க ஆபாவின் சவப்பேழை இருளில் நகர்ந்து நகர்ந்து மறைகிறது. அது மறைய மறைய எனக்குள் சிறிது சிறிதாக ஒளி நுழைவதுபோலத் தோன்றியது.

எதிலிருந்தோ என்னை விடுவித்துக் கொண்டதாக உணர்ந்தேன். எல்லாவற்றிலிருந்தும் விடுதலை அடைவதாக உணர்ந்தேன்.

இன்னும் விடியவில்லை. மாளிகைக்குள்ளே அடங்கிய தொனியில் பிலாக்கணம் கேட்கிறது. அவ்வப்போது வெடிக்கும் அழுகுரல்கள் முனகலாகத் தேய்கின்றன. மெல்ல எழுந்து மாளிகையின் உப்பரிகைக்குப் போகிறேன். யமுனையின் குளிர் காற்று வீசுகிறது. இரவின் மௌனத்தில் அதன் நீரோட்டம் துல்லியமாகக் கேட்கிறது. பறவைகளின் அகாலச் சிறகடிப்புக் கேட்கிறது. அண்ணாந்து வானைப் பார்க்கிறேன். மேகத்தின் சிறு கீற்றும் இல்லாமல் முடிவற்று விரிந்திருக்கும் ஆகாயத்தில் மங்கலாகப் பிறை ஒளிர்கிறது.

●

பின்னுரை

இறந்த காலத்தின் துகள்

எழுதும்போது நடுங்குகிறது. என்னுடைய ஆழ்ந்த எண்ணங்களை ரகசியமாகவே வைத்திருக்கிறேன். அப்படியில்லாமல் நான் எப்படி வாழ முடியும்? நான் ஒரு பெண் ஆயிற்றே? இங்கே இந்தத் தனிமை இரவில் என் துக்கங்களை மறதியிடம் பாட முடியும். மறதியிடம்தான் என் வாழ்க்கைக் கதையைச் சொல்ல முடியும். என் கதையையும். என் துக்கத்தையும்.

– ஜஹனாரா

வரலாற்றுப் பின்புலமும் மனிதர்களும் இடம் பெற்றிருப்பதால் இது ஒரு வரலாற்று நாவல் ஆகிவிடாது. அப்படிக் கருதப்படுமானால் அது தற்செயல் மட்டுமே. ஏனெனில் எழுதியவனாக என் நோக்கம் அதுவல்ல. சமகால நிகழ்வுகள் சிலவற்றைப்பற்றி அப்பட்டமாகச் சொல்ல இயலாது என்ற தயக்கமே வரலாற்றில் தஞ்சமடையக் காரணம். கடந்தகால நடப்புகள் இன்றைய வரலாறாக ஆகும்போது இன்றைய நிகழ்வுகளையும் வரலாற்றில் பார்க்க முடியும் என்பது என் எண்ணம். இன்று அரசியலில் விவாதிக்கப்படும் குடும்ப அரசியலையும் வாரிசு அதிகாரத்தையும் அன்றைய வரலாற்றில் பார்க்க முடியாதா? இந்தக் கேள்வியின் விளைவே இந்தப் புனைகதை.

பின்புலமாக எடுத்துக்கொண்ட வரலாற்றின் தகவல்களை அவற்றுக்குரிய உண்மையுடன் கையாள விரும்பியிருக்கிறேன். ஓரளவு வெற்றி பெற்றிருப்பதாகவும் நம்புகிறேன். இதில் எடுத்தாண்டிருக்கும் தகவல்கள் உண்மையானவை. இடம் பெறும் சம்பவங்கள் உண்மையானவை.

பாத்திரங்கள் பெரும்பான்மையும் உண்மையானவை. அவற்றுக்கான ஆதாரங்கள் ஆய்வு நூல்களில் உள்ளன. சம்பவங்கள் மூட்டமாகச் சொல்லப்பட்ட இடங்களில் நான் கண்டுபிடித்த உண்மைகளைச் சேர்த்திருக்கிறேன். அப்படிச் சேர்ப்பதற்கான ஆதாரங்களும் அந்த ஆய்வுத் தரவுகளிலேயே கிடைத்தன. சொல்லப்பட்ட வரலாற்றில் சொல்லப்படாதவை இருக்கின்றன என்பதையும் வரலாறு ஒருபோதும் அப்பழுக்கற்ற உண்மையல்ல, பக்கச் சார்பற்றதல்ல, முழுமையானதல்ல என்பவற்றையும் புனைகதை முயற்சி உணர்த்தியது.

எந்தக் கோணத்திலிருந்து பார்த்தாலும் தீராத ஆர்வத்தைத் தூண்டக்கூடிய அத்தியாயம் வரலாற்றில் இருக்குமானால் அது இந்தியாவில் முகலாயரின் ஆட்சிக் காலத்தைச் சேர்ந்தது என்ற கருத்து நிலவுகிறது. அந்தக் கருத்தை, நாவலை எழுதும் வேளையில் சரியென்று உணர்ந்தேன். கருத்தை உணரும் வாய்ப்பை அளித்தது ஜஹனாரா என்ற பெயர். அந்தப் பெயரின் அறிமுகமும் அதையொட்டிய தேடலும் எதிர்பாராமல் நேர்ந்தவை.

1993 இறுதியிலும் 94 தொடக்கத்திலுமாகச் சில நாட்கள் தில்லியில் தங்கியிருக்கும் வாய்ப்பு கிடைத்தது. சாகித்திய அக்காதெமி நடத்திய மொழிபெயர்ப்புப் பட்டறையில் கலந்துகொள்ளச் சென்றிருந்தேன். பணி முடிந்த மாலை நேரங்களில் நகரத்தின் முக்கிய இடங்களைச் சுற்றிப் பார்ப்பது வழக்கமானது; சில நாட்கள் தனியாகவும், சில நாட்கள் இந்தி தெரிந்த இலக்கிய நண்பர்களுடனும். ஒருநாள் மாலை வங்கமொழிக் கவிஞரும் நண்பருமான அஞ்சென் சென்னுடன் தில்லி – மதுரா நெடுஞ் சாலையிலுள்ள நிஜாமுத்தீன் தர்கா வளாகத்தைப் பார்க்கச் சென்றிருந்தேன். கல்லறைகளின் பெரும் பரப்பான அந்த இடத்தைச் சுற்றிவந்தோம். முகலாய மன்னர்களும் கவிஞர்களும் ஸூஃபி ஞானிகளுமான பலரின் சமாதிகளைப் பார்த்தேன். சில சமாதிகளின் அருகில் கூட்டம் இருந்தது. அஞ்சலிச் சடங்குகள் நிறைவேற்றப்பட்டுக் கொண்டிருந்தன. பிரார்த்தனை செய்பவர்களும் சுவரில் முகம்புதைத்துக் கண்ணீர் மல்க ஆத்மாக்களிடம் முறையிடுபவர்களும் இருந்தார்கள். ஆட்கள் சீந்தாத இரண்டு சமாதிகள் கவனத்தில் பதிந்தன. கவிஞரான அமீர் குஸ்ரூவின் கபரும் ஜஹனாரா பேகத்தின் கபரும். கவிஞர் என்று தெரிந்து வைத்திருந்ததனாலும் அவர் எழுதிய கஜல்கள் சிலவற்றை உயிர் உருகக் கேட்டிருந்ததனாலும் குஸ்ரூவின் அடக்க இடம் முக்கியமானதாகத் தோன்றியது. அதற்குச் சிறிது

தொலைவில் சலவைக் கல் ஸ்தூபியும் திறந்த சமாதியுமாக இருந்த இடம் அதன் தோற்றத்தின் காரணமாக ஆர்வத்தைத் தூண்டியது. பொதுவாக இஸ்லாமியர்களின் சமாதிகள் மூடி வைக்கப்பட்டவை. நான் பார்த்த சமாதி, திறந்துவைத்த பேழைபோலத் தென்பட்டது. அந்த வித்தியாசம் விவரத்தை அறியத் தூண்டியது. தலைப்பகுதியிலிருந்த ஸ்தூபியில் எழுதப்பட்டிருந்த வாசகங்கள் புதிராக வசீகரித்தன. அஞ்சென் சென்னின் உதவியுடன் விசாரித்தபோதுதான் அது ஜஹனாராவின் சமாதி என்று அறிந்துகொள்ள முடிந்தது. அவளைப் பற்றிய விவரங்களைத் தெரிந்துகொண்டேன். முந்நூறு ஆண்டுகளுக்கு முன்பு வாழ்ந்து மறைந்த ஒருத்தி அந்த வெள்ளிக்கிழமை மாலை என் மனதுக்குள் புகுந்தாள். நீங்காத நிழலாக நினைவில் உறைந்தாள்.

தொடர்ந்து வாசிப்பவன் நான். வாசிப்பில் ஒவ்வொரு பருவத்திலும் ஏதோ ஒருவகை முதன்மையானதாக இருக்கும். அவ்வாறான வாசிப்பில் சூஃபி இலக்கியமும் இசையும் ஒரு தருணத்தில் முக்கியத்துவம் பெற்றன. அப்போது ஜஹனாராவை மீண்டும் நினைவு கூர்ந்தேன். முன்பு அவளைப் பற்றிய விவரங்களைச் சொன்ன நிஜாமுத்தீன் தர்கா அறக்கட்டளையைச் சேர்ந்த இமாம், சூஃபி மரபைப் பின்பற்றியவர்கள் என்று குறிப்பிட்ட பெயர்களில் ஜஹனாராவும் இருந்தது நினைவுக்கு வந்தது. வானத்தைப் பார்க்கும் விதமாகத் தனது சமாதி திறந்திருக்க வேண்டும். அதற்கு ஆடம்பரம் கூடாது. அதன் மேற்பரப்பில் புற்கள் படர்ந்திருப்பதே போதுமானது என்ற அவள் விருப்பமே சலவைக்கல் ஸ்தூபியில் பொறிக்கப்பட்டிருக்கிறது. அது ஒரு சூஃபி மனப்பாங்கு என்றெல்லாம் அவர் விளக்கினார். இந்தியாவில் பிரதானமான சூஃபி மரபை வலுப்படுத்திய காஜா மொய்னுத்தீன் சிஷ்டியின் மாணவி என்று ஸ்தூபி வாசகத்தில் ஜஹனாரா தன்னை அடையாளம் காட்டுகிறாள். அரச போகங்களிலிருந்தும் அதிகார யுத்தங்களிலிருந்தும் விடுபட்டு அந்த மார்க்கத்தில் சேர விரும்பினாள். ஆனால் சிஷ்டி மரபு அன்று பெண்களுக்கு விலக்குக் கற்பித்திருந்தது. எனவே ஜஹனாராவின் விருப்பம் நிறைவேறவில்லை. இந்தத் தகவல்களையும் இமாம் தெரிவித்தார். அவை மீண்டும் நினைவுக்கு வந்தபோது ஜஹனாரா எனக்குள் உயிர்த்தெழுந்தாள். அவளைப்பற்றி ஒரு கவிதை எழுதுவது மட்டுமே அப்போது என் ஆசை. அதற்காக முற்பட்ட போது புரிந்தது: ஜஹனாரா ஒற்றைக் கவிதைக்குள் அடங்குபவள் அல்லள்.

தேடித் திரட்டியவற்றில் ஜஹனாராவைப் பற்றி எழுதப்பட்ட இரு நூல்கள் அவளை முழுமையாக அறிந்துகொள்ள உதவின.

அவையே இந்தப் புனைகதைக்கும் ஆதாரம். அரச குடும்பத்து நாட்குறிப்புகள் வரிசையில் வெளிவந்த காத்தரீன் லாஸ்கியின் 'பிரின்சஸ் ஆஃப் பிரின்சஸ்' என்ற நூலும் ஆண்ட்ரியா புடென் ஷானின் 'தி லைஃப் ஆஃப் எ மொகல் பிரின்சஸ் – ஜஹனாரா பேகம் – டாட்டர் ஆஃப் ஷாஜஹான்' என்ற நூலுமே அந்த இரு நூல்கள். இவை இரண்டும் நாட்குறிப்புகளின் வடிவத்திலேயே அமைந்தவை. அந்த வடிவம் ஜஹனாரா என்ற ஆளுமைக்குப் பொருத்தமானது என்பது தொடர்ந்த வாசிப்பில் தீர்மானிக்க முடிந்தது.

இந்தியாவில் ஆட்சிசெய்த முகலாய அரசர்கள் அனைவரும் தமது வாழ்க்கைக் குறிப்புகளை எழுத்தில் பதிவுசெய்திருக் கிறார்கள். அவர்களது அன்றாட நடவடிக்கைகள், சாதனைகள் அனைத்தும் பதிவுபெற்றிருக்கின்றன. தைமூர் வம்சத்தின் முதலாம் பேரரசரான பாபர் முதல் அவுரங்கசீப் வரை அனைவரும் தமது நாள்வழிகளைக் குறித்து வைத்திருக்கிறார்கள். சிலர் சுயசரிதை எழுதியிருக்கிறார்கள். பாபர் போன்ற எழுதத் தெரியாத சக்ர வர்த்திகள் பிறரை நியமித்து எழுதச் செய்திருக்கிறார்கள். பாபர் நாமா, அக்பர் நாமா, அயின் இ அக்பரி, ஹுமாயூன் நாமா என்ற பெயர்களில் அவை அறியப்படுகின்றன. ஷாஜஹானின் மாற்றாந்தாயான நூர்ஜஹான், சக்ரவர்த்தி ஜஹாங்கீர் கால நடப்புகளை எழுதியிருக்கிறார். ஆனால் முகலாய வம்சப் பெண்களில் முதலில் நாட்குறிப்புகளை எழுதிய பெருமை ஜஹனாராவுக்கு உரியது. அவளுடைய குறிப்புகள் மிக அந்தரங்க மானவையும்கூட.

காத்தரீன் லாஸ்கியின் நூல் ஜஹனாராவின் பதின்மூன்று முதல் பதினேழாம் வயதுவரையான வாழ்க்கைச் சம்பவங்களைச் சொல்கிறது. இந்தச் சம்பவங்கள் ஜஹனாராவின் நாட்குறிப்புகள் வடிவில் எழுதப்பட்டாலும் அவளால் எழுதப்பட்டவை அல்ல. லாஸ்கி தன்னுடைய புனைவுக்கு நம்பகத்தன்மையை உருவாக்கக் கையாண்ட வடிவமாகவே இதைக் கருதுகிறேன். வரலாற்றுப் பாத்திரங்கள் நிறைந்த இந்த நூலில் கற்பனைப் பாத்திரங்களும் இடம்பெறுகின்றன. எனவே இதை ஜஹனாராவின் வாழ்க்கை மீதான புனைவு என்றே கருதுகிறேன். மாறாக ஆண்டிரியா புடென்ஷானின் நூலை அதிகாரப் பூர்வமான நாட்குறிப்பு என்று நம்புகிறேன். அதில் குறிப்பிடப்படும் தகவல்களை முகலாய வரலாற்றைச் சொல்லும் நூல்களுடன் ஒப்பிட்டுப் பார்த்ததில் நம்பிக்கை வலுப்பெற்றது.

ஜஹனாரா எழுதிய நாட்குறிப்புகள் கிடைத்த நிகழ்ச்சியே புனைகதைக்குரிய சுவாரசியம் கொண்டது.

ஜெர்மனியிலிருந்து ஸ்வீடன் நாட்டுக்குக் குடிபெயர்ந்த குடும்பத்தைச் சேர்ந்தவர் ஆண்ட்ரியா புடென்ஷான். இளம் பருவத்திலேயே எழுத்தில் ஆர்வம் கொண்டவர். ஸ்வீடிஷ் பெண்ணியவாதியும் ஆசிரியரும் பின்னாளில் ஸ்வீடனின் முதல் முனைவர் பட்டம்பெற்ற பெண் என்ற புகழைப் பெற்றவருமான எலென் ஃப்ரீசின் மாணவியாகக் கல்வி பயின்றார். ஆசிரியரின் தூண்டுதலின் பேரில் அயல்நாடுகளைச் சுற்றிப்பார்க்க வந்தார். 1890–91ஆம் ஆண்டுகளில் இந்தியா வந்த ஆண்ட்ரியா பம்பாய், தில்லி, ஆக்ரா, ஜெய்ப்பூர், வாரணாசி, கல்கத்தா நகரங்களைச் சுற்றிப் பார்த்தார். ஆக்ரா கோட்டையில் ஆண்ட்ரியாவுக்கு நேர்ந்த விந்தையான நிகழ்ச்சிதான் ஜஹனாராவை இருநூறு ஆண்டுகளுக்குப் பின்னர் வெளிச்சத்துக்கு மீட்டுத் தந்தது. ஆக்ரா கோட்டையில் ஜஹனாரா பேகம் வாழ்ந்த மல்லிகை மாளிகையின் கைவிடப்பட்ட அறையொன்றை ஆண்ட்ரியா பார்த்தார். அங்கிருந்த சுவரில் கை ஊன்றியபோது கல் பெயர்ந்து கீழே விழுந்தது. கல் இருந்த இடத்திலிருந்து தோலால் கட்டுமானம் செய்த காகிதத் திரட்டுகள் ஒன்றின் பின் ஒன்றாகத் தரையில் விழுந்தன. தாள்களில் பாரசீக மொழியில் எழுதப்பட்டிருந்தது. அவை சக்ரவர்த்தி ஷாஜஹானின் புதல்வி ஜஹனாரா பேகம் எழுதிய நாட்குறிப்புகள். அவை பின்னர் ஆண்ட்ரியாவின் ஆங்கில மொழிபெயர்ப்பில் நூலாக்கப்பட்டன. 1931ஆம் ஆண்டு நூல் வெளியிடப்பட்டது.

அவுரங்கசீபால் 1658ஆம் ஆண்டு ஷாஜஹான் சிறை வைக்கப்பட்டார். மரணம்வரை நீடித்த எட்டாண்டுச் சிறைவாசம். தந்தைமீது கொண்ட பாசத்தால் ஜஹனாராவும் அந்த எட்டு ஆண்டுகளையும் தந்தையுடன் சிறையில் கழித்தாள். அந்த நாட்களில் எழுதப்பட்ட குறிப்புகள்தாம் ஆண்ட்ரியா கண்டெடுத்தவை. இந்தக் குறிப்புகளில் தன்னுடைய அந்தரங்கத்தையும் அரசியல் கொந்தளிப்புகளையும் அதிகாரப் போட்டிகளையும் படுகொலைகளையும் அவுரங்கசீபின் மீதான வெறுப்பையும் மிக அதிகமான பக்கங்களில் பதிவு செய்திருக்கிறாள் ஜஹனாரா. காலப் பழக்கத்தில் சில பக்கங்கள் விடுபட்டிருந்தாலும் நிர்ணயமான காலப் பகுதியை அவை வெளிப்படுத்துகின்றன. தனது நாட்குறிப்புகள் வெளியே தெரியவந்தால் அதன் விளைவு விரும்பத்தகாததாக இருக்கும் என்ற அச்சத்தில் அவற்றை மறைத்து வைத்திருக்கிறாள்.

‘இந்தக் காகிதங்களை மல்லிகை மாளிகையின் கற்களுக்கு அடியில் ஒளித்து வைப்பேன். எதிர்காலத்தில் என்றாவது மல்லிகை மாளிகை சிதையும். அப்போது அந்தச் சிதிலங்களுக்கு அடியிலிருந்து என் சுயசரிதை மனிதர்களின் கண்ணில் தென்படும்’ என்று அவளே எழுதியிருக்கிறாள்.

முகலாயப் பேரரசர்களில் மகத்தானவரான சக்ரவர்த்தி ஷாஜஹானின் செல்லப் புதல்வி. சக்ரவர்த்தியின் அதீத காதலுக்குரிய மும்தாஜ் மஹலுக்குப் பிறந்த ஐந்து குழந்தைகளில் மூத்தவள். பதினான்கு வயதில் அரசியல் விவகாரங்களில் ஆலோசனை சொல்லும் நுண்ணறிவு பெற்றிருந்தவள். ஷாஜஹானின் தர்பாரில் அவளுக்குத் தனி ஆசனம் இருந்தது. அரச குடும்பத்துப் பெண்களில் யாரை விடவும் செல்வமும் செல்வாக்கும் அவளுக்கு இருந்தன. ஏனெனில் அவளுக்கு எல்லாம் தெரிந்திருந்தது. மூன்றுக்கும் மேற்பட்ட மொழிகள் தெரிந்திருந்தன. கவிதையும் காவியமும் தெரிந்திருந்தன. வேதங்களும் புராணங்களும் அறிந்திருந்தாள். மதநூல்களைப் பயின்றிருந்தாள். பாடவும் ஆடவும் கற்றிருந்தாள். கட்டடக் கலையில் தேர்ச்சி பெற்றிருந்தாள். கப்பல்கள் வைத்திருந்தாள். தனி மாளிகையும் ததும்பி வழியும் கஜானாவும் இருந்தன. யானைகளும் ஒட்டகங்களும் குதிரைகளும் இருந்தன. பணிவிடை செய்ய அடிமைகள் இருந்தார்கள். எல்லாம் இருந்தன. ஆனால் எது இருந்தால் இவையெல்லாம் மேலானவை யாகுமோ அந்த ஒன்று அவளுக்குக் கிடைக்கவில்லை. காரணம் அவள் பெண்ணாக இருந்தாள். துன்புறுத்தும் இந்த உண்மை போதாதா ஜஹனாராவை மையமாக்கி நாவலை எழுத?

‘**வெ**ல்லிங்டன்’ என்ற முதல் நாவலின் பெரும்பகுதியை பெங்களூரு ஹெஸ்ஸரகட்டாவிலுள்ள சங்கம் ஹௌஸ் எழுத்தாளர் உறைவிடத்தில் பதினைந்து நாட்கள் தங்கி எழுதினேன். அது 2012இல். மீண்டும் அதே இடத்தில் ஒரு மாதம் தங்கியிருப்பதற்கான வாய்ப்பு கிடைத்தது. ஜஹனாராவின் நாட்குறிப்புகளை அடிப்படையாக வைத்து நாவலை எழுதும் எண்ணம் அப்போதுதான் உதித்தது. அந்த ஒரு மாதக் காலத்தில் நாவலின் முதல் பாகத்தை எழுதி முடித்தேன். அந்த நிறைவிலேயே ஓராண்டு கடந்து சென்றது. நாவல் எழுத்தில் இடைவெளி ஏற்பட்டது. இடைவெளியை எழுதி நிரப்ப இன்னொரு உறைவிட முகாம் உதவியது. தென் கொரியா, வோன்ஜுºவிலுள்ள தோஜி கலாச்சார மையத்தின் எழுத்தாளர்

முகாமில் 2017 செப்டம்பர் மாதம் முழுவதும் வசிக்கும் நல்லூழ் வாய்த்தது. நவீன கொரிய எழுத்தின் முன்னோடியாகக் கருதப்படும் பாக் கியுங் நி எழுத்தாளர்களும் கலைஞர்களும் தங்களது படைப்புகளை உருவாக்குவதற்காக ஏற்படுத்திய சுதந்திரமான இடம் தோஜி மையம். சுற்றிலும் மலைத் தொடர்களும் இடையிடையே வயல்களும் அடர்த்தியான பைன்மரக் காடுகளும் கொண்ட பிரதேசம் வோன்ஜூ. முக்கிய நகரமான சியோலிலிருந்து இரண்டு மணிநேரப் பயணத் தொலைவிருக்கும் அமைதியான பகுதி. அந்த இயற்கையான சூழலும் அமைதியும் தந்த உத்வேகத்தில் முகாமின் இறுதி நாளுக்கு முன்பாகவே நாவலை எழுதி முடித்தேன். தோஜி மையத்தின் நூலகமும் வோன்சி பல்கலைக்கழகத்தின் வோன் ஜூ வளாக நூலகமும் சந்தேக நிவாரணத்துக்கு உதவின.

வரலாற்று ஆய்வாளர்களால் மிக அதிகமாகக் கையாளப்பட்ட காலப் பகுதி முகலாய ஆட்சிச் சகாப்தங்களாக இருக்கலாம். பெரும் எண்ணிக்கையிலான நூல்கள் இந்த ஆட்சிக் காலம் பற்றி எழுதப்பட்டிருக்கின்றன. பாபர் முதல் அவுரங்கசீப் வரையிலான ஆட்சியாளர்களைப் பற்றித் தனித்தனியே எழுதப்பட்டிருக்கும் ஆய்வு நூல்களே நூற்றுக்கணக்கில் இருக்கும். அதுபோலவே அரச குடும்பத்துப் பெண்களைப் பற்றிய நூல்களும். இவற்றில் குறைவாக எழுதப்பட்டிருப்பது ஜஹனாராவைப் பற்றித்தான். ஷாஜஹானையும் அவுரங்கசீபையும் பற்றிய நூல்களிலும் அதிகாரப் போட்டி உச்சத்திலிருந்த அந்தக் காலத்தை ஆராயும் நூல்களிலும் அவள் பெயர் சான்றாதாரமாகக் குறிப்பிடப்படு கிறது. பாட்டி நூர் ஜஹானைப் பற்றியும் தாய் மும்தாஜ் மஹலைப் பற்றியும் செய்யப்பட்டிருக்கும் ஆய்வுகளுடன் ஒப்பிட்டால் ஜஹனாராவைப் பற்றிய நூல்கள் குறைவே. வரலாற்றின் இந்தப் பாராமுகம் அவள்பால் எனக்கு மானசீக நெருக்கத்தை ஏற்படுத்தியிருக்கலாம் என்று சந்தேகிக்கிறேன். ஆனால் இந்தப் பாராமுகத்தை ஜஹனாரா பற்றி எழுதப்பட்டிருக்கும் புனைவுகள் சமன் செய்கின்றன. அவை எனக்கு உதவியாகவும் எச்சரிக்கை யாகவும் இருந்தன. ஜஹனாராவைப் பற்றிய மேலோட்டமான தகவல்களை அளித்ததில் இவை உதவிகரமானவை. பிற புனைவுகளின் சாயல் என் ஜஹானாரா மீது படிந்துவிடக் கூடாது என்றும் இவை எச்சரித்தன. அவளை மையப் பாத்திரமாகக் கொண்டு எழுதப்பட்ட புனைகதைகள் சிலவற்றை 'வாசித்துப் பார்ப்பதற்காக' வாங்கி வைத்திருந்தேன். நாவலெழுத்தை

முடிக்கும் முன்பு அவற்றை வாசிப்பதில்லை என்ற விரதத்தை மேற்கொள்ளவும் செய்தேன். விரதத்தை வெற்றிகரமாக முடிக்கத் தோன்றாத் துணையாகவும் ஜஹனாராவே இருந்தாள். அவளுக்கு சலாம்.

ஜஹனாராவைப் பற்றிய தகவல்கள் பல இருந்தன. பலவகையாகவும் இருந்தன. அவற்றில் எதைத் தேர்வுசெய்வது எதை விடுவது என்பது தடுமாற்றத்தை அளித்தது. எளிய வழியாக, ஜஹனாராவின் நாட்குறிப்புகளை மட்டுமே எடுத்துக்கொள்வது என்று தீர்மானித்தேன். அவள் எழுதியவையாகப் பதிவுபெற்றிருக்கும் குறிப்புகளை மாத்திரமே நாவலுக்காகப் பயன்படுத்தியிருக்கிறேன். அந்தக் குறிப்புகளை அப்படியே எடுத்தாள்வது, அவற்றை என் மொழியில் சொல்வது, அவள் மௌனம் சாதிக்கும் தருணங்களில் புனைவு அம்சங்களைச் சேர்ப்பது என்று சட்டகத்தை அமைத்துக்கொண்டேன். இந்த செயலே நாவலின் வடிவத்தை நிர்ணயித்தது. பெருமளவில் ஜஹனாராவின் தன்மைக் கூற்றாகவே நாவல் அமைந்திருக்கிறது. அவள் முன்னிலையில் இல்லாத தருணங்களும் அவளால் சொல்லப்பட முடியாத படர்க்கை சந்தர்ப்பங்களும் பிறத்தியார் கூற்றுகளாக முன்வைக்கப்பட்டிருக்கின்றன.

நாவலை எழுதி முழுமையாக்கிய பின்னர் கைவசம் இருந்த ஜஹனாரா மையப் புனைவுகளை வாசித்தேன். அவற்றில் காணப்படுபவள் அல்லள் என் ஜஹனாரா என்று நிம்மதிப் பெருமூச்சு விட்டேன். ஆங்கிலத்தில் எழுதப்பட்டவையும் இந்தி, உருது மொழிகளிலிருந்து ஆங்கிலத்துக்கு மொழி பெயர்க்கப்பட்டவையுமாகப் பல புனைவுகள் இருக்கின்றன. அவற்றுள் சில வாசக வரவேற்புப் பெற்றவை. தாஜ்மஹல் முக்கதைத் தொகுப்பாக இந்து சுந்தரேசன் மூன்று நாவல்களை எழுதியுள்ளார். ‘இருபதாவது மனைவி’ *(The Twentieth Wife 2002)*, ‘ரோஜாக்களின் உற்சவம்’ *(Feast Of Roses 2003)*, ‘நிழல் இளவரசி’ *(Shadow Princess 2010)* ஆகியன அந்த நாவல்கள். மூன்றாவது நாவல் ஜஹனாரா பேகத்தை மையப் பாத்திரமாகக் கொண்டது. ருச்சிர் குப்தா எழுதிய ‘சிம்மாசனத்தின் துணைவி’ *(Mistress of the Throne 2014)* நாவலும் ஜஹனாராவின் கதையே.

குறிப்பாக இரண்டு அம்சங்களில் என்னைத் தெளிவு ஏற்படுத்திக்கொள்ளவே இந்த நாவல்களை வாசித்தேன். முதலாவது ஜஹனாராவின் காதல் தொடர்பானது. முகலாய இளவரசிகள் திருமணம் செய்துகொள்ளக் கூடாது என்பது அக்பர் நடைமுறைப்படுத்திய விதி. அதனால் ஜஹனாராவும்

சகோதரி ரோஷனாராவும் கன்னியராகவே வாழ்ந்தனர். ஆனால் ஜஹனாராவுக்குக் காதலர்கள் இருந்தனர் என்று வரலாற்றுத் தரவுகள் குறிப்பிடுகின்றன. இந்த நாவல்களில் அந்தச் சிக்கல் எவ்வாறு வெளிப்படுத்தப்பட்டிருக்கிறது என்று பார்க்க விரும்பினேன். இந்து சுந்தரேசன், ஷாஜஹானுக்கு அணுக்கமானவனாக இருந்த தளபதி நவ்ஜத்கானை ஜஹனாராவின் காதலனாகச் சித்திரித்திருந்தார். அது எனக்குப் பொருத்தமாகப் படவில்லை. ஏனெனில் ஜஹனாரா தனது நாட்குறிப்புகளில் நவ்ஜத்கானை 'காற்று வீசும் திசையில் சாயும் சிக்கமோர் மரம்' என்று துச்சமாகவே மதிப்பிடுகிறாள். காப்ரியேல் பௌட்டன் என்ற பிரிட்டிஷ் மருத்துவரை அவளுடைய காதலனாகச் சொல்கிறார் ருச்சிர் குப்தா. தன்னுடைய முப்பதாவது பிறந்தநாளன்று ஜஹனாரா தீ விபத்துக்கு உள்ளாகிறாள். ஷாஜஹானின் அழைப்பின் பேரில் வந்த ஆங்கில மருத்துவர் அவளுக்குச் சிகிச்சை அளித்ததாகவும் அதற்குப் பதிலுதவியாக வங்காளத்தில் கிழக்கிந்தியக் கம்பெனிக்கு நிலங்களைக் கேட்டுப் பெற்றதாகவும் குறிப்புகள் உள்ளன. ஆனால், அது மருத்துவர்பால் ஜஹனாரா மாளாத காதல் கொள்வதற்கான முகாந்திரமல்ல என்று நம்பினேன். தனக்கு நேர்ந்த விபத்தைப் பற்றி விரிவான குறிப்புகளை எழுதியுள்ள ஜஹனாரா சிகிச்சை அளித்துத் தன்னைக் காப்பாற்றியதாக நினைவு கூர்வது ஒரு பாரசீக அடிமைப் பெண்ணைத்தான். என் புனைவில் இந்தக் காதலர்கள் நானறியாமலே தவிர்க்கப்பட்டிருக்கிறார்கள்.

ஷாஜஹானின் ஆட்சிக் காலத்தில் அவரது தர்பாருக்கு வருகை தந்த இத்தாலியப் பயணியும் எழுத்தாளருமான நிக்கோலோ மனூச்சியின் குறிப்புகளில் ஒன்று இரண்டாவது குழப்பத்தை ஏற்படுத்தியது. சுற்றுலாப் பயணியாக வந்த மனூச்சி பின்னர் இந்தியாவிலேயே வாழ்ந்தார். முகலாய ஆட்சிக்காலத்து இந்தியாவைப் பற்றியும் ஆட்சியாளர்கள் பற்றியும் விரிவாகவே எழுதியுள்ளார். ஷாஜஹான் அரண்மனைக்கு நிரந்தர வருகையாளராக இருந்தார். அவரது குறிப்புகள் நம்பகமானவை என்று கருதப்படுவதால் ஷாஜஹானுக்கும் ஜஹனாராவுக்கும் இடையில் பிறழ் உறவு இருந்தது என்று எழுதியிருப்பது குழப்பத்தைக் கொடுத்தது. ஆனால் அதே காலப் பகுதியில் வருகைதந்த இன்னொரு பயணியான ஃபிரான்சைச் சேர்ந்த ஃப்ரான்ஸுவா பெர்னியர், மனூச்சியின் கூற்றை மறுக்கிறார். ஷாஜஹானுக்கும் ஜஹனாராவுக்கும் எதிராகப் பரப்பப்பட்ட வதந்தி என்கிறார். இந்த இரு கூற்றுகளுக்கும் இடையிலான பூடகமான மௌனத்தை மிகவும் எச்சரிக்கையாகவே நாவலில் முன்வைக்க நேர்ந்திருக்கிறது.

இந்த நாவலாக்கத்தில் பலரும் வெவ்வேறு நிலைகளில் துணைபுரிந்திருக்கிறார்கள். பங்களூரு, சங்கம் ஹௌஸ் எழுத்தாளர் உறைவிடத்தின் பொறுப்பாளர்கள் அர்ஷியா சட்டார், டி.டப்ளியூ. கிப்ஸன், ராகுல் சோனி, கொரியா, தோஜி மைய வாசத்துக்கு உதவிய சென்னையிலுள்ள இந்தோ கொரியன் மையத்தின் இயக்குநர் ரதி ஜாஃபர், பொறுப்புச் செயலாளர் அபர்ணா ராஜேஷ், சியோலிலுள்ள கொரியக் கலை மையத்தின் தொடர்பாளர் காங்க் போக்யங், தோஜி மையத்தின் இயக்குநர் இயோ ஜீயின் ஆகியோர் முதல் நிலையில் உதவியவர்கள். உணவும் இடமும் தந்து உபசரித்து எழுதத் தூண்டினார்கள். இவற்றுக்கெல்லாம் தொடக்கப் புள்ளியாகவும் தொடரும் துணையாகவும் இருந்தவர் கண்ணன்.

ஜஹனாராவின் ஆன்மீக நாட்டத்துக்கு ஊற்றாக இருந்தது அஜ்மீரிலுள்ள கரீப் நவாஸ் காஜா மொய்னுத்தீன் சிஷ்டியின் தர்கா. தனது வருவாயில் பெரும் பகுதியைப் பொன்னும் மணியுமாக அஜ்மீர் தர்காவுக்கு அளித்திருக்கிறாள். அவை இன்றும் அங்கே பாதுகாக்கப்படுவதாகச் சொல்லப்படுகிறது. அந்த இடத்தைப் பார்க்க விரும்பினேன். விருப்பத்தைச் செயலாக்கத் தூண்டியவர் மனைவி பிரேமா. எழுத்து வேளையி லேயே வாசித்துக் குறைகளையும் அவ்வப்போது அவரே சுட்டிக் காட்டினார். நண்பர் செங்கதிர், அஜ்மீர் தினங்களில் நவீன பாதுஷாவாக என்னைக் கற்பனையில் திளைக்க வைத்தார். அவர் செய்த உதவிகள் அத்தகையவை.

கையெழுத்துப்படியை நண்பர்கள் பலரும் வாசித்துக் கருத்துகளைத் தெரிவித்தார்கள். அபுதாபி நண்பர் செல்வராஜ் ஜெகதீசன் கருத்துத் தெரிவித்ததுடன் மெய்ப்புப் பார்த்தும் உதவினார். இந்த நாவலின் முதல் வாசகர் அவரே. நாவலின் இறுதிப் பகுதி தொடர்பாக எனக்கிருந்த குழப்பத்தை கே.என். செந்தில் தீர்த்துவைத்தார். நாவலின் அமைப்புப் பற்றியும் பெயர்களின் சீராக்கம் தொடர்பாகவும் த. ராஜன் கருத்துத் தெரிவித்தார். ஜி. குப்புசாமி, ரீனா ஷாலினி, ஏ.எஸ். பத்மாவதி, யுவன் சந்திரசேகர் ஆகியோர் பிரதியை வாசித்து ஆலோசனைகள் வழங்கினார்கள்.

களந்தை பீர் முகம்மது இல்லாமல் நாவல் செம்மையாக்கம் பெற்றிராது. எழுதிக்கொண்டிருந்த நாட்களில் இஸ்லாமிய வழக்குச் சொற்கள், சடங்குகள் தொடர்பாக எழுந்த சந்தேகங் களைக் களையப் பேருதவி செய்தார். கணினிப் படியை முழுவதுமாகப் பார்த்துப் பிழைகளைத் திருத்தியவர் ஜெபா.

வடிவமைத்தவர் கலா முருகன். வெவ்வெறு வகையில் துணை நின்றவர்கள் காலச்சுவடு அலுவலக நண்பர்களான செந்தூரன் ஈஸ்வர நாதன், வள்ளியூர் வி.பெருமாள், சுபா, மஞ்சு, மணிகண்டன். எழுத்தில் நான் பார்த்த தோற்றத்தை விடவும் அழகான ஜஹானாரா பேகத்தை முகப்புக்காக உருவாக்கித் தந்தார் ரோஹிணி மணி.

இவர்கள் அனைவருக்கும் மிக்க நன்றி.

சுகுமாரன்

திருவனந்தபுரம்
11 டிசம்பர் 2017